'आम्ही तुम्हाला आग्रहपूर्वक सांगतो की, या प्रसिद्धिमाध्यमांतील बातम्यांच्या पुढे जाऊन ही गुंतवून टाकणारी कहाणी जरूर वाचा.... जुन्या गोष्टी सांगण्याच्या पद्धतीने सरू त्याच्या स्पष्ट आठवणींबरोबर त्याची हरवले गेल्याची भीती व ताटातुटीच्या यातना आठवतो.'

– द वीकली रिव्ह्यू

'एक विलक्षण कहाणी... तिसऱ्या जगातली कुटुंबं कशी राहतात व कशीबशी जीवन जगतात याचं माहितीपूर्ण व मोहक चित्र (ब्रायर्ली) उभं करतात.'

–सॅटरडे एज (द एज)

'मी हे पुस्तक अक्षरशः खाली ठेवू शकलो नाही... सरूचा परतीचा प्रवास वाचून आनंदाने व मानवी जिद्दीच्या ताकदीने तुम्हाला रडू येईल.'

–द मॅनली डेली

'एका उल्लेखनीय प्रवासाबद्दल वाचून चांगलं वाटेल असं.'

–द सन-हेराल्ड

'आपल्या दीर्घ शोधाप्रमाणेच सरू तिसऱ्या जगातली कुटुंबं कशी राहतात व कशीबशी जीवन जगतात, याचं माहितीपूर्ण व मोहक चित्र उभं करतो.'

–द एज

एक अविश्वसनीय कहाणी

–बीबीसी

एका मुलाचे हृदयस्पर्शी, भावस्पर्शी अनुभवकथन...

– लोकमत मंथन २१ एप्रिल, २०१९

आपल्या स्नेहीजनांना पुस्तके भेट द्या

'A Long Way Home' या इंग्रजी पुस्तकाचा अनुवाद

घरपरतीच्या वाटेवरती...

तुम्ही कोण आहात, हे समजून घेण्यासाठी
तुम्ही कुठून आलात, हे समजून घेणं आवश्यक आहे

सरू ब्रायर्ली

अनुवाद
लता रेळे

मेहता पब्लिशिंग हाऊस

© +91 020-24476924 / 24460313 / Mob. No. 9545000513

Email : production@mehtapublishinghouse.com

Website : www.mehtapublishinghouse.com

◆ *या पुस्तकातील लेखकाची मते, घटना, वर्णने ही त्या लेखकाची असून, त्याच्याशी प्रकाशक सहमत असतीलच असे नाही.*

A LONG WAY HOME by SAROO BRIERLEY

First Published in the English Language by Penguin Australia 2013
Translated into Marathi Language by Lata Rele

घरपरतीच्या वाटेवरती... / अनुवादित सत्यकथा

अनुवाद : लता रेळे

Email : author@mehtapublishinghouse.com

मराठी अनुवादाचे व प्रकाशनाचे हक्क : मेहता पब्लिशिंग हाऊस, पुणे.

प्रकाशक : सुनील अनिल मेहता, मेहता पब्लिशिंग हाऊस,
१९४१, सदाशिव पेठ, माडीवाले कॉलनी, पुणे - ३०.

मुद्रक : ट्रिनिटी अॅकॅडमी फॉर कॉर्पोरेट ट्रेनिंग लिमिटेड,
नऱ्हे इंडस्ट्रिअल एरिया, नऱ्हे, पुणे - ४१.

मुखपृष्ठ : मेहता पब्लिशिंग हाऊस

प्रथमावृत्ती : फेब्रुवारी, २०१९

किंमत : ₹ २५०

P Book ISBN 9789353171933
E Book ISBN 9789353171940
E Books available on : amazonkindle Apple Books Google Play Books

गुड्डूसाठी

अनुक्रमणिका

उपोद्घात

'ते इथून निघून गेले आहेत.'

हे मला कधीतरी ऐकावं लागेल हे मला माहीत होतं आणि याच दिवसाचा मी गेली पंचवीस वर्षं विचार करत होतो. असं जगाच्या दुसऱ्या टोकाला नव्या नावानं, नव्या कुटुंबात वाढताना मी स्वतःशी विचार करत असे की माझी आई, बहीण, भाऊ मला कधीतरी परत भेटतील का? आणि आत्ता मी मध्य भारतातल्या एका लहान, धुळकट गावात इथल्या गरीब भागातल्या एका कोपऱ्यावरच्या मोडकळीस आलेल्या इमारतीच्या दरवाजासमोर उभा आहे. जिथं मी वाढलो, तिथं आता कुणीही राहत नाही. ते घर आता रिकामं आहे.

गेल्या वेळेस मी इथं उभा होतो, तेव्हा पाच वर्षांचा होतो.

हा बिजागऱ्या तुटलेला दरवाजा मी लहान असताना पाहिलेला आठवतो त्यापेक्षा आता कितीतरी लहान दिसतो; इतका की आता मला त्याच्या खालून वाकून जावं लागेल. दरवाजा ठोठावण्यातही अर्थ दिसत नाही. ज्या छोट्याशा खोलीत आमचं सबंध कुटुंब राहत होतं, ती मला खिडकीतून आणि मोडक्यातोडक्या विटांच्या भिंतींना पडलेल्या फटीतून दिसतेय. खोलीचं छत माझ्या डोक्यापेक्षा थोडेसंच उंच आहे.

अनेक वर्षांच्या शोधानंतर शेवटी मला माझं घर जरी सापडलं तरी माझं कुटुंब तिथं राहत नसेल, याची मला नेहमीच भीती वाटत होती. ही भयंकर भीती मला हतबल करून टाकायची आणि म्हणूनच मी ती मनातल्या मनात संपूर्णपणे दाबून ठेवली होती.

मी हरवलोय आणि काय करायचं ते मला कळत नाहीये, हे माझ्या आयुष्यात प्रथमच घडत होतं असं नाही. आता जरी मी तीस वर्षांचा असलो, खिशात पैसे

आणि माझं हक्काचं घर असलं तरीसुद्धा मला आत्ता श्वास घ्यायला त्रास होतोय. माझं मन वेगानं धावतंय आणि माझं पूर्वायुष्य बदलून टाकण्याची मला तीव्र इच्छा होतेय. हे असंच मला कैक वर्षांपूर्वीही रेल्वे फलाटावर वाटलं होतं.

आणि शेजाऱ्यांचा दरवाजा उघडतो. त्यातल्या त्यात जरा बऱ्या अवस्थेतल्या शेजारच्या गाळ्यातून लाल कपडे घातलेली एक तरुण बाई तान्ह्या मुलाला हातात घेऊन बाहेर येते. तिला कुतूहल वाटणं स्वाभाविक होतं. मी भारतीय दिसत होतो; पण माझे पाश्चात्त्य कपडे बहुतेक जरा जास्तच नवे दिसत होते. माझे केस व्यवस्थितपणे वळवलेले होते. यामुळे मी परदेशी आहे, हे स्पष्टपणे कळून येत होतं. त्याहून वाईट म्हणजे मला तिची भाषा येत नव्हती. मला आता थोडंसं हिंदी जेमतेम आठवतं व जे आठवतं ते मी पूर्ण विश्वासानं उच्चारूही शकत नाही, त्यामुळे ती माझ्याशी बोलताना, 'मला काय पाहिजे?' हे विचारत असेल याचा मी केवळ अंदाज बांधू शकत होतो. मी तिला सांगतो की 'मला हिंदी येत नाही, इंग्लिश येतं.' 'मला थोडं थोडं इंग्लिश येतं' या तिच्या उत्तरानं मला धक्काच बसतो. मी रिकाम्या खोलीकडे निर्देशून जी लोकं तिकडे राहत होती त्यांची नावं घेतो– 'कमला, गुड्डू, कल्लू, शकिला' आणि स्वतःकडे बोट दाखवून म्हणतो, 'सरू'

आता मात्र ती गप्प झाली. मग ऑस्ट्रेलियाहून निघण्याआधी माझ्या ममनं अशाच प्रसंगात उपयोगी पडेल म्हणून देऊन ठेवलेल्या एका गोष्टीची मला एकदम आठवण झाली. मी माझ्या धोपटीत चाचपडून माझा ए४ आकाराचा लहानपणीचा रंगीत फोटो बाहेर काढला. पुन्हा मी माझ्याकडे निर्देशून म्हटलं- 'लहान' व फोटोतल्या छोट्या मुलाकडे बोट दाखवून म्हटलं 'सरू'.

जेव्हा या घरात मी राहत होतो, तेव्हा आमच्या शेजारी कोण कोण राहत होतं ते आठवण्याचा मी प्रयत्न करून पाहतो. कुणी लहान मुलगी राहत होती का जी आता ही मोठी बाई झाली असेल?

ती त्या फोटोकडे टक लावून बघते, मग माझ्याकडे. तिला काही उमजत होतं की नाही याची मला खात्री नाही; पण या वेळेस ती अडखळत इंग्लिशमध्ये बोलते.

''ते लोक .. इथं आता राहत नाहीत,''ती म्हणते.

मला वाटलं होतं त्यालाच ती जरी पुष्टी देत होती तरी तिच्याकडून ते ऐकून मला चांगलाच धक्का बसतो. मला चक्कर आल्यासारखं वाटतं. मी तिच्यासमोर उभाच राहतो, हलूच शकत नाही.

मला नेहमीच वाटत असे, की जरी मी माझा इकडे यायचा मार्ग शोधू शकलो तरी माझ्या कुटुंबीयांनी इथून वास्तव्य हलवलं असेल. मी त्यांच्याबरोबर जे काही थोडे दिवस काढले होते तेवढ्यातसुद्धा ते दुसऱ्या एका ठिकाणाहूनच इथं राहायला आले होते. गरीब लोकांना बहुधा कुठं राहायचं ते स्वतः ठरवणं शक्य नसतं आणि

माझ्या आईला तर जे मिळेल ते काम घ्यायला लागत असे.

मी मनाच्या पेटीत दडपून ठेवलेले विचार हे असे बाहेर यायला लागतात. दुसरी शक्यता, जिची मला भीती वाटायची ती म्हणजे माझी आई वारली असेल, ही होती. त्या विचारानं मी आतल्या आत गोठून जातो.

एक माणसाचं आमच्याकडे लक्ष जातं व तो आमच्या जवळ येतो. मी सगळ्यांची नावं घेत- माझ्या आईचं नाव कमला, माझे भाऊ गुड्डू व कल्लू, माझी बहीण शकिला व मी सरू– माझा मंत्र पुन्हा चालू करतो. तो काही म्हणणार इतक्यात दुसरा एक माणूस येऊन उभा राहतो व बोलायला लागतो. स्पष्ट इंग्लिश मध्ये म्हणतो 'मी काही मदत करू शकतो का?'

मी भारतात आल्यापासूनचा हा पहिलाच माणूस ज्याच्याशी मी व्यवस्थित बोलू शकलो. माझी कहाणी पटापट बाहेर पडू लागली. 'मी लहान मुलगा होतो तेव्हा इथं राहत होतो... मी माझ्या भावाबरोबर गेलो असताना हरवलो... मी दुसऱ्या देशात वाढलो, मला या गावाचं नावसुद्धा आठवत नव्हतं, पण मी मार्ग शोधत आता इथे 'गणेश तलाई'ला, माझ्या आईला, भावांना, बहिणीला– कमला, गुड्डू, कल्लू व शकिला, यांना शोधून काढण्यासाठी आलो आहे.'

माझी कहाणी ऐकून तो आश्चर्यचकित होतो. मी माझ्या कुटुंबीयांची नामावळी परत एकदा सांगतो.

एका क्षणानंतर तो म्हणतो "कृपा करून इथंच थांबा, मी दोन मिनिटांत परत येतो."

माझ्या मनात वेगवेगळ्या शक्यतांची शर्यत सुरू होते– हा काय माहिती घेऊन येईल? त्यांचं पुढे काय झालं हे माहीत असलेला कुणी की त्यांचा पत्ता? पण त्याला मी कोण ते बरोबर समजलं असेल का? तो परत येईपर्यंत मला जास्त वेळ थांबावं लागलं नाही आणि तो जे बोलला ते शब्द मी कधीच विसरू शकणार नाही : "माझ्याबरोबर चला. मी तुम्हाला तुमच्या आईकडे घेऊन जाणार आहे."

आठवताना...

मी होबार्टमध्ये वाढत असताना माझ्या खोलीत भिंतीवर भारताचा नकाशा लावलेला होता. माझ्या आईने- मला दत्तक घेतलेल्या आईने (ममने) जेव्हा मी १९८७ मध्ये वयाच्या सहाव्या वर्षी त्यांच्याकडे राहायला आलो तेव्हा, मला स्वतःच्या घरात असल्यासारखं वाटावं म्हणून तो लावला होता. नकाशात काय काय बघतात हेही तिला मला शिकवावं लागलं! मी पूर्ण अडाणी होतो आणि मला वाटत नाही की नकाशा म्हणजे काय हेही मला माहीत होतं, मग भारताचा आकार माहीत असण्याची बातच सोडा.

ममनं घर भारतीय वस्तूंनी सजवलं होतं. त्यात काही हिंदू देवांच्या मूर्ती, पितळेच्या शोभेच्या सुंदर वस्तू, घंटा व हत्तींच्या बऱ्याच लहान लहान आकृत्या होत्या. त्या सर्वसामान्य ऑस्ट्रेलियन घरात ठेवल्या जाणाऱ्या वस्तूंपैकी नव्हत्या, हे तेव्हा मला माहीत नव्हतं. तिनं माझ्या खोलीतील कपाटावर भारतात छपाई केलेलं कापड पसरवून ठेवलं होतं व भडक रंगीत कपडे घातलेली एक लाकडाची बाहुलीसुद्धा ठेवली होती. जरी मी पूर्वी हे असं काही बघितलेलं नव्हतं तरी या वस्तू साधारण ओळखीच्या वाटायच्या. दुसऱ्या कुणा दत्तक घेणाऱ्या पालकांना कदाचित वाटलं असतं की, मी अगदी लहान असल्यामुळे ऑस्ट्रेलियात पूर्णपणे नव्यानं आयुष्य सुरू करू शकलो असतो आणि मी कुठून आलो याचा संदर्भ न देता त्यांना मला वाढवता आलं असतं. परंतु माझ्या त्वचेच्या रंगानं माझी जातकुळी कधीतरी उघड केलीच असती. काहीही असो, ममनं व माझ्या डॅडनं एका विशिष्ट कारणासाठी भारतातून मूल दत्तक घेण्याचं ठरवलेलं होतं.

नकाशावरच्या शेकडो जागांची नावं मी लहान असताना माझ्यासमोर नाचत असत. ती नावं वाचू शकण्याच्या खूप आधीपासून मला माहीत होतं की, विशाल आकाराच्या

भारतीय उपखंडात अनेक शहरं, गावं, वाळवंटं, डोंगर, नद्या व जंगलं विपुल प्रमाणात होती. त्यातली गंगा नदी, हिमालय पर्वत, वाघ तसेच अनेक देवदेवता (!) हे सर्व मला आकर्षित करत होतं. मी त्या नकाशाकडे टक लावून बघत असे आणि त्यावरच्या सगळ्या नावांत मी जिथून आलो, जिथं माझा जन्म झाला त्या गावाचंही नाव असणार, या विचारात हरखून जात असे. मला माहीत होतं की, त्या जागेला 'गिनस्टले' (Ginestlay) म्हणत असत, पण ते महानगर होतं की शहर होतं, गाव होतं का एका रस्त्याचं नाव होतं, तेसुद्धा मला माहीत नव्हतं. त्या नकाशावर ते शोधायला सुरुवात कुठून करायची, याची मला काडीमात्र कल्पना नव्हती.

मी किती वर्षांचा होतो, हेही मला खात्रीपूर्वक माहीत नव्हतं. अधिकृत कागदपत्रं जरी माझा जन्मदिवस २२ मे १९८१ दाखवत होती तरी ते साल भारतीय अधिकाऱ्यांनी अदमासानं ठरवलेलं होतं. माझी जन्मतारीख मी अनाथाश्रमात दाखल झालेल्या दिवसाची लागली होती. मी इतका अडाणी व गोंधळून गेलेलो होतो, की मला मी कोण, कुठून आलो याचं स्पष्टीकरणसुद्धा देता आलं नव्हतं.

मम व डॅडना मी कसा हरवलो गेलो होतो, हे आधी माहीत नव्हतं. त्यांना काय किंवा इतर कुणालाही एवढंच माहीत होतं की, मला कोलकात्याच्या रस्त्यावरून उचललं गेलं होतं. माझ्या कुटुंबीयांना शोधण्याचा प्रयत्न असफल ठरल्यावर मला अनाथाश्रमात आणून ठेवलं गेलं होतं. आनंदाची गोष्ट म्हणजे मला ब्रायर्ली लोकांनी दत्तक घेतलं. त्यामुळे सुरुवातीला मम व डॅड नकाशावर कोलकात्याकडे बोट दाखवून, मी तिथून आलो म्हणून मला सांगायचे. पण खरं म्हणजे मी त्या शहराचं नाव, त्यांनी घेतलं तेव्हाच पहिल्यांदा ऐकलं. आल्यानंतर जवळजवळ वर्षभरानं, जरा इंग्लिश सुधारल्यावरच मला सांगता आलं की मी कोलकात्याहून आलो नव्हतोच, तर एका रेल्वेगाडीनं मला 'गिनस्टले' जवळच्या 'ब्रामापूर' किंवा 'बेरामपूर' अशा काहीशा नावाच्या स्टेशनवरून कोलकात्याला आणलं होतं; पण मला खात्री नव्हती. मला इतकंच माहीत होतं की, ते कोलकात्याहून बरंच दूर होतं आणि ते शोधून काढायला मला कुणीच मदत करू शकलेलं नव्हतं.

अर्थातच, मी जेव्हा पहिल्यांदा ऑस्ट्रेलियाला आलो तेव्हा भर होता माझ्या भविष्यकाळावर; भूतकाळावर नाही. मी जन्माला आलो त्याहून खूपच वेगळ्या अशा नव्या जगात, एका नव्या आयुष्याशी माझी ओळख करून देण्यात येत होती. ते करताना आलेल्या आव्हानांना तोंड देण्यासाठी माझे नवे आई-वडील खूप झटत होते. ममला आल्याआल्या लगेचच माझ्या इंग्लिश शिकण्याबद्दल चिंता नव्हती. तिला माहीत होतं, की इंग्लिश रोज वापरायला लागल्यावर मला आलंच असतं. त्याची घाई करण्यापेक्षा सुरुवातीलाच मला दिलासा देणं, माझी काळजी घेणं व माझा विश्वास संपादन करणं, हे तिला जास्त महत्त्वाचं वाटत होतं. त्याच्यासाठी

शब्दांची जरूर नसते. ती जवळ राहणाऱ्या एका भारतीय दांपत्याला- सलीन व जेकब- यांनाही ओळखत होती. भारतीय खाद्य पदार्थ सगळ्यांनी मिळून एकत्र जमून खाण्याच्या हेतूने आम्ही त्यांच्याकडे बरेच वेळा जात असू. ते माझ्या भाषेत, हिंदीमध्ये बोलायचे, साधे प्रश्न विचारायचे. आम्ही तिघं मिळून आमचं आयुष्य कसं घालवणार होतो, याबद्दल ज्या गोष्टी मला कळायला हव्या होत्या असं मम व डॅडना वाटत होतं, त्या व त्यांच्या सूचना/आज्ञांचं भाषांतर करूनही ते मला सांगत असत. अगदी खालच्या स्तरातल्या पार्श्वभूमीतून आल्यामुळे मला हिंदीही फार चांगलं येत नव्हतं, पण मला कुणी समजून घेतं आहे, हा विचारच मला माझ्या नव्या परिस्थितीत निश्चिंत होण्यासाठी दिलासा देत होता. जे काही हावभाव करून व हसतखेळत मला माझ्या नव्या आई-वडिलांना सांगता येत नव्हतं, ते सांगायला सलीन व जेकब आम्हाला मदत करतीलच याची आम्हाला खात्री होती. म्हणून आमचं कधी तसं अडलं नाही.

इतर लहान मुलं शिकतात त्याप्रमाणे मीसुद्धा माझी नवी भाषा अगदी लवकर शिकलो. पण सुरुवातीला मी माझ्या भारतातील पूर्वायुष्याबद्दल फारच कमी बोलत असे. त्याबद्दल बोलण्यासाठी माझ्या आई-वडिलांना माझ्या मनाची पूर्ण तयारी होईपर्यंत माझ्यावर बळजबरी करायची नव्हती आणि मीसुद्धा त्याबद्दल फार विचार करत होतो असं कधी दाखवलं नाही. ममला आठवतं की, मी सात वर्षांचा असताना एकदा अचानक खिन्न झालो होतो आणि ओरडलो 'मी विसरलो आहे.' नंतर तिला कळलं की, मी खिन्न झालो होतो कारण भारतातल्या माझ्या घराजवळच्या ज्या रस्त्यावर मी इतर मुलांना शाळेत जाताना बघायला जात होतो, तो रस्ता मी आठवू शकत नव्हतो. ते आता फारसं महत्त्वाचं नव्हतं, यावर आमचं दोघांचं एकमत झालं. परंतु मनातल्या मनात खोलवर माझ्यासाठी ते महत्त्वाचं होतं. माझ्या भूतकाळाच्या आठवणीच काय त्या माझ्याकडे होत्या व एकटे असताना त्यांचा परत परत विचार करून मी त्या विसरणार नाही, यासाठी प्रयत्न करत होतो.

खरं म्हणजे भूतकाळ माझ्या मनापासून कधीच दूर गेलेला नव्हता. रात्रीच्या वेळी जुन्या आठवणी माझ्या डोळ्यांसमोर येत राहायच्या आणि झोप यावी म्हणून मनाला शांत करणं मला कठीण व्हायचं. दिवसा साधारणपणे जरा बरं असायचं, आजूबाजूला बऱ्याच गोष्टी चालू असल्यामुळे माझं लक्ष आठवणींवरून उडायचं. पण माझं मन मात्र आठवणीत सतत व्यग्र असायचं. याचा व माझ्या आठवणी विसरून न देण्याच्या हट्टाचा परिणाम असा झाला की, माझे लहानपणीचे अनुभव नेहमीच स्पष्टपणे माझ्या लक्षात राहिले– माझे कुटुंबीय, माझं घर, त्यांच्यापासून माझी ताटातूट होतानाच्या धक्कादायक घटना यांचं संपूर्ण चित्र माझ्या मनात ताजं राहिलं आहे आणि काही वेळा तर बारीकसारीक तपशिलासकट! यातल्या काही

आठवणी चांगल्या होत्या, काही वाईट– पण एक सोडून दुसऱ्या जपता येत नव्हत्या आणि मी त्या सोडून देऊ शकत नव्हतो.

दुसऱ्या देशातल्या नव्या आयुष्यातलं माझं स्थित्यंतर अपेक्षित होतं तेवढं कठीण नव्हतं. कारण स्पष्टच होतं. भारतात ज्या दिव्यातून मी गेलो होतो त्यापेक्षा ऑस्ट्रेलियात माझं खूपच चांगलं चाललं होतं. अर्थातच, इतर कुठल्याही गोष्टीपेक्षा माझ्या जन्मदात्या आईला मला पुन्हा शोधून काढायचं होतं. पण जेव्हा एकदा मला कळून चुकलं की ते अशक्य आहे, तेव्हा मी समजलो की माझं अस्तित्व टिकून ठेवण्यासाठी जी संधी मिळेल ती मला साधलीच पाहिजे. मम व डॅड सुरुवातीपासून खूपच प्रेमळ होते. मला नेहमी जवळ घ्यायचे व मला मी सुरक्षित, सुखरूप, लाडका व मुख्य म्हणजे हवाहवासा आहे, असं जाणवून द्यायचे. ज्यानं आपल्याबद्दल कुणालाच क़ाळजी नसणं म्हणजे काय हे अनुभवलं आहे, त्या एका हरवलेल्या मुलासाठी हे सगळं खूपच होतं. मी त्यांच्याबरोबर पटकन जुळवून घेतलं व त्यांच्यावर पूर्ण विश्वासून राहू लागलो. सहाव्या वर्षी (१९८१ हे नेहमीच मी माझं जन्मवर्ष मानलं आहे) मला उमजलं की, ही अशी क्वचितच मिळणारी दुसरी संधी मला प्रदान करण्यात आली होती. मी लवकरच सरू ब्रायर्ली झालो.

आता माझ्या होबार्टच्या नव्या घरात मी सुखरूप व सुरक्षित होतो. मला वाटलं, कदाचित भूतकाळाचा सतत विचार करणं चुकीचं होतं. जुन्या आठवणी कुलपात बंद करून ठेवणं, हा नव्या आयुष्याचाच एक भाग असावा. म्हणून रात्रीचे विचार मी माझ्या स्वतःकडेच ठेवत असे. ते स्पष्टपणे सांगण्यासाठी, अगदी सुरुवातीला, मला इंग्लिश भाषाच येत नव्हती. शिवाय माझी कहाणी किती असाधारण आहे याची मलाही कल्पना नव्हती. माझ्यासाठी ती नक्कीच त्रासदायक होती. पण मला वाटायचं की अशा गोष्टी सर्वसाधारण लोकांच्या आयुष्यात होतच असतात. जेव्हा मी माझ्या अनुभवांबद्दल इतर लोकांशी बोलायला लागलो, तेव्हा त्यांच्या प्रतिसादावरून मला ती किती असामान्य होती, हे कळलं.

कधी कधी रात्रीचे विचार दिवसासुद्धा चालू राहायचे. मला आठवतं, मम-डॅडने मला हिंदी सिनेमा, 'सलाम बॉम्बे', बघायला नेलं होतं. अवाढव्य पसरलेल्या शहरातल्या आपल्या आईकडे कधीतरी परतणार, या आशेवर कसंबसं टिकाव धरून जगणाऱ्या त्यातल्या लहान मुलाच्या प्रतिमेनं माझ्या त्रासदायक आठवणींना इतक्या तीव्रतेने परत आणलं की मी अंधारात रडत राहिलो. माझ्या बिचाऱ्या सहृदयी आई-वडिलांना माझ्या रडण्याचं काय कारण होतं, ते समजलंच नाही.

कुठच्याही प्रकारचं दुःखद संगीत (विशेष करून शास्त्रीय संगीत) सुद्धा माझ्या भावनाप्रधान आठवणी उफाळून आणत असे. लहान मुलांना रडताना बघून किंवा ऐकून माझ्यावर जोरदार परिणाम व्हायचा; पण माझ्यासाठी सगळ्यात भावस्पर्शी

होतं ते बरीच मुलं असलेली कुटुंबं बघणं. माझं चांगलं चाललं होतं तरी मला वाटतं, मी काय गमावलं होतं त्याची आठवण ते मला करून देत होते.

पण हळूहळू मी भूतकाळाबद्दल बोलायला लागलो. साधारणपणे आल्यापासून महिन्याभरातच मी सलीनला माझ्या भारतीय कुटुंबीयांबद्दल- आई, बहीण, दोन भावांबद्दल - थोडंफार सांगितलं आणि माझ्या भावापासून ताटातूट झाल्यामुळे मी हरवलो होतो हेही सांगितलं. माझ्याकडे सगळं समजावून सांगायला पुरेसे शब्दही नव्हते. सलीनने पण आग्रह न धरता हळुवारपणे मला सांगायचं होतं त्याकडे आमचं संभाषण वळवायला मदत केली.

हळूहळू, जसं माझं इंग्लिश सुधारलं तसं मम व डॅडना मी आणखी काही गोष्टी सांगितल्या, जसं मी लहान असतानाच माझे वडील आम्हाला सोडून गेले होते. तरी बहुतेक वेळा मी वर्तमानावरच– शाळेत जाणं, मित्र बनवणं व नव्यानं लक्षात आलेली मैदानी खेळांची आवड यावरच- माझं लक्ष केंद्रित करत होतो.

होबार्टमध्ये आल्यानंतर वर्षभरानं एका पावसाळी शनिवार-रविवारी मी ममला (व स्वतःलासुद्धा) माझ्या भारतातील जीवनाबद्दल सांगून आश्चर्यचकित केलं. बहुतेक माझ्या नव्या आयुष्यात मला स्थिरस्थावर झाल्यासारखं वाटू लागलं असावं आणि माझे अनुभव सांगायला माझी शब्दसंपत्तीसुद्धा वाढली होती. माझ्या लक्षात आलं की, माझ्या भारतीय कुटुंबाबद्दल मी तिला पूर्वी जेवढं सांगितलं होतं त्यापेक्षा जास्त आता मी सांगत होतो. आम्ही कसे इतके गरीब असल्याने पुष्कळदा भुकेले राहत होतो किंवा आमची आई आसपासच्या शेजाऱ्यापाजाऱ्यांकडे हातात भांडं घेऊन उरल्यासुरल्या अन्नासाठी कशी भीक मागायची. हे संभाषण इतकं भावस्पर्शी झालं, की ममनं ओढून मला अगदी जवळ घेतलं. तिनं मी जिथून आलो त्या जागेचा नकाशा काढू या असं सुचवलं. जसजसं ती काढत गेली तसतसं मी आमचं घर रस्त्यावर कुठे होतं, नदीवर सगळी मुलं खेळत असत तिथं कुठच्या रस्त्यानं चालत जायचं आणि ज्या पुलाखालून रेल्वे स्टेशनला जात होतो तो पूल कुठे होता, ते दाखवत गेलो. आम्ही त्या मार्गावरून आमची बोटं फिरवली आणि मग घराच्या रचनेचा आराखडा काढला. माझ्या कुटुंबातला प्रत्येक जण कुठे व ज्या क्रमानं रात्री झोपत होतो तेही त्यात घातलं. माझं इंग्लिश जसं सुधारत होतं त्याप्रमाणे आम्ही नकाशाकडे परत वळत होतो व सुधारणा करत होतो. परंतु तो नकाशा काढताना इतक्या आठवणी माझ्या पुढ्यात गरगरू लागल्या की कुठच्या परिस्थितीत मी हरवला गेलो होतो, ते लवकरच मी ममला सांगून टाकलं. ती आश्चर्यचकित होऊन माझ्याकडे बघत होती व टिपणं लिहून ठेवत होती. तिने नकाशावर कोलकात्याकडे जाणारी नागमोडी रेष काढली व त्याखाली लिहिलं 'खूप लांबचा प्रवास.'

एक-दोन महिन्यांनंतर आम्ही मेलबर्नला, मी ज्या अनाथाश्रमातून आलो त्यातून दत्तक दिलेल्या इतर मुलांना भेटायला गेलो. अर्थातच, माझ्याबरोबरच्या दत्तक गेलेल्या मुलांशी मोठ्या उत्साहानं हिंदीत बोलताना भूतकाळातल्या आठवणी ठळकपणे परत साकारल्या गेल्या. मी जिथून आलो त्या जागेचं नाव गिनस्टले होतं हे अगदी पहिल्यांदाच मी ममला सांगितलं. जेव्हा तिनं विचारलं की मी कुठच्या जागेबद्दल बोलत होतो, तेव्हा जरी तर्कशुद्ध नसलं तरी खात्रीपूर्वक मी तिला सांगितलं, 'तू मला तिकडे घेऊन जा, मी तुला दाखवीन. मला तिथले रस्ते माहिती आहेत.'

ऑस्ट्रेलियात आल्यापासून पहिल्यांदाच माझ्या गावाचं नाव इतक्या मोठ्यानं घेणं म्हणजे एक उच्च दाबाखाली असलेली झडप मुक्त करण्यासारखं होतं. त्या नंतर लवकरच सर्व घटनांचे जास्त संपूर्ण असं वर्णन शाळेतल्या मला आवडणाऱ्या एका शिक्षिकेला मी सांगितलं. दीड तासाच्यावर टिपणं लिहून घेताना त्यांच्या चेहऱ्यावरही तसाच आश्चर्यपूर्ण भाव होता. मला जशी ऑस्ट्रेलिया वेगळी वाटली होती, तसंच ममला व माझ्या शिक्षिकेला दुसऱ्या एखाद्या ग्रहावर घडलेल्या गोष्टी समजून घेण्यासारखं भारताबद्दल वाटलं असणार!

जी कहाणी मी त्यांना सांगितली ती, जी माणसं व स्थळं माझ्या मनात ऑस्ट्रेलियाला आल्यापासून पुन्हा पुन्हा घोटाळत होती, त्यांच्याबद्दल होती. नंतरही मोठा होत असताना त्यांच्याबद्दल मी विचार करत राहणारच होतो. या कहाणीत इकडे तिकडे थोड्या त्रुटी राहिल्या असल्या तर आश्चर्य नाही. कधी कधी बारीकसारीक तपशील, घडलेल्या घटनांचा क्रम किंवा त्यांच्या अध्येमध्ये गेलेले दिवस याबद्दल मला खात्रीपूर्वक सांगता यायचं नाही. शिवाय, एक लहान मुलगा म्हणून त्या वेळेस मी काय विचार केला व काय वाटलं आणि आता त्यानंतरच्या सव्वीस वर्षांच्या काळात मी काय विचार करू लागलो किंवा काय वाटू लागलं, याची फारकत करणं मला कठीण आहे. सतत भूतकाळाचा विचार करून धागेदोरे शोधताना काही पुरावे अस्पष्ट जरी झाले असले तरी माझे बालपणीचे अनुभव माझ्या आठवणीत ठळक आहेत.

त्या वेळेस, मला समजली तशी माझी गोष्ट सांगण्यानं मला खूप हलकं वाटत असे. आयुष्य बदलवून टाकणाऱ्या घटना दोन वर्षांपूर्वी घडून गेल्या. आता माझे अनुभव इतरांना मोकळेपणानं सांगितल्यावर, ज्यांना कुणाला स्वकीयांना भेटण्याची इच्छा असेल त्यांच्यात आशा निर्माण होईल, या कल्पनेनं मी हुरळून गेलो आहे.

हरवताना...

सर्वप्रथम मला आठवतात ते माझ्या छोट्या बहिणीला मी सांभाळत असे ते दिवस. मला आठवतो, आम्ही लपाछपी खेळतानाचा शकिलाचा माझ्याकडे बघून हसणारा अस्वच्छ चेहरा आणि आठवतात त्या दर वर्षी येणाऱ्या उन्हाळ्यातल्या उकाड्याच्या लांबलचक रात्री. माझे कुटुंबीय व आम्ही ज्यांच्याबरोबर खोलीत राहत होतो ते, असे आम्ही सर्व बाहेरच्या अंगणात रात्री एकत्र जमत असू. कोणीतरी पेटी वाजवायचा व बाकी सगळे जण गायचे. अशा रात्री मला अगदी तिथल्या वस्तीचाच भाग असल्यासारखं व सगळं छान चाललं आहे, असं मनापासून वाटायचं. बायका बिछाने व ब्लँकेटं घेऊन यायच्या व आम्ही सगळे एकत्र घोळका करून, झोपेने डोळे बंद होईपर्यंत ताऱ्यांकडे बघत बसायचो.

हे आमचं पहिलं घर होतं, जिथे माझा जन्म झाला होता. आम्ही व एक हिंदू कुटुंब ते विभागून वापरत होतो. मध्यभागी असलेल्या मोठ्या खोलीची एक एक बाजू प्रत्येक कुटुंबासाठी ठेवली होती. खोलीच्या भिंती विटांच्या होत्या. जमीन शेण, सुकं गवत व माती यांनी बनवलेली होती. घरं अशी अगदी साधी असली तरी पण मुंबई दिल्लीसारख्या मोठ्या शहरात, दाट वस्तीत कमनशिबी कुटुंबं राहतात, तशा त्या चाळी नक्कीच नव्हत्या. जरी आमची घरं जवळजवळ होती तरी आमचं सगळ्यांचं चांगलं जमत होतं. या दिवसातल्या आठवणी माझ्या काही आनंदी आठवणींपैकी आहेत.

माझी आई हिंदू होती व वडील मुसलमान. त्या दिवसात असं लग्न जरा असामान्य होतं आणि ते फार काळ टिकलंही नाही. माझे वडील आमच्याबरोबर फारच थोडा वेळ घालवत असत. मला नंतर कळलं की त्यांना दुसरी बायको होती. म्हणून आमच्या आईनं स्वतःच आम्हाला वाढवलं. आम्हाला मुसलमान

म्हणून वाढवलं नव्हतं; पण आईनं आम्हाला मुसलमान वस्तीमध्ये हलवलं होतं. तिथंच माझं लहानपण गेलं. आई फार सुंदर, सडपातळ होती व तिचे केस लांब तजेलदार होते. जगातील सर्वांत सुंदर स्त्री म्हणूनच मला ती आठवते. आई व लहान बहिणीच्याबरोबर माझे मोठे भाऊ पण होते– गुड्डू व कल्लू – ज्यांच्यावर माझं खूप प्रेम होतं व मी त्यांच्याकडे आदरानं पाहत असे.

आमच्या दुसऱ्या घरी फक्त आम्हीच होतो. पण हे घर फार गर्दीच्या ठिकाणी होतं. इथंही घरं एकमेकांना खूप चिकटून होती. तळमजल्यावर असलेल्या तीन गाळ्यांपैकी एक आमचा होता व पहिल्या घरातल्यासारखी नुसती शेणामातीची जमीन होती. परत तशीच एक खोली, तिच्या एका कोपऱ्यात चूल व दुसऱ्या कोपऱ्यात एक मातीचा पाण्याचा हंडा होता. ते पाणी आम्ही पिण्यासाठी व कधी-कधी धुण्यासाठी वापरत होतो. भिंतीवर एकच फळी होती, त्यावर आमची झोपण्याची पांघरुणं आम्ही ठेवत होतो. इमारत थोडी पडकीच झाली होती– कधीकधी गंमत म्हणून माझे भाऊ व मी एखादी वीट काढून ती परत ठेवण्याआधी तिथल्या भोकातून बाहेर निरखून बघायचो.

मॉन्सूनचे अतिवृष्टीचे दिवस सोडले तर आमचं गाव साधारणपणे गरम व कोरडं असायचं. अंतरावर असलेल्या मोठ्या डोंगरांच्या रांगात गावाच्या जुन्या सरहद्दीच्या बाजूनं वाहणाऱ्या नदीचा उगम होता. पावसाळ्यात नदीचे पाणी बांध तोडून भोवतालच्या शेतात भरायचं. पाऊस थांबला की आम्ही नदीचं पाणी ओसरण्याची वाटच बघायचो. कारण पाण्याची पातळी कमी झाली की आम्हाला त्यात छोटे मासे पकडायला परत सुरुवात करता यायची. तसंच पावसाळा म्हटला म्हणजे गावातल्या लोहमार्गाच्या खालून ओढ्यातून जाणारा रस्ता पाण्यानं भरायचा व निरुपयोगी व्हायचा. अगदी वरच्या रेल्वेवरून ट्रेन जात असताना आमच्यावर धूळ व खडीचा पाऊस पडत असे, तरीसुद्धा हा रस्ता म्हणजे आमची खेळायची आवडती जागा होती!

गावातली आमची वस्ती अगदी गरीब होती. जेव्हा मी इथल्या उखडलेल्या व कच्च्या रस्त्यांवर धावण्याएवढा लहान होतो, तेव्हा आजूबाजूला रेल्वेत काम करणाऱ्या गावातल्या कामगारांची घरं होती. रेल्वेची ही बाजू गावातल्या श्रीमंत व वरच्या स्तरात जन्मलेल्या लोकांना अक्षरशः अनोळखी वाटायची. इथं नवं असं काहीच नव्हतं. काही घरं पडझडीला आली होती. जे कुणी खास विशिष्ट जातींतील लोकांसाठी बांधलेल्या इमारतींत राहत नसत, ते आमच्यासारखे अरुंद व वेड्यावाकड्या वळणांच्या गल्लीबोळातील, जेमतेम जुजबी सोयी असणाऱ्या एक-दोन खोल्यांच्या लहान घरात राहत असत. जुजबी सोयी म्हणजे इथं एखादी फळी, कमी उंचीची लाकडाची खाट व कदाचित असली तर मोरी व तिच्यावर एक नळ!

रस्त्यावर आम्हा मुलांव्यतिरिक्त बऱ्याच गायीही भटकत असायच्या. गावाच्या मध्यभागी, भर रहदारीच्या रस्त्यावरसुद्धा त्या झोपून राहायच्या. डुकरं घोळक्यानं आपल्या सर्व कुटुंबासहित रस्त्याच्या कोपऱ्यावर रात्री झोपलेली असायची. पण दिवसा ती कशी कुणास ठाऊक, नाहीशी व्हायची. बहुधा खाण्याच्या शोधात जात असतील! जणू काही नऊ ते पाच काम करून ती घरी परत जायची व झोपायची. ती पाळलेली होती का नव्हती हेही कुणाला माहीत नव्हतं, पण ती डुकरं तिथे असायची खरी. मुसलमान लोकांनी पाळलेले बोकड व जमिनीवरच्या धुळीत इकडे-तिकडे चोचा मारत फिरणाऱ्या कोंबड्याही तिथं असत. दुर्दैवानं तिथं पुष्कळ कुत्रीसुद्धा असायची. त्यांची मला फार भीती वाटायची. त्यातल्या काही कुत्र्यांना मैत्री करायला आवडायची; पण बहुतेकांचा भरवसा नसायचा किंवा बरेचसे दुष्टच होते. एका गुरगुरणाऱ्या व भुंकणाऱ्या कुत्र्यानं एकदा माझा पाठलाग केला होता. विशेषतः त्यानंतर मला कुत्र्यांची जास्तच भीती वाटू लागली. कारण त्याच्यापासून पळून जात असताना मी धडपडलो व माझं डोकं वाटेत आलेल्या एका फरशीच्या टोकावर आपटलं. नशिबानं माझा डोळा गेला नाही; पण भुवयांच्या वरती एक खोल जखम झाली. माझ्या शेजाऱ्यानं जखमेवर पट्टी बांधली. शेवटी मी जेव्हा घरी परत जाण्यासाठी चालत निघालो तेव्हा रस्त्यावर मला 'बाबा'- गावातले एक साधूबाबा – भेटले. ते म्हणाले, कुत्र्यांची केव्हाही भीती बाळगू नकोस. जेव्हा त्यांना वाटतं की तुम्ही त्यांना घाबरता, तेव्हाच ते तुम्हाला चावतात. मी त्यांचा सल्ला लक्षात ठेवायचा प्रयत्न करतो, पण तरीही रस्त्यांवरच्या कुत्र्यांच्या आसपास आलो की नेहमीच पार खचून जातो. माझ्या आईनं मला सांगितलं होतं की, काही कुत्र्यांना घाणेरडा रोग झालेला असतो. त्यांनी आपल्याला न चावता दात जरी लावला तरी तो रोग त्यांच्यापासून आपल्याला होऊ शकतो. मला अजूनही कुत्री आवडत नाहीत. मला ती जखमसुद्धा अजून आहे.

माझे वडील सोडून गेल्यानंतर आमच्या आईला आमचा सांभाळ करण्यासाठी काम करावं लागलं. शकिलाच्या जन्मानंतर लगेचच ती गावात चालू असलेल्या बांधकामांवर कामाला जायला लागली. कडक उन्हात, आठवड्याचे सहा दिवस, सकाळपासून संध्याकाळपर्यंत, डोक्यावर जड खडी व दगड ती वाहून न्यायची. अर्थात, त्यामुळे ती मला फारशी भेटायची नाही. पुष्कळ वेळा तिला काम करायला दुसऱ्या गावी जावं लागायचं. म्हणून ती बरेच दिवस बाहेर असायची. कधीकधी तर ती आम्हाला आठवड्यातून एक-दोनदाच भेटायची. आणि तरीही स्वतःला व चार मुलांना पोसण्यापुरते पैसे ती मिळवू शकत नव्हती. तिला हातभार लावण्याच्या हेतूनं, गुड्डूनं दहा वर्षांचा झाल्यावर एका हॉटेलमध्ये बश्या धुण्याचं काम घेतलं. तरीसुद्धा आम्ही पुष्कळदा भुकेलेच राहत असू. येईल तसा दिवस आम्ही जगत

होतो. कित्येकदा आम्ही शेजाऱ्यांकडे अन्नासाठी भीक मागायचो किंवा बाजारातल्या रस्त्यांवर व स्टेशनच्या आसपास पैसे व अन्नाची भीक मागत फिरत होतो. कसाबसा उदरनिर्वाह करत होतो. 'आजचे आज व उद्याचे उद्या' तत्त्वावर हातातोंडाची मिळवणी करत होतो. प्रत्येक जण दिवसाच्या सुरुवातीला घरातून बाहेर पडायचा, पैसे, अन्न जे जमेल ते मिळवायचा, दिवसाच्या शेवटी परतायचा व सर्वांची मिळकत पुढ्यात ठेवून आम्ही ते सगळं वाटून घेत असू. मला आठवतंय की बहुतेक वेळा मला भुकेलंच राहावं लागायचं. पण विलक्षण गोष्ट अशी की त्याचा माझ्या मनाला कधीच त्रास झाला नाही. आमच्या जीवनाचा तो एक भाग झाला होता व मी ते स्वीकारलं होतं. आम्ही मुलं अगदी हडकुळी होतो, पोटात अन्न नसल्यामुळे व वातामुळे आमची पोटं रिकामी व फुगलेली असायची. आम्ही कुपोषणाचे बळी असू कदाचित; परंतु भारतातील सर्वच गरीब मुलांची हीच कथा असते, त्यामुळे हे काही नेहमीपेक्षा विशेष नव्हतं.

आमच्या शेजारपाजारच्या मुलांप्रमाणेच माझे भाऊ व मी अन्न शोधण्याच्या कामात सर्जनशील झालो होतो. कधीकधी ते कुणाच्या तरी झाडावर दगड फेकून आंबे पाडण्याचा प्रयत्न करण्याइतकं सोपं असायचं. पण कधीकधी आम्ही जास्त धाडसी प्रयत्न करायचो. एकदा घरी परत येत असताना आम्ही पाठीमागच्या शेतातल्या रस्त्यावरून येण्याचं ठरवलं. वाटेत आम्हाला एक मोठ्ठं कोंबड्यांचं खुराडं लागलं. ते जवळजवळ पन्नास मीटर लांबलचक असेल. हत्यारधारी संरक्षक तिथं कामाला तैनात होते. तरीपण गुड्डूला वाटलं की आम्ही काही अंडी निर्धोकपणे पळवू शकू. म्हणून आम्ही एक योजना आखली. संरक्षक चहाला जातील त्या वेळेपर्यंत आम्ही लपून राहायचं व नंतर मी पहिलं खुराड्यात शिरायचं, कारण बुटका असल्यामुळे मी कुणाला दिसून आलो नसतो. शेवटी, पाठोपाठ गुड्डू व कल्लूनं यायचं. गुड्डूनं आम्हाला शर्टांची आतली बाजू बाहेर काढून वळवून त्याचा टोपलीप्रमाणे उपयोग करायला सांगितलं. आम्ही लवकरात लवकर होतील तितकी अंडी गोळा करायची, बाहेर धावत जायचं आणि सरळ घरी चालू लागायचं, असा बेत होता.

आम्ही लपलो होतो तिथून संरक्षकांच्या चहाची सुट्टी होण्याकडे लक्ष ठेवून होतो. सुट्टी झाल्याबरोबर ते चहा व चपात्या खाण्यासाठी पडवीतील कामगारांबरोबर बसायला गेले. आता फुकट घालवायला वेळ नव्हता. मी सर्वप्रथम आत गेलो व पटापट अंडी उचलायला सुरुवात केली. गुड्डू व कल्लू मागोमाग आले व तेही तेच करायला लागले. परंतु आमच्या तिथे असण्यामुळे कोंबड्या अस्वस्थ झाल्या आणि कर्कश आवाजात ओरडू लागल्या. त्यांच्या ओरडण्यानं संरक्षक सावध झाले व ते खुराड्याकडे धावत येऊ लागले, तसे आम्ही तिथून सरळ

बाहेर धावत सुटलो. ते आमच्यापासून वीस एक मीटरच लांब असावेत. गुड्डू ओरडला 'धावा धावा' आणि आम्ही एकमेकांपासून फुटलो व वेगवेगळे होऊन धूम ठोकली. आम्ही संरक्षकांपेक्षा खूपच वेगवान होतो आणि नशिबानं त्यांनी आमच्यावर बंदूक नाही चालवली. थोडा वेळ जोरात धावल्यावर माझ्या लक्षात आलं की मी त्यांना चकवलं होतं आणि मग उरलेला घराकडचा रस्ता मी चालत गेलो.

दुर्दैवानं, माझं धावणं अंड्यांना काही मानवलं नाही आणि मी गोळा केलेल्या नऊ अंड्यांपैकी जेमतेम दोनच जशीच्या तशी टिकली. बाकीची माझ्या शर्टाच्या पुढच्या बाजूवर गळत होती. माझ्या भावांनी घरी पोहोचण्यात मला हरवलं होतं आणि माझ्या आईने अंडी बनवायला चुलीवर तवा गरम करत ठेवला होता. आमच्या सर्वांमध्ये मिळून दहा अंडी राहिली होती, ती आम्हाला सर्वांना खायला पुरेशी होती. मी भुकेनं वखवखलेला होतो. त्यातच आईने शकिलाला सर्वांच्या आधी वाढलं, तेव्हा माझा स्वतःवरचा ताबा सुटला. मी इतका चिडलो की, मी सरळ माझ्या बहिणीच्या ताटातून अंड्याचा पोळा उचलला आणि तिच्या कानठळ्या बसवणाऱ्या रडण्याकडे लक्ष न देता दरवाजाबाहेर धावलो.

दुसऱ्या वेळी एकदा मला सकाळी लवकर जाग आली होती व मला खूप भूकही लागली होती. पण घरात खायला काहीही नव्हतं. मला आठवलं की, घराजवळच्या एका शेतात टोमॅटो पिकत आलेले मी पाहिले होते. तिथून काही उचलून आणण्याचा विचार करून मी बाहेर पडलो. सकाळच्या हवेत थोडा गारवा होता. माझं झोपताना अंगावर घेण्याचं ब्लँकेट अजून माझ्याभोवती लपेटलेलं होतं. मी शेताजवळ पोहोचलो व काटेरी तारेच्या कुंपणात एक फट दिसली. त्या फटीतून मी आत घुसलो आणि काही मिनिटांतच टोमॅटो गोळा करू लागलो. त्यातल्या काहींचा मऊ लुसलुशीत गर आनंदानं खात होतो. पण तितक्यातच एक जोरात शिटी वाजलेली मी ऐकली आणि पाच सहा मोठ्या मुलांचा घोळका शेताच्या पलीकडच्या बाजूनं माझ्या दिशेनं जोरात धावत येताना मला दिसला. मी कुंपणाकडे धाव घेतली व छोटा असल्यामुळे एका फटीतून सटकलो. मला सटकता आलं पण त्यांच्यासाठी ती फट खूपच लहान होती. माझं बहुमोलाचं ब्लँकेट मात्र कुंपणाच्या काटेरी तारेत अडकलं. ती मुले माझा पाठलाग करत असताना ते ब्लँकेट तिथेच सोडून येण्याखेरीज माझ्याकडे पर्याय नव्हता. घरी पोचलो तेव्हा मी टोमॅटो आणले म्हणून माझी आई खूश झाली, पण ते करताना ब्लँकेट तिथेच टाकून आलो म्हणून चिडली. तरीपण इतर आई-वडिलांसारखं तिनं मला मारलं नाही. तिनं आमच्या कुणावर कधीच हात उगारला नाही.

अन्नासाठी केलेल्या आणखी एका धावपळीत मी माझा जीवच घालवला असता. गावातल्या बाजारात एक माणूस एका छोट्या दुकानात कलिंगडे विकत होता. त्याची दहा मोठी कलिंगडे मी मुख्य रस्त्यापलीकडे नेऊन पोचवण्याचं काम घेतलं. त्यानं मला थोडे पैसे देऊ केले होते व मला आशा होती की काम झाल्यावर तो मला कलिंगडाची एखादी फोड खायला देईल. परंतु झालं वेगळंच. कलिंगडे खूप मोठी होती व मी लहानच होतो. पहिलंच कलिंगड घेऊन जाण्याच्या धडपडीत मला रस्त्यावरच्या जोरदार वर्दळीचं भान ठेवता आलं नाही. त्यानंतर मला एवढंच कळलं की माझ्या डोक्यातून भळभळ रक्त वाहत होतं व मी डांबरी रस्त्यावर पडलो होतो. चिरडून गेलेल्या कलिंगडाचा लाल गर माझ्या शेजारीच पडला होता. नशिबानं कलिंगडाप्रमाणे माझं डोकं चिरडलं गेलं नव्हतं. मला एका भरधाव वेगानं येणाऱ्या मोटरसायकलनं धडक मारली होती व मी तिच्या चाकाखाली आलो होतो. माझ्या पायालासुद्धा जखम झाली होती. मोटरसायकल चालकांनी माझ्यावर दया केली व घरी पोहोचवलं. मी लंगडतच घरात शिरलो. माझी आई भयंकर घाबरून गेली व मला सरळ डॉक्टरकडे घेऊन गेली. त्यानं माझ्या जखमांवर पट्ट्या बांधल्या. त्याचे पैसे देणं आईने कसं काय जमवलं, मला माहीत नाही.

माझे भाऊ जसे मोठे झाले तसे 'गिनस्टले' पासून बराच वेळ घराबाहेर राहायला लागले. ते अन्नासाठी नव्या-नव्या कुरणांचा शोध घेण्यास बाहेर पडत व जरूर पडल्यास रेल्वे स्टेशनवर व पुलांखाली झोपत असत. मग काही वेळा बाबा- गावातले धर्मगुरू - मला व शकिलाला मशिदीत सांभाळायचे किंवा मला स्वतःची बांबूची काठी व दोरी घेऊन नदीवर मासे पकडायला न्यायचे. इतर वेळी आम्ही आजूबाजूला राहणाऱ्या कुटुंबांच्या देखरेखीखाली राहत असू किंवा गुड्डू हॉटेलमध्ये हौदावर भांडी धुण्याचे काम करत असे, त्याच्याजवळ थांबत असू.

ऐकायला हे कठीण वाटेल, पण मला वाटतं, आम्ही बहुतांशी आनंदात होतो. तरीसुद्धा, परिस्थिती वेगळी असती तर अर्थातच आम्हाला आवडली असती. बऱ्याच वेळा सकाळी, गणवेश घालून स्थानिक शाळेत प्रवेश करणाऱ्या मुलांकडे बघत मी शाळेच्या दरवाजासमोर घुटमळायचो. आत एकटक बघत असताना मलासुद्धा त्यांच्यासारखा विद्यार्थी असण्याची इच्छा होत असे. पण मला शाळेत पाठवणं आम्हाला परवडणारं नव्हतं. मी लाजराबुजरा झालो होतो कारण माझं शिक्षण झालं नव्हतं, हे दिसून यायचं. मला लिहिता-वाचता येत नव्हतं व माझी शब्दसंपत्ती कमीच होती. मला नीट बोलता येत नव्हतं. आणि मला दुसऱ्यांशी संवाद साधायला त्रास व्हायचा.

मला सगळ्यात जवळचं कुणी होतं तर ती माझी लहान बहीण, शकिला. तिच्या विशिष्ट वयानंतर तिचं भलंबुरं बघणं माझी जबाबदारी होती. माझं

काम होतं तिला अंघोळ घालणं, खायला देणं व सांभाळणं. शकीला व मी एकाच बिछान्यात झोपत होतो. आम्ही उठल्यावर, मी तिला जो मिळेल तो नाश्ता आणून देत असे. आम्ही एकमेकांशी लपाछपी व पकडापकडी खेळायचो. शकिला किती छोटीशी व सुंदर होती! तिला माझ्याबरोबर राहायला आवडायचं व ती माझ्या पाठोपाठ सगळीकडे फिरत राहायची. मी तिचं संरक्षण करत असे आणि तिला कोणी वाईट वागवतं का, यावर लक्ष ठेवून असे. शकिलाला संभाळणं ही माझी सगळ्यात महत्त्वाची जबाबदारी होती आणि त्या लहान वयात जितकी असू शकते तितकी मला त्या जबाबदारीची जाणीव होती. गुड्डू जरी मोठा होता तरी कल्लू त्याच्या बाबतीत तीच भूमिका पार पाडायचा. गुड्डूनं कुटुंबाच्या उत्पन्नाला हातभार लावण्यासाठी वेळोवेळी कामं घेतली होती, म्हणून कल्लू त्याची कटुंबातला एक मिळवता माणूस असल्याप्रमाणे काळजी घेत असे. एक धाकटा भाऊ मोठ्या भावाला पुरेसं खायला मिळण्याची खबरदारी घेत असे. तो घराबाहेर राहिला तर त्याला झोपायला सुरक्षित जागा ठेवायचा. एकूण काय, वडील जवळपास नसायचे व आई बहुतेक कामासाठी बाहेर असायची, म्हणून आम्हीच एकमेकांची काळजी घ्यायचो.

मी बहुतांशी घराच्या हद्दीत व अंगणातच राहत असे. शकिला आत झोपलेली असताना मी जमिनीवर बसून दिवसभर उगीचच माझ्या आजूबाजूची संभाषणं ऐकत व हालचाली बघत आळशीपणे वेळ काढायचो. कधी कधी आमच्या आसपास राहणारी गावातली माणसं, जी आमच्यावर नजर ठेवत असत, तीच मला स्वयंपाकासाठी लाकडं आणायला जाऊ द्यायची व मी ती आणून घराच्या बाजूला एकावर एक लावून ठेवत असे. काही वेळा मीसुद्धा तिथल्या एका दुकानदाराला लाकडी फळ्या पोहोचवण्यासाठी मदत करून एक दोन पैसे– लॉलीपॉपपुरते– मिळवत असे. तो मला दुकानाच्या समोर असलेल्या गोठ्यात त्या फळ्या एकावर एक लावून ठेवायला सांगायचा; पण बहुतेक मी अंगणात एकटा बसत असे. आमच्याकडे टीव्ही किंवा रेडिओ नव्हता. पुस्तकं किंवा वर्तमानपत्रंही नव्हती. असती तरी ती अर्थातच मला वाचता आली नसती. आमचं असं साधं, मूलभूत जगणं होतं.

आमचं खाणंसुद्धा अगदी साधं होतं- रोटी, भात व डाळ. आमचं नशीब चांगलं असेल तर कधीकधी थोड्या भाज्या त्यात मिसळलेल्या असायच्या. आमच्या भागात फळं पिकायची; पण आमच्यासाठी ती चैनीची वस्तू होती आणि बहुतेक रोख पैसे घेऊन विकली जायची. आम्ही फळं चोरून आणावी इतकी झाडं जवळपास नव्हती. गावातल्या भाज्यांच्या मळ्याप्रमाणे फळांच्या बागाही चांगल्या संरक्षित असायच्या. आम्ही भुकेलेलं जगायला शिकलो कारण भूक आमच्या पाचवीलाच पुजली होती.

दुपारी आजूबाजूची मुलं शाळेतून परत यायची. मला मग सटकायला व त्यांच्याबरोबर खेळायला परवानगी मिळायची. कधीकधी आम्ही जिथं मोकळी जागा मिळेल तिथं क्रिकेट खेळायचो. मला फुलपाखरांचा पाठलाग करायला किंवा अंधार झाला की काजवे पकडायला आवडायचं. 'पतंग उडवणं' हा माझा आणखी एक आवडता विरंगुळा होता. पतंग खूप साधे होते– काड्या व कागद– पण साध्यात साधा पतंग स्वतःच्या मालकीचा असायलाही काही पैसे लागतात. मग जर मला पतंग हवा असेल तर मी झाडात अडकलेला एखादा हुडकून, कितीही धोकादायक असलं तरी झाडावर चढून तो खाली काढायचो. पतंगकटीचे चुरशीचे खेळ आम्ही खेळत असू. त्यासाठी पतंगाच्या दोरीला वाळू लावून खरखरीत करून आम्ही धारदार करायचो. दुसऱ्यांचे पतंग उडत असताना आम्ही त्यांच्या पतंगाची दोरी काटण्याचा प्रयत्न करत असू. मुलं गोट्या पण खेळायची; पण परत तेच. सुरुवातीची गोटी आणायला पैसे लागायचेच.

मला जवळचे असे कुणी मित्र नव्हतेच. कदाचित याचं कारण आम्ही बऱ्याच ठिकाणातून फिरलो होतो म्हणून असेल किंवा आधीपासून चांगलं ओळखत नसणाऱ्यांवर अविश्वास, हेही असेल. पण म्हणून मी शक्य तितकं माझ्या आवडत्या भावांबरोबरच राहत असे.

जसा मी थोडा मोठा झालो, तशी घराबाहेर मला जास्त मोकळीक दिली गेली आणि दूर राहणाऱ्या मुलांशी खेळायची मला परवानगी मिळाली. कधीकधी मी शकिलाला एकटं घरी सोडून थोडा वेळ जात असे. मला माहीत होतं की जर मी बाहेर गेलो तर तिची ती राहू शकेल. मला खात्री आहे की पाश्चिमात्य देशात हे बेकायदा आहे. पण माझ्या गावात, जेव्हा आई-वडिलांना दुसरी कामं असत तेव्हा मुलांना तसं सोडून जाणं नेहमीचंच होतं. मला स्वतःला तसं बरेच वेळा सोडलं गेलं होतं, म्हणून मला त्याबद्दल कधी अपराधी वाटलं नाही.

सुरुवातीला मीसुद्धा घराच्या आसपास राहायचो; म्हणजे मला काही झालंच तर मी इकडच्या-तिकडच्या रस्त्यावरून धावत किंवा पटकन वळण घेऊन घरी जाऊ शकत होतो. शेवटी शेवटी मात्र मी गावाच्या मध्यापर्यंत जाण्याचं धाडस करू लागलो. किंवा माझे भाऊ व मी, लांबलचक प्रवास करत गावाच्या टोकापलीकडे, धरणाच्या भिंतीखालच्या नदीपर्यंत उतरून खाली जात असू. तिथे कोळी नदीमध्ये मासे पकडायला जाळी टाकत, ते आम्ही बघत बसत असू.

आतापर्यंत गुड्डू व कल्लू साधारण चौदा व बारा वर्षांचे झाले होते व घरात फार कमी वेळ घालवत असत. मला ते आठवड्यातून जेमतेम दोन-तीनदाच दिसायचे. ते स्वतःचंच डोकं वापरून उदरनिर्वाह करण्यासाठी, मिळेल ते शोधण्यासाठी रस्ते पिंजून काढत असत व रात्री रेल्वे स्टेशनवर झोपत असत. कारण तिथे

साफसफाईचं काम करून त्यांना खाणं किंवा पैसे मिळवता येत असत. बहुतेक वेळा ते रेल्वे लाइनवरच दोन-तीन स्टेशनं सोडून तासभर अंतरावर असलेल्या दुसऱ्या एका गावात राहायचे. ते मला सांगायचे की 'गिनस्टले' चांगलं नाही, म्हणून ते 'बेरामपूर' की अशाच काही नावाच्या गावाला जायचे. ते नाव काही माझ्या लक्षात राहिलं नव्हतं. तिथं अन्न व पैसे मिळवणं सोपं होतं, असं ते म्हणायचे आणि तिथंच त्यांनी मित्र मिळवायला सुरुवात केली होती. ते सगळे रेल्वेगाड्यांवर चढत उतरत काहीतरी करत असत.

मी जेव्हा चार-पाच वर्षांचा झालो, तेव्हा माझे भाऊ कधीकधी मला त्यांच्याबरोबर घेऊन जायचे. जर तिकीट तपासनिसानं तिकिटासाठी विचारलं तर आम्ही गाडीतून पटकन उतरून जायचो व उडी मारून दुसऱ्या गाडीत शिरायचो. दोन-चार अगदी छोटी स्टेशनं– म्हणजे कुठच्या कुठे असलेले नुसते फलाट– सोडत आम्ही 'गिनस्टले' पेक्षा लहान अशा व गावाच्या बाहेर असलेल्या 'बेरामपूर' स्टेशनला पोहचत असू, परंतु माझे भाऊ मला फक्त स्टेशनपर्यंतच जाऊ द्यायचे. हरवून जाण्याच्या भीतीने मी गावात भटकायला जाऊ शकत नव्हतो. म्हणून ते काम करत असताना मी फलाटावरच वेळ काढायचो व त्यांच्याबरोबर घरी जायचो. जेवणापेक्षा आम्हाला बाहेर जे स्वातंत्र्य मिळायचं, ते आम्हाला आवडायचं.

मी पाच वर्षांचा असताना एका रात्री असाच घरी होतो. दिवसभर रस्त्यावर खेळून दमलो होतो. पण घरातले सगळे जण रात्री जेवायला जमले होते म्हणून खुशीत होतो. कामावरून माझी आई घरी आली होती. विशेष म्हणजे कधी नव्हे ते गुड्डू आम्हाला भेटायला परत आला होता. कल्लूच फक्त यायचा राहिला होता.

त्या संध्याकाळी आम्ही चौघं एकत्र जेवलो. गुड्डू जवळजवळ एक तास घरी होता. गुड्डू सर्वांत मोठा असल्यामुळे मी त्याच्याकडे जास्तीत जास्त आदरानं बघत असे. तो बरेच दिवस घरी आला नव्हता आणि त्याच्याबरोबर व कल्लूबरोबर एकत्र वेळ घालवायला मिळत नव्हता याची मला फार चुटपूट होती. त्या सगळ्यांना बाहेरच्या जगात वावरताना बघून मला वाटायला लागलं होतं की मी काही घरीच ठेवून जाण्याइतका लहान मुलगा राहिलेलो नव्हतो.

बहुतेक आम्हाला खाण्यासाठी आणखी काही मिळतं का, हे बघायला आमची आई घराबाहेर पडली आणि गुड्डूने जाहीर केलं की तो 'बेरामपूरला' परत जायला निघणार होता. मला नेहमीसारखं मागे सोडून दिलं जाणार, मला करायला काही नसणार व मी लहान मुलाप्रमाणे घरी अडकणार, हा विचारच माझ्यासाठी भयंकर होता. मी टणकन उडी मारून म्हटलं 'मी तुझ्याबरोबर येणार.' संध्याकाळ होऊ लागली होती. जर मी त्याच्याबरोबर गेलो तर त्यानं मला रात्री परत घरी घेऊन

येण्याची शक्यता फारच कमी होती. आम्हाला रात्री बरोबरच राहावं लागलं असतं. त्यानं क्षणभर विचार केला, मग तयार झाला. मला प्रचंड आनंद झाला. आम्ही शकिलाला तशीच जमिनीवर बसलेली सोडली व माझी आई परत यायच्या आत आम्ही निघून गेलोसुद्धा. मी माझ्या भावाबरोबरच असल्यामुळे तिला बहुतेक काळजी वाटणार नाही, असं आम्हाला वाटलं असावं.

लवकरच, गुड्डूनं भाड्यानं घेतलेल्या सायकलवर डबल सीट बसून रात्रीच्या वेळी भरधाव वेगानं स्टेशनकडे जाणाऱ्या शांत रस्त्यावरून जात असताना मला हसू फुटत होतं. याहून आणखी मजा काय असू शकते? मी माझ्या भावांबरोबर या आधीही फिरलो होतो; पण ही रात्र वेगळी होती. आम्ही केव्हा घरी परतणार किंवा कुठे झोपणार, याचा बेत न करताच मी गुड्डूबरोबर चाललो होतो. हे असं तो कल्लूबरोबर करायचा. मला तो त्याच्याबरोबर किती दिवस राहू देईल, याचीही कल्पना नव्हती. पण रस्त्यावरून भरधाव वेगानं जात असताना मला त्याची पर्वाही नव्हती.

ती सायकलवरची स्वारी मला चांगली स्पष्टपणे आठवते. मी सायकलच्या हँडलच्या मागे असलेल्या दांड्यावर पुढच्या चाकाच्या कासाच्या (ॲक्सेलच्या) दोन्ही बाजूला पाय ठेवून बसलो होतो. हा प्रवास सायकल वरखाली आदळत चालला होता कारण रस्त्यावर सगळीकडे खड्डे होते, पण माझी त्याबद्दल काहीच हरकत नव्हती. हवेत बरेच काजवे उडत होते आणि त्यांना पकडण्यासाठी त्यांच्या पाठी धावणारी मुलंही वाटेत दिसली. एका मुलाने ओरडून हाक मारली, 'अरे गुड्डू!' पण आम्ही तसेच पुढे गेलो. सगळ्या गावात गुड्डू माहीत असल्याचा मला मोठा अभिमान वाटला. मी मागे एकदा ट्रेनमध्ये असताना त्याच्या नावाचा उल्लेख झालेला ऐकला व मला वाटलं की, तो चांगला प्रसिद्ध आहे. अंधारात आम्हाला रस्त्यावरून चालत असलेल्या लोकांवर लक्ष ठेवायला लागत होतं आणि विशेषतः जेव्हा आम्ही कमी उंचीच्या रेल्वे पुलाखालून जात होतो तेव्हा. मग गुड्डू म्हणाला की, उरलेली वाट चालत जाऊ. त्यालाही सायकलवरून मला बरोबर नेऊन दमायला झालं असणार. म्हणून मी उतरलो आणि तो स्टेशनकडे जाणाऱ्या मुख्य रस्त्यावरून, कामाच्या गडबडीत असलेल्या चहा विक्रेत्यांच्या बाजूनं सायकल खेचत नेऊ लागला. स्टेशनच्या दरवाजाजवळ येताच गुड्डूने भाड्याची सायकल तिथल्या भरदार झुडपांच्या पाठीमागे लपवली व पुढच्या गाडीची वाट पाहत थांबण्यासाठी आम्ही पूल ओलांडून गेलो.

गाडी आवाज करत येऊन थांबेपर्यंत आणि आम्ही आत घुसेपर्यंत मला झोप यायला लागली होती. आम्ही गाडीतल्या त्या कडक लाकडाच्या बाकड्यावर जितकं शक्य होतं तितकं आरामशीर बसलो होतो. पण एकूण या धाडसातील

मजा निवळायला लागली होती. ट्रेन स्टेशनातून निघाल्यावर माझं डोकं मी गुड्डूच्या खांद्यावर टेकवलं. उशीर झाला होता आणि आम्ही ट्रेनमध्ये बहुतेक तासभर होतो. गुड्डूच्या मनात मला बरोबर नेण्याविषयी फेरविचार चालू होता का नाही, याची मला कल्पना नाही. पण मला मात्र थोडंसं दोषी वाटू लागलं होतं. कारण माझी आई कामाला गेली की शकिलाला सांभाळायला आता मी नव्हतो आणि मी घरी परत कधी जाईन, हे मला माहीत नव्हतं.

आम्ही 'बेरामपूर'ला उतरेपर्यंत मी इतका थकलो होतो की, फलाटावरच्या लाकडी बाकावर कोसळलोच आणि म्हणालो की, विश्रांती घेतल्याशिवाय मी पुढे जाऊ शकणार नाही. गुड्डू म्हणाला, 'ठीक आहे.' त्यालाही काही कामं करायचीच होती. 'इथे बसून राहा आणि हलू नकोस. मी थोड्या वेळात परत येतो व रात्री झोपण्यासाठी आपण कुठेतरी जागा शोधू.' मला वाटलं की, तो बहुतेक काहीतरी खायला मिळतं का किंवा फलाटावर पडलेली नाणी शोधायला जात होता. मी आडवा झालो, डोळे मिटले व मला लगेचच झोप लागली असणार.

जेव्हा मी उठलो तेव्हा सगळं शांत होतं व फलाटावर कुणीही नव्हतं. तारवटलेल्या डोळ्यांनी मी आजूबाजूला गुड्डू आहे का, ते बघितलं. पण तो कुठंही दिसला नाही. आम्ही उतरलो होतो, त्या फलाटावर एक गाडी उभी होती व तिचे दरवाजे उघडे होते. परंतु आम्ही ज्या गाडीनं आलो होतो ती हीच होती का, हे मला समजत नव्हतं आणि मी किती वेळ झोपलो होतो, हेही मला कळत नव्हतं.

अगदी त्या वेळेस मी काय विचार करत असेन याचा मला पुष्कळदा प्रश्न पडतो. मी अजून अर्धवट झोपेत होतो आणि रात्रीच्या वेळी एकटा पडल्यामुळे माझा धीर पार खचून गेला होता. मनात विचारांचा गोंधळ उडाला होता. गुड्डू अवतीभोवती नव्हता. पण तो म्हणाला होता की, तो फार लांब जाणार नाही. तो गाडीत परत चढला तर नसेल? मी लटपटत ट्रेनच्या पायऱ्या चढून आत डोकावलं. डब्यात काही जण जमिनीवर झोपलेले होते, असं बघितल्याची मला आठवण आहे आणि मी पटकन तसाच खाली उतरलो. न जाणो, ते उठले तर कंडक्टरला बोलावतील. गुड्डूनं जागेवर बसून राहायला सांगितलं होतं, पण तो बहुधा आधीच दुसऱ्या डब्यात चढून काम करायला लागला असेल, बाकड्याच्या खाली झाडू मारत असेल. जर मी परत त्या अंधाऱ्या फलाटावर झोपून गेलो, ट्रेन निघून गेली आणि मी एकटा पडलो तर?

मी दुसऱ्या डब्यात बघितलं. तिथं कुणीच नव्हतं. पण रिकामी लाकडाची बाकडी जास्त आरामशीर दिसली आणि भयाण शांत स्टेशनापेक्षा सुरक्षित वाटली.

गुड्डु लवकरच हसत मला न्यायला येईल, कदाचित साफसफाई करताना मिळालेलं काहीतरी खास खायचं घेऊन! ताणून द्यायला खूपच जागा होती. असा विचार करत थोड्या क्षणातच मी शांतपणे झोपून गेलो.

या वेळी मी व्यवस्थित झोपलो असणार. मी उठलो तेव्हा भगभगीत उजेड झाला होता. सूर्याचे प्रखर किरण सरळ माझ्या डोळ्यांवर येत होते. गाडी संथपणे रुळावरून खडखडत चालली आहे, हे जेव्हा माझ्या लक्षात आलं, तेव्हा मला जबरदस्त धक्काच बसला!

मी टणकन उडी मारली. माझ्या डब्यात अजून दुसरं कुणीही नव्हतं व गजाच्या खिडकीतून दिसणारं निसर्गदृश्य भराभर पुढेपुढे सरकत होतं. माझा भाऊ कुठंही दिसत नव्हता. माझा शांतताभंग करायला आसपास कुणीही नव्हतं. मी एक लहान झोपलेला मुलगा भरधाव जाणाऱ्या गाडीत एकटा पडलो होतो!

गाडीचे खालच्या दर्जाचे डबे आतल्या दरवाजांनी एकमेकांशी जोडलेले नव्हते. प्रवासी दोन्ही टोकाला असलेल्या दरवाजातून डब्यात चढायचे उतरायचे. मी डब्याच्या एका टोकाला धावलो व दोन्ही बाजूचे दरवाजे उघडण्याचा प्रयत्न केला. दोन्ही घट्ट बंद होते, अजिबात हलत नव्हते. मग मी दुसऱ्या टोकाला धावलो. तिकडचे दरवाजेसुद्धा घट्ट बंद होते.

ज्या वेळी मला कळून चुकलं की, मी सापळ्यात पूर्णपणे अडकला गेलो होतो, त्या वेळी मला जी धास्ती बसली, तिचा तडाखा मी अजूनही अनुभवू शकतो. दुबळेपणाची, कमालीच्या अस्वस्थतेची व जे झालं होतं त्यावरच्या अविश्वासाची जाणीव. सगळं एकदमच झालं! त्या क्षणाला मी काय केलं? ओरडलो, खिडक्या ठोठावल्या, रडलो का शिव्या शाप दिले... मला आता नक्की आठवत नाही. मी वेडापिसा झालो होतो, माझं हृदय नेहमीपेक्षा तिपटीनं धडधडत होतं. मला डब्यातले कुठलेही फलक वाचता येत नव्हते. येत असते तर मी कुठे चाललो होतो किंवा बाहेर कसं पडायचं, हे मला समजलं असतं. कावराबावरा होऊन मी डब्यात धावत सुटलो. कदाचित कुणीतरी कुठंतरी झोपलं असेल, या आशेनं सगळ्या बाकड्यांच्या खालीसुद्धा बघितलं. खरं तर मी एकटाच तिथं होतो. पण तरीही मी माझ्या भावाच्या नावानं ओरडत, 'मला येऊन घेऊन जा' म्हणून याचना करत, इकडे तिकडे धावत राहिलो. मी माझ्या आईला हाका मारल्या, माझ्या भावाला, कल्लूलासुद्धा...पण व्यर्थ! कुणी उत्तर दिलं नाही की गाडी थांबली नाही.

मी हरवलो होतो.

हळूहळू माझ्या पुढ्यात ठाकलेल्या प्रसंगाच्या प्रचंड दडपणाखाली मी खचून जाऊ लागलो. बराच वेळ मी रडत तरी होतो नाहीतर सुन्न होऊन शांतपणे अंगाची जुडी करून बसून राहिलो होतो.

बेफाम धावत असलेल्या रिकाम्या डब्यात बरेच तास काढल्यावर मी कसंबसं उभं राहून काही ओळखीच्या खाणाखुणा दिसतात का, म्हणून खिडकीच्या बाहेर बघितलं. बाहेरचं जग माझ्या गावासारखंच दिसत होतं. काही विशेष वेगळं असल्याची लक्षणीय चिन्हं दिसत नव्हती. मी कुठे चाललो होतो मला कळत नव्हतं, पण गुड्डूने सोडलेल्या स्टेशनपेक्षा मी पुष्कळच पुढे गेलो होतो नक्की. म्हणजे मी घरापासूनही खूप दूर गेलो होतो.

मी निष्क्रिय अवस्थतेत गेलो होतो. मला वाटतं, जे होत होतं ते हाताळण्याचा प्रयत्न करता करता थकून जाऊन माझ्या शरीराची यंत्रणाच बंद पडली होती. कधी मी रडत होतो, कधी झोपत होतो. कधी कधी खिडकीतून बाहेर बघत होतो. जवळ खायला काहीच नव्हतं. फक्त पिण्यासाठी डब्याच्या पाठीमागच्या बाजूला असलेल्या घाणेरड्या संडासातल्या नळाला पाणी होतं. संडासाचं भोक खाली रुळांवर उघडत होतं.

एकदा मला जाग आली व लक्षात आलं की, आम्ही थांबलो होतो. आम्ही एका स्टेशनवर आलो होतो. माझ्या आशा उंचावल्या, कारण मला वाटलं की फलाटावरच्या कुणाचं तरी लक्ष मी वेधून घेऊ शकेन. पण तिथल्या निराशाजनक वातावरणात एक माणूससुद्धा दिसत नव्हता. मला आतासुद्धा बाहेर पडायचे दरवाजे सरकवता येत नव्हते. मी दरवाजे माझ्या मुठींनी ठोठावले व ओरड ओरड ओरडलो. पण तितक्यात गाडीने एक झोकांडी मारली व ती परत सुरू झाली.

सरतेशेवटी मी अगदी खलास झालो. कुणालाही सतत भीती व दहशत अशा स्थितीत अमर्यादित काळ राहणं अशक्य आहे. या दोन्ही भावनांनी माझ्या मनात धुमाकूळ घातला होता. तेव्हापासून मला वाटत राहिलं आहे. आपण रडतो त्याचं कारण असंही असेल, ज्या गोष्टी आपलं मन व हृदय स्वतः हाताळू शकत नाहीत, त्यांच्याशी आपलं शरीर लढा देत असतं. मी माझ्या शरीराला माझ्या भावनांतून तो लढा व्यक्त करू दिला. त्या रडण्यानं आपलं काम केलं. आश्चर्य म्हणजे मला जरा बरं वाटायला लागलं होतं. या एकंदर अनुभवामुळे मी पार थकलो होतो. मध्येमध्ये झोपत होतो, उठत होतो. आता जेव्हा मी मागचा विचार करतो व तो भीतिदायक प्रसंग परत जगतो, तेव्हा ते मला रात्री पडलेलं एक भयंकर स्वप्नं होतं असं वाटतं. मला ते छोट्या छोट्या चित्र स्वरूपात– जागा असताना खिडकी जवळ उभा असतानाचा, घाबरलेला, अंगाची वळकटी करून झोपताना व उठताना– असं आठवतं. मला वाटतं, गाडी काही स्टेशनांवर थांबली पण दरवाजे कधीच उघडले गेले नाहीत व कसं कुणास ठाऊक, पण कुणीही मला कधी पाहिलंही नाही.

जसा वेळ जात होता तसा, माझ्या गावात हुंदडताना जो धीटपणा मी पूर्वी

दाखवला होता, तो परत उफाळून येऊ लागला. मी विचार करू लागलो की, जर मी स्वतःहून बाहेर येऊ शकत नाही तर मला कुणीतरी बाहेर काढेपर्यंत थांबायला लागेल व नंतर घरी कसं पोचायचं, याचा विचार करावा लागेल. माझे भाऊ कसे वागले असते त्याप्रमाणे मीसुद्धा वागायचं ठरवलं. ते बऱ्याचदा कित्येक दिवस घराबाहेर असायचे, मीसुद्धा तसं करू शकेन. त्यांनी मला झोपायला जागा कशी शोधायची, हे दाखवलं होतं आणि मी यापूर्वीही हव्या त्या वस्तू शोधत, भीक मागत स्वतःला सांभाळलं होतं. कदाचित जशी ही ट्रेन मला घरापासून लांब घेऊन गेली त्याचप्रमाणे मला घरी परत घेऊनही जाईल. मी बसून बाहेर बघत राहिलो. खिडकीबाहेरच्या सरकणाऱ्या जगाशिवाय दुसऱ्या कशाचाही विचार न करण्याचा प्रयत्न करत राहिलो. हे सगळं कुठे चाललं होतं ते बघत राहायचं, असं मी मनाशी ठरवलं.

हळूहळू बाहेर दिसणारी खेडीपाडी मी आधी पहिली होती त्यापेक्षा आणखी हिरवीगार दिसू लागली. हिरवीगार शेतं, उंच फांद्या नसलेली पण शेंड्यावर लोंबणाऱ्या पानांचे झुपके असणारी झाडं दिसत होती. ढगांच्या मागून सूर्य बाहेर आल्यावर सगळं लख्ख हिरव्या प्रकाशात उजळून गेलं. रेल्वे रुळांच्या बाजूला उगवलेल्या व एकमेकांत गुंतलेल्या झाडाझुडपातून माकडं पळताना बघितली. आश्चर्य वाटावं अशा भडक रंगाचे पक्षी बघितले. नदीत, तळ्यात, डबक्यात आणि शेतात सगळीकडे पाणी होतं. माझ्यासाठी हे नवं जग होतं. माणसंसुद्धा वेगळी दिसली.

थोड्या वेळानं ट्रेन छोट्या छोट्या गावातून जाऊ लागली. रुळांच्या बाजूला खेळत असलेली मुलं मला दिसली. बाजूला त्यांच्या आया स्वयंपाक करत किंवा उकिडवं बसून कपडे धूत होत्या. जवळून जाणाऱ्या गाडीच्या खिडकीत असलेलं एकटं पोर कुणाच्याच लक्षात आलेलं दिसलं नाही. बाहेर दिसणारी गावं मोठी मोठी व्हायला आणि लवकर लवकर पाठोपाठ यायला लागली. नंतर शेतं नाहीशी झाली, मोकळी खेडीपाडी गेली, फक्त दाटीदाटीनं घरं असलेले रस्त्यामागून रस्ते दिसू लागले. फक्त रस्ते, मोटारी आणि रिक्षा दृष्टीस पडत होते. आमच्या गावात होत्या त्यापेक्षा कितीतरी जास्त मोठमोठ्या इमारती इथं होत्या. बसेस, ट्रक दिसत होते. शिवाय इतर ट्रेन ज्यांच्यावरून धावत होत्या, ते लोहमार्गही दिसत होते. प्रत्येक ठिकाणी माणसंच माणसं होती. मी इतकी माणसं कधीही बघितली नव्हती किंवा इतकी जणं एका ठिकाणी राहत असू शकतील, याची कल्पनाही कधी करू शकलो नसतो.

शेवटी ट्रेन हळू जाऊ लागली. माझ्या लक्षात आलं की, ती दुसऱ्या स्टेशनाकडे चालली होती. माझा प्रवास आता तरी शेवटावर आला होता का? थांबण्याआधी ट्रेन फलाटाच्या बाजूनं सरकत राहिली. मग अचानक धक्का देऊन पूर्णपणे

थांबली. विस्फारलेल्या डोळ्यांनी खिडकीतून टक लावून बघत असताना, डोक्यावर सामान घेऊन घोटाळणाऱ्या लोकांच्या झुंडी फिरताना मी पाहिल्या. शंभर, हजारो माणसं घाईघाईत सर्व दिशांनी जात होती आणि अचानक कुणीतरी माझ्या डब्याचा दरवाजा उघडला. एका क्षणाचाही विचार न करता बाकड्यांच्या मधून जाणाऱ्या वाटेतून जमेल तेवढ्या वेगानं मी धावलो आणि फलाटावर उडी मारली. शेवटी मी मुक्त झालो होतो.

नंतर जेव्हा होबार्टमधल्या आई-वडलांनी नकाशावर दाखवलं, तेव्हा मी ज्या शहरात पोचलो होतो त्याचं नाव मला कळलं. जरी त्या वेळी ते मला कुणी सांगितलं असतं तरी मला काहीच बोध झाला नसता. ते नाव मी कधीच ऐकलेलं नव्हतं. ज्याला तेव्हा कोलकता म्हणत असत, त्या शहरात मी पोहोचलो होतो– मोठ्ठं, अफाट पसरलेलं शहर, जे प्रचंड लोकसंख्या, प्रदूषण आणि माणसाला खलास करून टाकणाऱ्या गरिबीसाठी (कु)प्रसिद्ध होतं. जगातील सर्वांत भीतिदायक व धोकादायक असं शहर!

मी अनवाणी होतो, घाणेरडी काळी तोकडी पँट व सफेद छोट्या हातांचा शर्ट घातला होता, ज्याची बरीच बटणं हरवलेली होती. खरंच, अंगावर घातलेल्या कपड्यांशिवाय माझ्याकडे काहीच नव्हतं. माझ्याकडे ना पैसे ना अन्न ना कसल्या प्रकारचं ओळखपत्र. मला थोडी भूक लागली होती; पण मला त्याची सवय होती, त्यामुळे त्याचा प्रश्न नव्हता. मला खरी भूक होती मदतीची.

मी ट्रेनच्या डब्याच्या तुरुंगातून सुटलो म्हणून आनंदलो होतो. पण मोठ्ठं स्टेशन व त्यावरच्या गुदमरून टाकणाऱ्या गर्दीनं कमालीचा घाबरून गेलो होतो. गुड्डूसुद्धा गाडीत अडकला असेल व गर्दीतून मार्ग काढत मला सोडवायला येत असेल, या आशेनं मी आजूबाजूला वेड्यापिशा नजरेनं बघत होतो. परंतु, आजूबाजूला ओळखीचे चेहरे दिसत नव्हते. फक्त लोकांच्या वाटेत न येणं या आंतरिक इच्छेव्यतिरिक्त, कुठं जायचं किंवा काय करायचं याची काहीही कल्पना नव्हती. मी हतबल झालो होतो. मी 'गिनस्टले? बेरामपूर?' असं ओरडलो, अशा आशेनं की कुणीतरी मला सांगेल, तिथं कसं जायचं. पण घाईगर्दीत असलेल्या जमावापैकी कुणीही माझ्याकडे ढुंकूनसुद्धा बघितलं नाही.

मी ज्या गाडीतून आलो होतो ती कधीतरी निघून गेली असणार. पण ते माझ्या लक्षात आल्याचं मला आठवत नाही. जरी मला कळलं असतं तरी, ज्या गाडीत मी इतका वेळ अडकून पडलो होतो त्यात परत चढण्याची इच्छा झाली असती की नाही याची मला शंकाच आहे. इकडे तिकडे फिरून परिस्थिती आणखीच बिकट होईल, या भीतीनं मी काहीच हालचाल करत नव्हतो. मी फलाटावरच थांबून मधूनच 'बेरामपूर?' असं ओरडत होतो.

माझ्या आजूबाजूला आवाजाचा सावळा गोंधळ होता. कारण लोकं नुसते ओरडाओरडी करत होते, एकमेकांना हाका मारत होते, घोळके करून बडबड करत होते. मला तर कोण काय बोलतंय ते समजतच नव्हतं. बहुतेक सगळे घाईघाईने ट्रेनमधे चढण्या-उतरण्यात, जिथं जायचं होतं तिथं शक्य तितक्या लवकर पोचण्याच्या गडबडीत गुंतले होते.

एक-दोन माणसं मी काय म्हणतो ते ऐकायला थांबली आणि मी त्यांना एवढंच म्हणू शकलो 'ट्रेन गिनस्टले?' बहुतेक जण डोकं हलवून चालत राहिले. एकानं उत्तरादाखल विचारलं 'पण गिनस्टले आहे कुठे?' तो काय म्हणत होता ते मला कळलं नाही. पण माझ्यासाठी गिनस्टले म्हणजे घर होतं. ते कुठं आहे हे मी कसे समजावणार? त्यानं कपाळाला आठ्या घातल्या व पुढे निघून गेला. तिथं बरीच मुलं भीक मागत किंवा हाताला काही लागतं का बघत स्टेशनवर घोटाळत होती, जसं माझे भाऊ गावाकडे करत असत. मीही तसाच आणखी एक गरीब मुलगा होतो. रडत होतो पण खूप लहान असल्यामुळे कुणाला थांबवून माझं म्हणणं ऐकायला लावू शकत नव्हतो.

सवयीप्रमाणे पोलिसांपासून मी लांबच राहिलो. मला भीती वाटत होती की ते मला गजाआड करतील, जसं एकदा गुड्डूला केलं गेलं होतं. स्टेशनवर टूथब्रश-पेस्टचे संच विकण्यावरून त्याला पकडलं होतं व तुरुंगात टाकलं होतं. त्याचा आम्हाला थांगपत्ता लागेपर्यंत तीन दिवस उलटून गेले होते. तेव्हापासून आम्ही कंडक्टर, पोलीस किंवा गणवेश घालणाऱ्या कुणालाही टाळायला लागलो. माझ्या लक्षात नाही आलं की, खरं तर तेव्हा मला तेच मदत करू शकले असते.

सगळे निघून गेल्यावरसुद्धा, कुणाचंच लक्ष वेधून न घेता आल्यामुळे मी फलाटावरच होतो व मध्येमध्ये झोपत राहिलो. तिथून जाऊही शकत नव्हतो किंवा काय करायचं त्याचा विचारही करू शकत नव्हतो. कधीतरी दुसऱ्या दिवशी दमूनभागून व हताश होऊन मदत शोधायचं मी सोडूनच दिलं. असं वाटलं की, स्टेशनवर असलेले लोक ही माणसं नव्हती तर एक मोठा घनगोळा होता, ज्याच्यावर मी काहीही परिणाम करू शकत नव्हतो, जसा नदी व आकाशावरही करता येत नाही.

एक गोष्ट मला नक्की माहीत होती, की जशी एक ट्रेन मला घरापासून इथं घेऊन आली होती, तशीच एक ट्रेन मला घराकडे परतही घेऊन जाईल. आमच्या गावाला मी पाहिलं होतं की, आपण फलाटावर असू त्याच्या विरुद्ध बाजूच्या रुळावरच्या गाड्या दुसऱ्या दिशेनं परत जायच्या. पण माझ्या ध्यानात आलं की, हे स्टेशन म्हणजे या रेल्वेचा शेवट होता, जिथं सर्व गाड्या येऊन थांबत असत आणि जशा आल्या तशाच परत छुकछुकत जायच्या. मग मी

ठरवलं की, या गाड्या कुठे चालल्या आहेत हे जर मला कुणी सांगू शकत नसेल तर मी स्वतःच ते शोधून काढेन.

मग फलाटावर जी गाडी नंतर आली तिच्यात मी चढलो. इतकं सोपं होतं का सगळं? जशी गाडी स्टेशनातून बाहेर पडत होती, तसं मला स्टेशन नीट बघायला मिळालं. लाल कमानी व मनोरेवाली मोठी इमारत होती. आत्तापर्यंत मी पाहिलेली सगळ्यात मोठी इमारत. मला तिच्या आकाराचा दबदबा वाटला खरा, परंतु मनातल्या मनात आशा बाळगत होतो की त्या इमारतीला आणि तिथल्या रेटारेटीच्या गर्दीला मी कायमचं मागे सोडून चाललो होतो. पण साधारण तासाभराने शहराच्या बाहेरच्या भागात गाडी रेल्वेच्या शेवटावर आली. मग तिने मार्ग बदलला व मोठ्या स्टेशनवर परतली.

मी दुसरी गाडी पकडली; पण पुन्हा तेच झालं. एखाद्या वेळेस मी पकडायला हवी असणारी गाडी दुसऱ्या फलाटावरून सुटत असली तर? आमच्या घराजवळच्या स्टेशनवर होते त्यापेक्षा इथं बरेच फलाट होते व प्रत्येकावर वेगवेगळ्या प्रकारच्या ट्रेन होत्या. काहींचे डबे विभागलेले होते व त्यातल्या लोकांना हमाल मदत करत होते. तर काहींचे डब्यामागून डबे बाकड्याच्या खुर्च्यांवर बसलेल्या लोकांनी भरलेले होते, जसे मला घेऊन आलेल्या ट्रेनचे होते. तिथं असलेल्या ट्रेन्सचा आकडा घाबरवून टाकणारा होता. पण मला वाटलं की त्यातील एक तरी मी जिथून आलो तिकडे जात असणार. मला प्रयत्न करत राहिलं पाहिजे.

आणि मी तेच केलं. प्रत्येक दिवशी, दिवसामागून दिवस, शहरातून बाहेर जाणारी निरनिराळी गाडी मी पकडत होतो.

परत डब्यात अडकून पडायला नको म्हणून मी दिवसाउजेडी प्रवास करू लागलो. प्रत्येक सफरीच्या सुरुवातीला मी आजूबाजूचं दृश्य निरखून बघत असे, याच आशेनं की, ते ओळखीचं व मला घरी घेऊन जाणाऱ्या मार्गावरचं माहितीचं निघेल; मी ती इमारत किंवा ती झाडं आधी पाहिलेली असतील... कधीकधी ट्रेन मार्गाच्या शेवटाला पोहोचून तशीच मागे फिरायची. इतर वेळी ती मार्गावरच्या शेवटच्या स्टेशनवर थांबायची व दुसऱ्या दिवशी गाडी परतीचा प्रवास सुरू करेपर्यंत मी त्या अनोळखी, रिकाम्या ठिकाणी अडकून पडत असे. जर रात्र व्हायला लागली तरच मी गाडी शेवटाला पोहोचायच्या आधी उतरत असे. मग कुणाच्या दृष्टीस पडू नये म्हणून मी फलाटावरच्या एखाद्या बाकड्याखाली शिरत असे व उबेसाठी अंगाची घट्ट वळकटी करून घेत असे. नशिबानं हवा कधीच खूप थंड नव्हती.

मी जमिनीवर पडलेले अन्नाचे तुकडे, प्रवाशांनी सांडलेले शेंगदाणे किंवा पूर्ण न खाल्लेल्या कणसाचे तुकडे खाऊन टिकून राहिलो होतो. आणि नशिबानं

पिण्याच्या पाण्याचे नळ सापडायला फार कठीण नव्हतं. मी पूर्वी राहत होतो, त्याहून हे काही फार वेगळं नव्हतं. मी बरेच वेळा घाबरलेलो व दुःखीकष्टी असायचो, पण तरी त्यातून मार्ग कसा काढायचा, हे मला कळत होतं. मला त्याची सवय होत होती. कसं जगायचं ते मी स्वतःचं स्वतः शिकत होतो.

आणि मी असंच वेगवेगळ्या फलाटांवर, मार्गांवर पुढे मागे जात प्रयत्न करत राहिलो. कधीकधी काही ओळखीचं दिसायचं; पण लगेच लक्षात यायचं की चुकून याआधी घेतलेलीच ट्रेन परत घेतली होती व शेवटी काहीच होत नव्हतं.

या सगळ्या ट्रेनमधल्या सफाऱ्या करत असताना मला कुणीसुद्धा तिकिटासाठी कधीच विचारलं नाही. अर्थात, आम्ही गावाला करत असू त्याप्रमाणे कंडक्टर असलेल्या गाड्या घेणं मी टाळत असे. पण एकदा गाडीत चढल्यानंतर मला कुणी कधी विचारलं नाही. जर कुणी साहेबानं मला विचारलंच असतं तर मी धीर एकवटून त्याच्याकडे मदत मागितली असती. पण कुणी विचारलंच नाही. एकदा फलाटावरच्या एका हमालाला मी हरवलो आहे, हे समजल्यासारखं वाटलं. पण त्या वेळेस त्याला समजू शकेल, असं मी बोलू शकलो नाही. म्हणून त्यानं मला स्पष्टच सांगितलं की मी त्याला पुन्हा त्रास देऊ नये. मोठ्या माणसांचं जग मला बंद झालं होतं, म्हणून माझे प्रश्न सोडवण्यासाठी मीच प्रयत्न करत राहिलो.

पण थोड्या दिवसांनी, कदाचित दोन एक आठवड्यांनी, माझं मन कच खायला लागलं. मला वाटायला लागलं की माझं घर तिकडे कुठेतरी आहे खरं, पण इथून तिकडे ट्रेन जातच नसेल. किंवा हे मोठं गुंतागुंतीचं काम असणार आणि मला तो गुंता सोडवता येत नव्हता. स्टेशनबाहेरच्या शहराबद्दल मी जेवढं गाडीतून येताना व जाताना पाहिलं होतं, तेवढंच मला माहीत होतं. कदाचित स्टेशनच्या बाहेर असा कुणीतरी असेल की जो मला मदत करू शकेल किंवा मला घरी कसं जायचं ते सांगेल, काही नाही तर मला खायला तरी देईल.

आतापर्यंत मला या अवाढव्य पसरलेल्या लाल स्टेशनची माहिती व्हायला लागली होती. हे स्टेशन म्हणजे मी जिथून आलो होतो त्या गावाशी असलेला खराखुरा एकुलता एक दुवा होता, असं मला वाटायला लागलं होतं. तरीसुद्धा इथं येणाऱ्या व बाहेर जाणाऱ्या लोकांची मात्र मला भीती वाटत असे. प्रत्येक वेळेस मी ट्रेन घेऊन नव्या अनोळखी ठिकाणाला जाऊन आलो की मोठ्या स्टेशनवर परत आल्याचा मला आनंद व्हायचा. इथलं मला सगळं परिचित झालं होतं. कुठे झोपायचं व खायला मिळण्याची जास्त शक्यता कुठे आहे, हे सर्व माहितीचं झालं होतं. तरीसुद्धा अर्थातच, इतर कुठल्याही गोष्टीपेक्षा मला माझ्या आईला

शोधून काढायचं होतं. पण स्टेशनवरच्या जीवनाशी माझं जुळायला लागलं होतं.

एका विशिष्ट फलाटाच्या टोकाला काही मुलं नेहमी असायची, हे मी बघितलं होतं. तिथं जुनी ब्लँकेटं गुंडाळून ती घोळका करून बसायची. त्यांनाही माझ्याच प्रमाणे कुठे जाण्याचं ठिकाण नव्हतं, असं मला वाटलं. पण ते बाकड्यांखाली किंवा ट्रेनमध्ये लपण्याचा प्रयत्न करत नसत. माझं त्यांच्यावर लक्ष असायचं व त्यांनीही मला बघितलेलं होतं. पण त्यांनी मी आजूबाजूला असण्याची विशेष नोंद घेतली नव्हती. त्यांच्याकडे आपणहून जाण्याचा आत्मविश्वास माझ्यात नव्हता. पण ही आत्मविश्वासातली कमतरता निवळायला लागली होती. कारण माझं घर शोधण्यात मी अपयशी ठरल्यामुळे मला धीट होण्याची गरज होती. मोठी माणसं मदत करायला निकामी ठरली होती; पण कदाचित मुलं मदत करतील का? निदान ती मला त्यांच्या जवळ राहू देतील आणि मीही इतर मुलं बरोबर असली तर सुरक्षित राहीन.

मुलांनी माझं स्वागत केलं नाही; पण मी त्यांच्या जवळच्या लाकडी बाकड्यावर डोक्याखाली हात ठेवून झोपलो तर माझ्यामागे लागून मला पिटाळूनही लावलं नाही. इथं लहान मुलांनी एकट्यानं राहणं, ही काही असाधारण गोष्ट नव्हती. त्यामुळे त्यांच्यात आणखी एकाची भर पडली तर कुणालाही आश्चर्य वाटण्यासारखं नव्हतं. दिवसभराच्या ट्रेनमधल्या प्रवासानंतर मी थकलो होतो. दुसऱ्या दिवसापासून परत तेच चक्र सुरू न करण्याचं मी ठरवलं व त्यामुळे मला थोडा दिलासा मिळाला. इतर सगळे माझ्या जवळपास असल्यामुळे मला जास्त सुरक्षित वाटलं व मी लगेच झोपून गेलो.

पण थोड्या वेळातच माझी शांतता भंग पावली. आधी वाटलं की मला वाईट स्वप्न पडत होतं. मी एका लहान मुलाच्या आवाजात कुणीतरी ओरडताना ऐकलं 'दूर व्हा, मला जाऊ दे.' नंतर लहान मुलाच्या आणि मोठ्या माणसाच्या आवाजात आणखी आरडाओरडा ऐकू आला. स्टेशनवरच्या मंद उजेडात मला वाटलं की एक माणूस 'तू माझ्याबरोबर येणार आहेस' असं काहीतरी ओरडत होता. नंतर मला खात्री आहे, एक मुलगा किंचाळला 'धावा.' ते स्वप्न नव्हतं, हे माझ्या एकदम ध्यानात आलं आणि मी झटकन उडी मारून उभा राहिलो.

त्या गोंधळात मी काही मोठ्या माणसांनी दोन तीन मुलांना उचलून नेताना व एका छोट्या मुलीला एका माणसाबरोबर फलाटाच्या कडेवर झगडताना पाहिलं. मी जीव मुठीत घेऊन अंधाऱ्या फलाटावरून धावत सुटलो. फलाटाच्या शेवटच्या टोकावरून रुळांवर उडी मारली व मी अंधारात नाहीसा झालो.

एका मोठ्या भिंतीच्या बाजूनं इकडचा तिकडचा विचार न करता मी रुळांवरून धावत होतो व मागे वळून कुणी माझा पाठलाग करतंय का, हे वारंवार बघत

होतो. माझ्या पाठी कुणी येत नव्हतं तरीसुद्धा मी धावण्याचा वेग कमी होऊ दिला नाही. पाठीमागे स्टेशनवर काय झालं किंवा ती माणसं मुलांना का पकडत होती ते मला माहीत नव्हतं. मला एवढच माहीत होतं की, मला स्वतःला पकडलं जाऊ द्यायचं नव्हतं.

परंतु, पुढे आणि मागे दोन्हीकडे मला धोका होता. लोहमार्ग उजवीकडे वळत होता आणि सरळ समोरून येणाऱ्या ट्रेनचे प्रखर दिवे माझ्या डोळ्यांना अंधारून टाकत होते. मी एका बाजूला उडी मारली व ट्रेन कानठळ्या बसवणारी गर्जना करत माझ्या भयंकर जवळून गेली. गाडी जाईपर्यंतचा काळ मला वाटलं कधी संपणारच नाही. तो संपेपर्यंत मला भिंतीच्या बाजूला तोंड वळवून, शक्य होतं तितकं भिंतीला घट्ट दाबून, चिकटून उभं राहावं लागलं, कारण ट्रेनच्या डब्यातून कशाचं टोक बाहेर येत असेल तर त्याच्यापासूनही लांब राहणं मला भाग होतं.

ट्रेन निघून गेल्यावरच माझ्या जीवात जीव आला. मला जरी या नव्या शहरातल्या धोकादायक संकटांनी घाबरवून टाकलं होतं, तरी गेले बरेच दिवस मी माझ्या स्वतःच्या हुशारीच्या जोरावर काढले होते व ती हुशारी मी आता गमावून बसणार नव्हतो. मला वाटतं की पाचच वर्षांचा असण्याचा फायदा असा होता की, स्टेशनवरच्या मुलांचं काय झालं किंवा जे झालं त्याच्या अर्थाचा मी फार विचार करत नव्हतो. इतकाच विचार करत होतो की मला ते टाळायचं होतं. पुढे जात राहण्याशिवाय माझ्याकडे आणखी काय पर्याय होता?

मी रुळावरून जात राहिलो, पण जरा जपूनच. रूळ जेव्हा रस्त्याजवळ आले तेव्हा रूळ (आणि त्यांच्या बरोबर स्टेशनसुद्धा) सोडून मी बाजूला झालो व इकडे पोहोचल्यापासून पहिल्यांदाच रस्त्यावर आलो. कुठेतरी लोकांच्या नजरेबाहेर कोपऱ्यात असण्यापेक्षा रहदारीच्या रस्त्यावर मला सुरक्षित वाटलं. हा रस्ता एका मोठ्या नदीच्या काठाकडे जात होता. नदीवर धूसर आकाशात काळपट दिसणारा लांबलचक पूल होता. ते चित्र बघून मी भारावलो गेलो होतो, याची मला अजून आठवण आहे. मी गाडीतून काही पूल बघितले होते ते, मी माझ्या भावांबरोबर खेळत असे त्या छोट्या नदीवरून जाणाऱ्या पुलापेक्षा मोठे होते. नदीच्या काठावर दाटीवाटीने उभ्या असलेल्या दुकानांच्या फटीतून मला नदीचा बोटींनी गजबजलेला अथांग विस्तार दिसत होता. पुलाचा अजस्र सांगाडा नदीच्या दोन्ही काठांवर पसरलेला होता व पुलाच्या बाजूचा रस्ता असंख्य लोकांनी फुलला होता. पुलावरचा रस्ता हळूहळू जाणाऱ्या पण आवाज करणाऱ्या सायकलींच्या ताफ्यांनी, मोटरसायकलींनी, मोटारगाड्या व अनेक ट्रकनी गजबजलेला होता. छोट्या खेडेगावातल्या मुलासाठी हे सगळं आश्चर्यकारक होतं! इथं किती लोक असतील...

हे जगातलं सर्वांत मोठं ठिकाण असेल का... स्टेशनच्या पलीकडचं शहर माझ्यासमोर उघडलं गेलं खरं, पण मला पूर्वीपेक्षा जास्तच हरवल्यासारखं वाटू लागलं.

मी रस्त्यावरच थोडा वेळ रेंगाळलो. समोर दिसत असलेल्या दृश्याच्या अवाढव्यतेनं मी चांगलाच हबकलो होतो. जरी एवढ्या गर्दीत मला अदृश्य असल्यासारखं वाटत होतं तरी मला चिंता होती की ज्यांच्यापासून मी पळालो होतो त्यांच्यासारख्या इतर माणसांचं किंवा माझ्या मागावर असतील त्याच माणसांचं माझ्याकडे लक्ष गेलं तर! या विचारांनीच मला बाजूच्या लहान दुकानांवरून, मोठ्या इमारतींच्या मधून नदीच्या काठाकडे चालत जायला धीर दिला. पर्णाच्छादित झाडांच्या सावलीत असलेल्या गवताळ उतरत्या जमिनीची जागा आता नदीच्या कडेच्या दलदलीनं घेतली होती आणि या भागात खूप काही चालू होतं. काही लोक अंघोळ करत होते तर बाजूला काही उथळ पाण्यात जेवणाची भांडी धुवत होते, काही चुली पेटवत होते, छोट्या लांब बोटीतून हमाल अनेक प्रकारचं सामान किनाऱ्यावर आणत होते.

पूर्वी मी एक खूप चौकस मुलगा होतो. थोडा मोठा झाल्यावर जेव्हा मला घरापासून लांब जाण्याची परवानगी मिळाली, तेव्हा मला कधी एकाच ठिकाणी फार वेळ थांबायला आवडायचं नाही. रस्त्याच्या पुढच्या कोपऱ्यावर काय चाललं आहे, हे जाणून घ्यायची मला नेहमीच उत्सुकता असायची. मी माझ्या भावांप्रमाणे सारखं काहीतरी करत व स्वतंत्र राहायला उत्सुक होतो व म्हणूनच त्या रात्री मी गुड्डूबरोबर इतक्या पटकन घर सोडून जायचंसुद्धा ठरवलं. पण या अशा गजबजलेल्या अवाढव्य शहरातल्या ट्रेन स्टेशनवर हरवल्यामुळे ती माझी वृत्ती दबून गेली होती. आता मात्र मी माझ्या गावातले ओळखीचे रस्ते बघण्यासाठी आसुसलो होतो. ओळखीच्या जागेपासून फार लांब जाण्याविषयी आता मला बरंच काही कळलं होतं. स्टेशनवर व तिथल्या गोंधळून टाकणाऱ्या रस्त्यांवर परत जावं का? की नदीकाठावरच्या जास्त मोकळ्या वातावरणात पण अनोळखी ठिकाणी जावं, हे ठरवताना माझी कुतरओढ होत होती. कुठल्याही दिशेनं बघितलं तरी शहराचे नवनवीन भाग आढळून येत होते. दिवसभरातल्या आव्हानांना तोंड देत, खाण्याचे व झोपेचे हाल करत मी इतरांपासून दूर राहिलो. पण पुढे काय करायचं याची मला काहीही कल्पना नव्हती. कुणीतरी खायला देईल या आशेनं मी खाण्याच्या दुकानांशी रेंगाळण्याचा प्रयत्न केला, पण त्यांनी मला हाकलवूनच लावलं.

शेवटी मी नदीच्या काठावर थोडा वेळ चालत राहिलो. झोपलेल्या माणसांच्या एका कंपूजवळ आलो. ते साधू होते हे मी ओळखलं. या लोकांसारखी माणसं मी आधी गावाकडेही पाहिली होती. ते मशिदीतल्या बाबांसारखे नव्हते. बाबा आमच्या आसपासचे बरेच लोक घालायचे तसे लांब सफेद शर्ट व पँट घालत

असत. हे साधू अनवाणी फिरत व केशरी रंगाचा पायघोळ अंगरखा व गळ्यात मण्यांच्या माळा घालत असत. त्यातले काही फारच भयानक दिसायचे. त्यांच्या डोक्यावर गुंतलेल्या केसांचा चंबू बांधलेला असायचा. लाल व पांढरा रंग कपाळावर फासलेला असायचा. ते माझ्यासारखेच रस्त्यावर राहिल्यामुळे अस्वच्छ होते. मी मोठ्या माणसांपासून शक्यतो लांब राहिलो होतो. पण इथं या लोकांच्या घोळक्यात कोणती वाईट माणसं मला शोधत येणार होती? या लोकांजवळच अंगाची वळकटी करून मी झोपलो व हात डोक्याखाली उशाला ठेवले.

जेव्हा जाग आली तेव्हा सकाळ झाली होती. मी एकटाच राहिलो होतो. साधू लोक निघून गेले होते. सूर्य वर आला होता व आजूबाजूला लोकांची वर्दळ चालू झाली होती. कोलकात्यामधल्या रस्त्यावरची पहिली रात्र मी पार केली होती.

जगण्यासाठी धडपड

नेहमीसारखाच मी भुकेला होतो. जिथं काही दिवसांपूर्वी मी येऊन पोहोचलो होतो त्या लाल स्टेशनावर होती त्यापेक्षा या विस्तीर्ण नदीच्या काठावर कितीतरी ठिकाणं मला दिसत होती, जिथे खाणं मिळण्याची शक्यता होती.

लहान दुकानदार भीक मागणाऱ्या मुलांच्या बाबतीत अगदी बेपर्वा दिसले. त्यांच्यापेक्षा जर कुणी जेवण बनवताना दिसलं तर त्याच्याकडून खायला मिळण्याची शक्यता मला जास्त वाटली, म्हणून त्या आशेनं मी पाण्याच्या कडेनं चालू लागलो. दिवसा उजेडात पाहिल्यावर मला खात्री झाली की मी पाहिलेल्यातली ही सगळ्यात मोठ्ठी नदी होती. पण मैला, कुजलेला भाजीपाला व मेलेले प्राणी तळाशी साठून राहिल्यामुळे ती जास्त घाणेरडी व दुर्गंधी झालेली होती. नदीकडेच्या बाजूने चालताना दोन मेलेल्या माणसांची प्रेतं कचऱ्याच्या ढिगाऱ्यात पडलेली पाहून मी प्रचंड घाबरलो होतो. एकाचा गळा चिरलेला होता तर दुसऱ्याचे कान कापून टाकलेले होते. मेलेल्या माणसांची प्रेतं मी आधी पाहिली होती. गावात जर कुणी मेलं तर इतर लोक त्यांना आदरानं वागवलं जाईल याची काळजी घेत असत; पण अशी उघड्यावर पडलेली प्रेतं मी कधी पाहिली नव्हती. मेलेल्या प्राण्यांसारखंच मेलेल्या माणसांवरही (अगदी हिंसक हल्ल्यांमुळे ते मेले असले तरी) इथं कुणीही जास्त लक्ष देत नव्हतं. त्यांची प्रेतं माशा घोंगावत व उंदरानी कुरतडलेल्या अवस्थेत कडक उन्हात उघड्यावर पडली होती.

या दृश्यानं माझ्या पोटात ढवळून आलं, पण मला सगळ्यात प्रखरपणे जाणवलं ते म्हणजे मला जे वाटायला लागलं होतं त्याला हे दृश्य पुष्टी देत होतं. मला वाटायला लागलं होतं, की या शहरातला प्रत्येक दिवस म्हणजे जीवन-मरणाचा प्रश्न होता. इथं सगळ्या ठिकाणी व प्रत्येकापासून धोका होता.

इथं चोर होते, मुलांना पळवून नेणारे होते आणि मारेकरीही होते. मी चिंतातुर झालो. माझ्या मनात प्रश्नांचं काहूर उठलं. घरातून बाहेर पडल्यावर माझे भाऊ अशाच जगात राहत होते का? आणि म्हणूनच मी त्यांच्याबरोबर प्रवास करताना ते मला कधी स्टेशन सोडून जाऊ देत नसत का? स्टेशनवर गुड्डूचं काय झालं असेल? मला सोडून त्याला कुठं एवढं जायला लागलं असेल व मी उठलो तेव्हा तो तिथं का आला नव्हता? माझ्याप्रमाणे तोही मला असाच शोधत फिरत असेल का? आणि मला काय झालं असं माझ्या कुटुंबीयांना वाटलं असेल? ते मला शोधत असतील की मी मेलो असेन किंवा कायमचा नाहीसा झालो असेन, असं वाटलं असेल?

आईकडे, गुड्डूकडे, माझ्या कुटुंबाकडे परत जाण्याची व कुणीतरी माझं संरक्षण करावं, काळजी करावी, अशी मला अनावर इच्छा होत होती. पण मला हेही माहीत होतं, की तशी आशा बाळगण्यासाठी मला प्रथम शक्य तेवढं कणखर असण्याची गरज होती. नाहीतर मी नाहीसा होईन किंवा या घाणेरड्या विस्तीर्ण नदीच्या काठावर मरून जाईन. मला कळून चुकलं की मला स्वतःवरच अवलंबून राहिलं पाहिजे. मी माझ्या स्वतःचा ताबा घेतला.

मी मागे पुलाकडे वळलो आणि एका ठिकाणी दगडी पायऱ्या होत्या तिथं आलो. काही माणसं पायऱ्यांवर अंघोळ करत होती, कपडे धूत होती. पायऱ्यांच्या शेजारी दगडाचं एक रुंद गटार होतं, ज्यातून रस्त्यावरचं पाणी व सांडपाणी नदीत वाहून जात होतं. मुलं त्यात खेळत होती, पाणी उडवत होती व मस्ती करत होती. म्हणून मीसुद्धा त्यात गेलो. सांडपाणी व मृतांचे अवशेष असलेल्या नदीच्या पाण्यात कुणी अंघोळ करेल, हे जसं भारताला भेट देणाऱ्या बऱ्याच जणांना अविश्वसनीय वाटतं तसं मलाही आता वाटतंय; परंतु त्या वेळी मी त्याचा विचारसुद्धा केला नाही. ती नदी होती आणि नद्या याच कामांसाठी असतात, अशी साधारण समजूत असते. त्या ठिकाणी दयाळूपणासुद्धा दाखवला जातो, याचा मला अजून शोध लागायचा होता.

बाकीच्या मुलांनी मला त्यांच्यात खेळायला घेणं बहुतेक स्वीकारलं होतं, असं मला वाटलं आणि आम्ही पाण्यात खेळू लागलो. दिवसातल्या जीवघेण्या उकाड्यापासून सुटकाच झाली म्हणा. काही मुलं मोठ्या आत्मविश्वासानं पायऱ्यांच्या कडेवरून नदीत उड्या मारत होती. मी फक्त पायऱ्यांवरून खाली गुडघाभर पाण्यात उतरलो. माझ्या भावांनी आमच्या गावाजवळच्या नदीत मला पोहायला शिकवण्याचा प्रयत्न केला होता; पण मला ते काही जमलं नव्हतं. पावसाळा सोडला तर गावाला नदी म्हणजे पाणी उडवण्यापुरता केवळ ओढा होता, पण मला पाण्यात आवडायचं आणि आजच्या उकाड्याच्या दिवशी जरा जास्तच आवडलं. मला परत लहान मूल झाल्यासारखं वाटलं व इतर मुलांच्यात खेळायला मजा आली.

दुपारनंतर बाकीची मुलं घरी परत गेली. मी पायऱ्यांवर थांबून राहिलो. दिवस संपूच नये, असं वाटत होतं. पण नदी नेहमीच विस्मित करते. माझ्या लक्षात आलं नाही; पण पाण्याची पातळी दिवसभरात वाढली होती. मी आतापर्यंत सुरक्षित वाटत होतं त्या ठिकाणी उडी मारली आणि तिथं आश्चर्य म्हणजे पाणी खोल होतं, माझ्या डोक्याच्यावर आलं होतं. पाण्याचा प्रवाहसुद्धा जोरात होता व मला पायऱ्यांपासून दूर ओढून आत नेत होता. पाणी बाजूला सारत, हातपाय हलवत, नदीच्या तळापासून वरती येऊन श्वास घ्यायची मी धडपड केली; परंतु पाण्यानं मला परत खाली खेचलं व वर ढकललं. या वेळेस मात्र माझे पाय तळाला टेकले नाहीत. मी बुडत होतो.

तेवढ्यात मला पाणी जोरात उडल्याचा मोठ्ठा आवाज ऐकू आला व मी वर पाण्याच्या पृष्ठ भागाकडे खेचला जाऊन पायऱ्यांवर येऊन पडलो. थंडीमुळे माझे दात कडकड वाजत होते. खाकखूक करत मी पोटात शिरलेलं घाणेरडं पाणी बाहेर काढू लागलो. एका म्हाताऱ्या बेघर माणसानं दगडाच्या गटारावरून नेमक्या क्षणी उडी मारून मला पाण्यातून बाहेर काढलं होतं. नंतर तो गुपचूप पायऱ्या चढून वरती नदीकाठावर परत गेला, जिथं तो बहुधा राहत असावा.

त्या अनोळखी माणसानं दाखवलेल्या दयाळूपणामुळे मी जरा गाफील झालो असणार किंवा मी फक्त पाच वर्षांचाच होतो म्हणून असेल कदाचित, पण मी दुसऱ्या दिवशी परत नदीवर पोहायला गेलो. वाढती भरती व पाण्याच्या जोरदार प्रवाहानं मला आणखी एकदा आश्चर्याचा धक्का दिला व मी परत संकटात आलो. काय सांगू, आश्चर्य म्हणजे त्याच माणसानं मला पुन्हा वाचवलं. कदाचित मी परत आल्यावर तो माझ्यावर लक्ष ठेवून होता. या वेळी मात्र आजूबाजूच्या लोकांचं आमच्याकडे लक्ष गेलं. त्या माणसानं मला पायऱ्यांवरून वर जायला मदत करताना त्यांनी पाहिलं. आमच्याभोवती जमाव जमला आणि मला एवढं समजलं की ते सगळे म्हणत होते, मी देवाच्या कृपेनं वाचलो होतो आणि माझी मरण्याची वेळ अजून आली नव्हती.

कदाचित, धक्काबुक्की करत इतके सगळे लोक मला बघायला पुढे येत होते ते पाहून मला दडपल्यासारखं झालं किंवा लाज वाटली किंवा मी परत दुसऱ्यांदा बुडालो होतो म्हणून माझाच मला राग आला असावा. पाय भराभर उचलून मी जमेल तेवढ्या जोरात धावत सुटलो. धावणं अगदी अशक्य होईपर्यंत मी नदीच्या काठावर लांबवर धावत राहिलो आणि परत नदीत न उतरण्याची शपथ घेतली.

ज्या देवदूतानं मला एकदा नाही, दोनदा वाचवलं होतं त्या बेघर माणसाचे मी आभार मानले का, ते माझ्या आठवणीत नाही.

जमावाला टाळण्याच्या उद्देशाने मी माझ्या नव्यानं ओळख व्हायला लागलेल्या भागापासून दूर पळालो होतो व रात्र व्हायला सुरुवात झाली होती. नदीच्या काठावरच्या

मला माहीत असलेल्या भागाकडे अंधार होण्याआधी परत जाण्याचा प्रयत्न करायला आता उशीर झाला होता. तेव्हा मला लगेचच जवळपास झोपण्यासाठी जागा शोधायला हवी होती. मी एका कारखान्याजवळ पोहोचलो होतो. तो वापरात नसल्यासारखा वाटला व त्याच्यामागे अंधारात कुचकामी गोष्टींचा मोठा ढिगारा दिसत होता. मला एक पुठ्ठ्याचा तुकडा मिळाला, त्याच्यावर मी त्या ढिगाऱ्यामागे थकून भागून झोपून गेलो. तिथे भयंकर घाण वास येत होता; पण मला त्याची आता सवय व्हायला सुरुवात झाली होती. निदान मी सर्वांच्या दृष्टीआड तरी होतो.

त्या रात्री, रस्त्यावर दिव्याखाली जमलेल्या भयानक कुत्र्यांच्या भुंकण्यानं मला जाग आली. मी हातात एक दगड धरून ठेवला व आणखीही काही दगड जवळच ठेवले व बहुतेक तसाच झोपून गेलो असणार. कारण सूर्याचं कडक ऊन तोंडावर आलं म्हणून मला जेव्हा जाग आला, तेव्हा दगड तिथेच होते, पण कुत्रे मात्र कुठेही दिसत नव्हते.

नंतर काही दिवसांत मला स्टेशनच्या आजूबाजूच्या परिसराची, जिथे मी अन्न धुंडाळत फिरत होतो त्या छोट्या दुकानांची व स्टॉल्सची माहिती झाली. दुकानातून येणारे फरसाणाचे, कलिंगडाचे, गुलाबजाम व लाडूंचे वास टाळणं कठीण होतं. मग मला फक्त खात बसलेले लोक समोर दिसत असत. काही जण शेंगा फोडून शेंगदाणे खात खात गप्पा मारत असत, काही जण चहा पीत तर काही एकमेकांत द्राक्षं वाटून खात बसलेले असत. मग माझी भूक चेकाळायची व मी प्रत्येक दुकानदाराकडे जाऊन भीक मागत असे. इतर अर्धा डझन मुलं तिथं घोटाळत असत त्यांच्याबरोबर ते मलाही हाकलवून लावायचे. आमच्यासारख्या किती जणांवर ते दया दाखवणार?

लोकं खात असताना मी त्यांच्यावर लक्ष ठेवत असे. जे माझ्या कुटुंबीयांसारखे गरीब होते ते साधारणपणे चांगलं अन्न टाकत नसत. पण काही अन्न खाली सांडत असे किंवा ते सगळं संपवत नसत. तिथे काही कचऱ्याचे डबे नव्हते. मग लोकांचं खाऊन झालं की ते सरळ जमिनीवर टाकून द्यायचे. त्यांनी टाकून दिलेल्यापैकी कुठचं अन्न खाण्यालायक होतं ते मी बघून ठेवत असे. पूर्वीसुद्धा माझ्या भावांना व मला रेल्वे फलाटावरून कुठचं अन्न उचलून आणायचं ते बरोबर कळत असे. तळलेल्या पदार्थांचे, उदाहरणार्थ, सामोशाचे तुकडे, एकदा का धूळ झटकवून टाकली की खाण्यायोग्य होते; पण त्यासाठी खूप किंमत मोजावी लागे. ते पदार्थ पटकन उचलण्यासाठी खाणं धुंडाळत फिरत असणाऱ्या इतर मुलांशी स्पर्धा असायची. सहज सांडून जाणारे दाणे किंवा काबुली चणे किंवा मसुरा घातलेलं मसालेदार फरसाण यावर बहुधा माझा भर असायचा. कधीकधी मी चपातीसाठी स्पर्धेत उतरत असे. सर्व जण खाण्यासाठी जिवावर उदार झालेले असायचे, त्यामुळे

त्यांच्यात उरल्यासुरल्या तुकड्यांसाठी चुरस असायची. कधी कधी मला लांब ढकललं जायचं तर कधी बुक्के खायला मिळत असत. कुत्री जसं हाडाच्या तुकड्यासाठी भांडतात त्याप्रमाणे आम्ही भांडत होतो.

मी जरी स्टेशनच्या व नदीच्या जवळ झोपत होतो तरी भोवतालचे रस्ते धुंडाळून बघायला लागलो होतो. कदाचित माझी भटकण्याची नैसर्गिक आवड पुन्हा परत डोकं वर काढत होती; परंतु धुंडाळण्यामागे माझी वेडी आशा होती की रस्त्यावरच्या पुढच्या कोपऱ्यावर अशी जागा असेल जिथं खाण्यासाठी काहीतरी मिळेल किंवा जिथं खाणं बनत असेल व जी रस्त्यावरच्या इतर मुलांना सापडलेली नसेल. आणि तिथं एखादा दयाळू दुकानदार असेल किंवा एखादं खराब झालेल्या खाद्य पदार्थांचं टाकून दिलेलं खोकं तरी मिळेल. इतक्या मोठ्या शहरात कितीतरी गोष्टींची शक्यता असते.

पण या शहरात राहण्यात अनेक संकटंसुद्धा असतात. अशाच एका मोहिमेत मला आठवतं, एकदा मी एका दाट वस्तीत पोहोचलो होतो. पडझडीला आलेल्या स्थितीतली घरं, बांबूनं व गंजलेल्या लोखंडाच्या सळ्यांनी बांधलेल्या झोपड्या असलेल्या या वस्तीत अशी दुर्गंधी पसरली होती जणू काहीतरी जवळपास मरून पडलं असावं. मला एकदम जाणवलं की तिथली काही माणसं माझ्याकडे विचित्रपणे बघत होती, जणू काही मला तिथं असण्याचा हक्क नव्हता. तेवढ्यात विडी ओढणाऱ्या मोठ्या मुलांचा एक घोळका मला दिसला. ती मुलं माझ्याकडे बघत होती. त्यांच्या नजरेनं माझा आत्मविश्वास डळमळायला लागला होता. आणि मी जागच्या जागीच थबकलो.

एक मुलगा हातातली सिगारेट उंचावून हात हलवत उठला व मोठमोठ्यानं बोलत माझ्या दिशेनं आला. त्याचे मित्र हसत होते. मला त्यातला एकही शब्द समजत नव्हता. काय करावं याचा विचार करत मी तिथंच उभा राहिलो. माझ्याशी बोलत तो एकदम माझ्या अंगावरच आला व मला दोन थोबाडीत ठेवल्या. माझी वाचाच गेली. मी रडायला लागलो तसं त्यानं मला परत जोरात फटका मारला. मी जमिनीवर कोसळलो. मी रडत होतो व ती मुलं हसत होती.

माझ्या लक्षात आलं की परिस्थिती आणखी गंभीर होण्याची शक्यता होती आणि मला तिथून बाहेर पडलंच पाहिजे. मी कसाबसा धीर एकवटला; उभा राहिलो, मागे वळलो आणि संथ गतीनं चालायला लागलो, जसं आपण एखाद्या धोकादायक कुत्र्यापासून दूर जाऊ तसं. माझा गाल अजूनही झोंबत होता. मला वाटलं की मी जर त्यांच्या ठिकाणी राहण्याची माझी इच्छा नाही असं दर्शवलं, तर ते मला त्रास देणार नाहीत; पण जेव्हा ते माझ्या मागे यायला लागले तेव्हा मी धूम ठोकली. माझ्या पाणावलेल्या डोळ्यांतूनसुद्धा मला समोरच्या दोन इमारतींत थोडं अंतर

दिसलं व मी तिकडे पटकन वळलो. तरी तेवढ्यात त्यांच्यातल्या एकानं फेकलेला दगड माझ्या हाताला लागलाच.

त्या फटीतून कसाबसा मार्ग काढत मी बाहेर आलो तो एका बंदिस्त आवारात. तिथून बाहेर पडण्यासाठी मार्ग मला दिसत नव्हता आणि ती मुलं दुसऱ्या बाजूला ओरडाआरडा करत होती. ते आवार म्हणजे जणू कचरापट्टीचा अथांग समुद्र होता. कचऱ्याचा ढीग अगदी लांबच्या भिंतीपर्यंत उंच पसरला होता. कचऱ्याचा डोंगर चढून दुसऱ्या बाजूनं बाहेर पडण्याची शक्यता मला वाटली असावी कदाचित, म्हणून मी आवारातून तिकडे जायला सुरुवात केली. तेवढ्यातच त्या मुलांच्या कंपूनं दुसऱ्या एका प्रवेशद्वारातून आवारात प्रवेश केला. ते दार मी आधी पाहिलं नव्हतं. एका गंजक्या डब्यातून त्यांनी काहीतरी काढायला सुरुवात केली आणि त्यांचा म्होरक्या माझ्या दिशेनं काहीतरी ओरडला. मग पहिली बाटली हवेतून भिरभिरत आली आणि थेट माझ्या पाठीमागे असलेल्या भिंतीवर आपटून फुटली. आणखी बाटल्या मागोमाग आल्या व माझ्या भोवताली तडकल्या. कुणाचा तरी नेम बरोबर लागून बाटली माझ्यावर धडकायला फार वेळ लागणार नव्हता. धडपडत, नेम चुकवत मी कचऱ्याच्या ढिगापर्यंत कसाबसा पोहोचलो व देवाच्या दयेनं त्या ढिगाला माझं वजन पेलता आलं. भिंतीवरून स्वतःला खेचत मी वर शेवटापर्यंत चढून गेलो. ती मुलं माझा पाठलाग न करोत अशी मनातल्या मनात प्रार्थना करत होतो. माझ्या पायांजवळून सुरकन जात, बाटल्या खाली भिंतीवर कोसळत होत्या.

मला जीव घेऊन पळत जाताना बघणं, एवढाच खेळ त्या कंपूसाठी पुरे होता. त्यांनी मला त्यांच्या टापूतून बाहेर हाकलून दिलं होतं. मी लटपटत शक्य तितक्या वेगानं चाललो होतो; पण त्यांनी माझा पाठलाग करण्याची तसदीसुद्धा घेतली नाही. थोडं पुढे गेल्यावर मला कुणाच्या तरी परसात एक बांबूची शिडी भिंतीला टेकून ठेवलेली आढळली. मी शिडीवरून खाली उतरलो. तिथं एक बाई तिच्या बाळाला घेऊन बसली होती. तिच्या बाजूनं जाऊन घरातून पुढच्या दरवाजानं बाहेर सटकलो. मला वाटतं, तिनं मला तिच्या बाजून जाताना बघितलं नाही. मी पुन्हा लांबवर दिसत असलेल्या पुलाच्या दिशेनं धावत सुटलो.

नदीवर व अन्न शोधतानासुद्धा मी झोपण्यासाठी एखाद्या सुरक्षित जागेच्या शोधात राहत असे. बरेच वेळा मी आधी झोपलेल्या जागी दुसरे लोक येऊन बसलेले असायचे. मग मला तिथून हलायला लागायचं. कधीकधी इतर वेळी मला जास्त चांगली जागाही मिळून जायची. अपुरी झोप व सतत जागा शोधण्याची चिंता यामुळे मी नेहमीच दमलेला असे. एकदा संध्याकाळच्या वेळेस मी नदीवर जे मिळेल ते उचलत चालत होतो व पहिल्यांदाच पुलाच्या सांगाड्याखाली पोहोचलो. तिथं मला लाकडाचे लहान लहान तराफे जोडून ठेवलेले दिसले. देवाला वाहिलेल्या नारळाचे

तुकडे व नाणी त्यावर पडलेली दिसली. शिवाय देवीचे फोटो व छोट्या मूर्तीही होत्या. मला ती देवी दुर्गा (परमश्रेष्ठ महादेवीचा लढवय्या अवतार) होती, हे ओळखता आलं. ती वाघावर बसली होती. तिनं तिच्या अनेक हातात वेगवेगळी शस्त्रं घट्ट पकडून ठेवली होती. मी लहान असताना गोष्टी ऐकल्या होत्या त्यात तिनं ती शस्त्रं असुराचा वध करायला वापरली होती. मातीच्या दिव्यांनी सजवलेलं तिचं रूप बघायला भयानक होतं; परंतु माझ्याभोवती जमणाऱ्या अंधारात ते चमचमणारे दिवे मला एक प्रकारचा दिलासा देत होते. मी पुलाखाली बसून नदीकडे बघत राहिलो. नेहमीच मी भुकेलेला असायचो. मला देवीला वाहिलेल्या गोष्टींचा मोह झाला. मी काही फळांचे व नारळाचे तुकडे उचलले व खाल्ले. मी काही नाणीसुद्धा उचलली.

मला ही जागा सोडून जावसं वाटत नव्हतं. वाटलं की मला राहण्यासारखी ती जागा होती. इथं देवळं होती. शिवाय नदीचं पाणी आरामात बघत बसण्यासाठी लाकडाच्या फळ्यांचे तराफे लावलेले होते. त्या फळ्या मजबूत व स्थिर होत्या, याची मी खात्री केली व त्यावर चढून बसलो. ही जागा मोठी धार्मिक वाटली, कारण इथं लोक देवीची प्रार्थना करायला येत होते. त्या लाकडी फळ्यांवर बसून, फळीच्या खालून वाहत जाणाऱ्या पाण्याचा आवाज ऐकत मी माझ्या कुटुंबीयांचा विचार करत होतो. ते कसे असतील आणि तेसुद्धा माझ्याबद्दल अगदी तस्साच विचार करत असतील, असं मनात राहून राहून वाटत होतं.

माझ्या मनातले हे आताचे विचार व मी इथं (कोलकत्याला) पहिल्यांदा आलो तेव्हा मनात येणारे विचार फार वेगळे आहेत. आता ते इतके तीव्र, दुःखदायक वाटत नव्हते. आता ते मनातल्या वरच्या कप्प्यातून येत नव्हते, ते मनातल्या खोलवरच्या कप्प्यातून येत होते. माझं घर जे मला शोधायचं होतं ते जरी तेच होतं तरी मी बदललो होतो. मला अजूनही तिकडे परत जायचं होतं; पण आता त्या विचारात मी पुरता बुडून गेलो नव्हतो. घरी परतण्याची आशा मी सोडून दिली नव्हती पण इथे टिकून कसं राहायचं, हे दिवस कसे पार करायचे यावर माझं लक्ष केंद्रित झालं होतं. मला वाटतं की जे सापडत नव्हतं त्या घरी राहण्यापेक्षा मला इथं राहत असल्याची जास्त जाणीव होत होती. माझं घर जे मी हरवलं होतं, ते आता आणखीनच दूर वाटत होतं. कदाचित, सध्या तरी काही प्रमाणात हेच माझं घर असल्यासारखं मला वाटायला लागलं होतं.

दुसऱ्या दिवशी सकाळी मी उठलो तेव्हा जंगली दिसणाऱ्या भगव्या कपड्यातल्या साधूंपैकी एक साधू जवळच ध्यान करत बसला होता. लवकरच बाकीचेसुद्धा आले व त्याच्याबरोबर बसले. काही जण कमरेपर्यंत उघडे होते, काहींनी हातात सुशोभित केलेल्या चालताना वापरायच्या काठ्या धरल्या होत्या. मी तिथून हळूच निघालो. मला माहीत होतं की मी त्यांच्या जागेत झोपलो होतो आणि देवीला वाहिलेल्या काही

गोष्टी मी उचलल्या होत्या आणि कदाचित पाण्यावरच्या तराफ्यांना ते देवीचं एक देऊळच मानत होते; पण त्यांनी मला काही इजा केली नाही किंवा उठवलंही नाही आणि त्या क्षणाला मला त्यांच्या सहवासात इतकं सुरक्षित वाटलं की जणू काही माझा व त्यांचा जीवनप्रवास बरोबरीनं चालला होता.

कधीकधी दुसरं काही करायला नसलं की मी रेल्वेच्या आवाराकडे परत जात असे आणि वेगवेगळ्या लोहमार्गांवर भटकत असे. तिथं इतर जणही असायचे– जे काही मिळेल ते शोधत किंवा काही माझ्यासारखे कसाबसा दिवस कटवत! कदाचित तेही हरवलेले असतील व कुठला लोहमार्ग त्यांना घरी घेऊन जाईल याचा विचार करत असावेत. केव्हातरी एखादी ट्रेन वाटेत येणाऱ्या लोकांना बाजूला करण्यासाठी शिट्टी वाजवत बाजूनं जायची.

एका शांत पण भयंकर गरम अशा दुपारी मी असाच इतका वेळ चालत राहिलो की मला उन्हानं अंधारी आली. मी रुळावर बसलो आणि जवळजवळ झोपलोच. एक अस्वच्छ घाणेरडा शर्टपँट घातलेला माणूस माझ्याजवळ आला व मी अशा धोकादायक जागी कशाला रेंगाळत होतो असं काहीतरी विचारलं. मी कचरत, थांबत थांबत कसबसं उत्तर दिलं. ते त्याला नुसतं समजलं असं नाही, तर त्यानं मला समजावं म्हणून सावकाश व काळजीपूर्वक उत्तर दिलं. तो म्हणाला की तिथं बरीच मुलं आगगाडीचा धक्का लागून मरण पावली होती व बरेच जणांना हात पाय गमवावे लागले होते. रेल्वे स्टेशनं व रेल्वे आगारं मुलांसाठी फार धोकादायक ठिकाणं आहेत, खेळण्याच्या जागा नाहीत.

त्या माणसानं माझं बोलणं शांतपणे ऐकून घेतलं व ते तो समजू शकला यानं उत्साहित होऊन, मी त्याला 'मी हरवलो होतो' असं सांगून टाकलं. हेही सांगितलं की मी गिनस्टलेहून आलो होतो, पण ते गाव कुठं आहे हे कुणाला माहीत नव्हतं. मी इथं माझ्या कुटुंबाशिवाय एकटा पडलो होतो व मला राहण्यासाठी कोणतंही ठिकाण नव्हतं. हे असं नीटपणे मी पहिल्यांदाच कुणालातरी सांगू शकलो होतो. माझी गोष्ट ऐकल्यावर तो म्हणाला की, तो मला घरी घेऊन जाईल आणि खायला, प्यायला व झोपायला जागासुद्धा देईल. मला खूपच आनंद झाला. कुणीतरी मला मदत करण्यासाठी थांबलं होतं आणि मला वाचवणार होतं. मी त्याच्याबरोबर जायला जराही कचरलो नाही.

तो एक रेल्वे कामगार होता व रुळांच्या बाजूला असलेल्या एका झोपडीत राहत होता. ज्या ठिकाणी मोठ्या लाल स्टेशनात शिरण्यासाठी सगळे रूळ एकत्र येत होते, तिथे जवळच त्याची झोपडी होती. झोपडी गोलाकार घड्या असलेल्या लोखंडाच्या पत्र्यांची बनवलेली होती व पत्रे मध्येमध्ये जाड पुठ्ठ्याच्या तुकड्यांनी एकमेकांना जोडलेले होते. अशी ही झोपडी एका लाकडी सांगाड्यावर उभी केलेली

होती. तो इतर रेल्वे कामगारांबरोबर या झोपडीत राहत होता व मला त्या सर्वांबरोबर जेवायला बोलवण्यात आलं. मी हरवल्यापासून पहिल्यांदाच टेबलाशी बसून कुणीतरी बनवलेलं जेवण जेवत होतो आणि तेसुद्धा अजून कोमट होतं, थंडगार झालं नव्हतं. झोपडीच्या कोपऱ्यातल्या एका छोट्याशा शेगडीवर त्यांच्यातल्या एकानं बनवलेला डाळभात अजूनही माझ्या स्मरणात आहे. माझ्या तिथं येण्याला इतर कामगारांची काही हरकत दिसली नाही व माझ्याबरोबर जेवण वाटून घेण्याबद्दल काही तक्रारही केली नाही. ते गरीब होते पण रस्त्यावर राहणाऱ्यांपेक्षा त्यांच्या जीवनाचे नियम वेगळे होते. जरी जगणं कितीही कठीण असलं तरी त्यांच्या डोक्यावर छप्पर होतं, साधंसुधं जेवण मिळण्याइतपत पैसे जवळ होते आणि नोकरी होती. त्यांच्याकडे मला द्यायला फार काही नव्हतं; परंतु ते एका अनोळखी व्यक्तीला खायला व राहायला द्यायला तयार होते, हेच खूप होतं. मी राहिलो होतो त्यापेक्षा एका वेगळ्याच जगात प्रवेश करत होतो, असं मला वाटलं. मला तसं वाटायला कारण होतं, फक्त लोखंडी पत्र्यांचं घर व मूठभर डाळ! दुसऱ्यांदा परत मला जाणवलं की या अनोळखी माणसाच्या दयाळूपणानं मला वाचवलं होतं.

झोपडीच्या मागे एक सुक्या गवताच्या पेंढ्यांनी बनवलेला साधा बिछाना पडलेला होता. मी माझ्या घरी परत आल्यासारखा या बिछान्यावर अगदी आरामात व आनंदात झोपलो. रेल्वे कामगारानं मला आधीच सांगितलं होतं की मला मदत करू शकेल अशा एका माणसाला तो ओळखत होता. त्या माणसाच्या भेटीची व्यवस्था केली होती, असं तो दुसऱ्या दिवशी म्हणाला. मनावरचा ताण उतरल्यासारखं वाटून मला अगदी भरून आलं. यापूर्वीचा अनुभव एक वाईट स्वप्न होतं असं मला आताच वाटायला लागलं होतं. लवकरच मी घरी जाणार. सगळे कामगार कामाला गेल्यावर मी सबंध दिवस या परिस्थितीतून मला तारून नेणाऱ्या माणसाची वाट बघत झोपडीतच काढला.

सांगितल्याप्रमाणे दुसऱ्या दिवशी आणखी एक जण आला. तो सावकाश व मला समजेल अशा सोप्या भाषेत माझ्याशी बोलला. त्यानं चांगला सूट घातला होता. मी त्याच्या वेगळ्या दिसणाऱ्या मिशांकडे बोट दाखवलं व म्हणालो 'कपिल देव' कारण तो भारताच्या तेव्हाच्या क्रिकेट कप्तानासारखा दिसत होता. तर तो हसला. माझ्या खाटेवर बसला व म्हणाला 'इकडे ये व मला कुठून आलास ते सांग.' त्यानं विचारल्याप्रमाणे मी मला काय झालं ते सर्व सांगितलं. त्याला मी कुठून आलो त्याबद्दल शक्य तेवढी जास्त माहिती हवी होती म्हणजे त्याला माझं ठिकाण शोधून द्यायला मदत करता आली असती आणि मी त्याला हे सांगत असतानाच तो बिछान्यावर आडवा झाला व त्यानं मलाही त्याच्या शेजारी झोपायला सांगितलं.

माझ्या या प्रवासात बऱ्याच भाग्यदायी व भाग्यहीन गोष्टी घडल्या. मी काही

बरोबर किंवा काही चुकीचे निर्णय घेतले. माझी आंतरिक प्रेरणा नेहमीच अचूक नव्हती; पण बरेच आठवडे रस्त्यावर राहून, जाणीवपूर्वक किंवा अजाणतेनं सतत संकटांचं मोजमापन करून ती तीक्ष्ण झाली होती. संकटातून जगला वाचलात तर तुमच्या आंतरिक प्रेरणेवर तुम्ही विश्वास ठेवायला शिकता. कदाचित कुठल्याही पाच वर्षांच्या मुलाला एखाद्या अनोळखी माणसाच्या शेजारी झोपणं विचित्र वाटेल. न व्हावं असं काहीही घडलं नाही. त्यानं माझ्या अंगाला हातसुद्धा लावला नाही. जरी तो माझं घर शोधून काढण्याची कितीही मोहक आणि झिंग देणारी वचनं मला देत होता, तरी मला आतून वाटत होतं की काहीतरी बरोबर नव्हतं. मला हेही कळून चुकलं की मी त्याच्यावर विश्वास ठेवत नव्हतो, हे मी त्याला दाखवता कामा नये व मी त्याचाच खेळ खेळत राहिलं पाहिजे. तो जेव्हा म्हणाला की तो मला दुसऱ्या दिवशी एका ओळखीच्या ठिकाणी घेऊन जाईल व मला घरी पाठवण्याचा प्रयत्न करेल, तेव्हा मी मान हलवली व होकार दिला. त्याच वेळी मला कळून चुकलं की मला या माणसाशी काहीही कर्तव्य नव्हतं आणि मी त्याच्यापासून पळून जाण्याचा बेत आखायला हवा.

त्या रात्री जेवण झाल्यावर, आदल्या दोन रात्री केलं होतं त्याप्रमाणे मी दरवाजाजवळच्या वापरून जुन्या झालेल्या मोठ्या गोलाकार भांड्यात ताटं धुतली. ते लोक नेहमीप्रमाणे चायबिडीसाठी घोळका करून बसले. लवकरच ते आपल्या गप्पाविनोदात मश्गूल झाले. ही माझ्यासाठी मोठी संधी होती. मी सगळ्यात चांगली साजेशी वेळ गाठली आणि दरवाजातून उडी मारून पसार झालो. जणू काही माझं आयुष्य यावर सर्वस्वी अवलंबून होतं, असा मी धावत सुटलो. आता मागे वळून बघता वाटतं दुर्दैवानं खरंच तसंच होतं. मला आशा होती की त्यांना मी पळून गेल्याचा धक्का बसून त्यांनी पाठलाग करायला सुरुवात करेपर्यंत मी त्यांच्या बराच पुढे गेलेलो असेन. पुन्हा एकदा मी त्या रात्री, रेल्वेच्या बाजूनं माहीत नसलेल्या रस्त्यावरून पळत होतो. कुठे जायचं माहीत नव्हतं. मनात विचार एकच होता – सुटका करून घेणं.

लवकरच मी थकलो व गर्दीच्या रस्त्यावर आलो, तसा माझा वेग कमी झाला. मला वाटलं कदाचित त्यांना माझ्या जाण्याची पर्वा नसेल आणि जरी असली तरी ते इतक्या लांब माझा पाठलाग करूच शकले नसते. तितक्यात मी माझ्या पाठीमागून जवळून कुणीतरी मला नावाने हाक मारताना ऐकलं. विजेचा धक्का बसावा तशी माझ्या शरीरातून वीज सळसळली. जरी मी आजूबाजूच्या लोकांपेक्षा बुटका होतो तरी मी लगेच खाली वाकलो आणि कोपऱ्यावरच्या खाण्याच्या दुकानाजवळच्या गजबजलेल्या अरुंद गल्लीकडे जाऊ लागलो. मी आजूबाजूला बघितलं तर माझा पाठलाग करत असावेत असे एक-दोन जण मला ओझरते

दिसले. अस्वच्छ, कठोर चेहऱ्याची ती माणसं आजूबाजूला बघत भराभर चालत होती. मग माझ्या लक्षात आलं की त्यातला एक तो रेल्वे कामगार होता ज्याला मी पहिल्यांदा भेटलो होतो. आता मात्र तो, मला आपलसं करून घेणारा दयाळू इसम वाटला नाही. मी त्यांच्यापासून दूर जाण्याची घाई करत होतो, पण रस्त्यावर इतकी गर्दी होती की मला भरभर जाणं मुश्कील होत होतं व ती माणसं माझ्या जवळजवळ येत आहेत असं वाटायला लागलं. मला लपणं भाग होतं. दोन घरांमध्ये मला थोडं अंतर दिसलं त्यात मी घुसलो व जमेल तितकं अगदी मागपर्यंत रांगत गेलो. एका गळक्या सांडपाण्याच्या पाइपजवळ आलो. मी आत शिरण्याइतका पाइप मोठा होता. जळमटं व हातावर गळणारं घाण पाणी यांची पर्वा न करता, दिसेनासा होईपर्यंत मी पाइपच्या आत घुसून बसलो. त्या अंधाऱ्या पाइपपेक्षा मला बाहेर काय होतं याची जास्त भीती होती. जर त्यांनी मला शोधून काढलं असतं तर मला या परिस्थितीतून बाहेर पडणं शक्यच नव्हतं.

मी लपलेलो असताना त्यांच्यापैकी एकाला फळांचा रस विकणाऱ्या दुकानवाल्याशी बोलताना ऐकलं. ते दुकान मी लपलो होतो त्याच्या अगदी जवळच होतं. मला तो भयानक प्रसंग आठवतो. मी जरा बाहेर डोकं काढून न्याहाळत होतो तितक्यात त्या रेल्वे कामगारानं स्वतः कठोर नजरेनं फटीत बघितलं व त्याची नजर जवळजवळ माझ्यावर थबकलीच, पण मग मागेपुढे करत दुसरीकडे वळली. मी खरंच सापडण्याच्या इतका जवळ आलो होतो का? जो माणूस मला दिसला तो तोच कामगार होता का, ज्यानं मला आपलं म्हटलं होतं? मला आता खात्रीनं सांगता येत नाही. पण त्याने माझी इतकी भयंकर फसवणूक केली होती की त्या प्रसंगाची आठवण अजूनही माझ्या स्मरणात स्पष्टपणे राहिली आहे. मी या माणसावर विश्वास ठेवला होता आणि तो मला मदत करेल असं खात्रीनं वाटलं होतं; पण त्यानं माझ्या पायाखालची जमीनच खेचून घेतली व मला गिळंकृत करण्याचा प्रयत्न केला. त्या प्रकारानं मी घाबरून गेल्याची जाणीव मी कधीच विसरलेलो नाही.

तो व इतर गेल्याची खात्री होईपर्यंत थोडा वेळ मी लपूनच राहिलो. मग हळूच बाहेर आलो व काळ्याकुट्ट अंधाऱ्या गल्ल्या व रस्त्यातून चालू लागलो. मी हिरमुसलो होतो की माझ्या सगळ्या आशा धुळीला मिळाल्या होत्या; पण सोडवणूक झाल्यामुळे मनावरचा ताण तितकाच हलका झाला होता. काही नाही तर माझी स्वतःला वाचवण्याची, टिकवून धरण्याची इच्छावृत्ती चांगली प्रबळ दिसली. मी स्वतःची काळजी घेऊ शकत होतो या विचारातून मला थोड्याफार प्रमाणात मनोधैर्य मिळत होतं.

मुक्ती

त्या रेल्वे कामगारानं व त्याच्या बरोबरच्या माणसांनी मला परत शोधून काढण्याची मला इतकी भीती वाटत होती की मी स्टेशनच्या आसपास राहण्याचं धारिष्ट्यच करू शकत नव्हतो. आतापर्यंत काही वेळा आसपासच्या भागात भरकटत गेलो होतो खरा, पण या शहरात सर्वप्रथम आलो त्या ठिकाणापासून फार लांब न जाण्याची मी काळजी घेत होतो. पण आता मला तेच करायची जरूर होती. आज प्रथमच मी नदी ओलांडून जाण्याचं ठरवलं.

पुलाच्या दोन्ही बाजूंचे पदपथ रल्वे स्टेशनच्या फलाटासारखेच अनेक प्रकारच्या लोकांनी गजबजलेले होते. बहुतेक जण एकएकटे किंवा आपापले गट करून, आपण फार कामात आहोत असं दाखवत इकडून तिकडे जाण्याच्या घाईत होते, तर काही जण असे रेंगाळत होते जणू काही ते नेहमी त्या पुलावरच राहत होते. घोळक्यानं जाणाऱ्या व डोक्यावर वस्तूंचे मोठे मोठे ढीग घेऊन जाणाऱ्या लोकांना चुकवून मला जावं लागत होतं. वाटेत भिकारी वाडगे घेऊन एखाद्या रुपयाची किंवा अन्नाची भीक मागत बसले होते. काहींना हात-पाय व डोळे नव्हते, तर काहींचे चेहरे आजारामुळे झिजून विद्रूप झाले होते. मधल्या रस्त्यावरून रिक्षा, बैलगाड्या वगैरे वाहनं सरपटत चालली होती. चुकल्याभागलेल्या गाईसुद्धा त्याच गर्दीतून मार्ग काढण्याच्या स्पर्धेत उतरल्या होत्या. ते सगळं बघूनच मी दडपून गेलो होतो. मी स्वतःला त्यातूनच जमेल तसं ढकलत चालत होतो. पुलाच्या दुसऱ्या टोकाला पोहोचल्यावर लगेच मी मुख्य रस्त्याला लागलो.

जरा शांत परिसरात आल्यावर मी गल्लीबोळाच्या चक्रव्यूहातून, रस्त्यावरून विनाकारण फिरत राहिलो पण तरी मी माझं लक्ष अनपेक्षितपणे येणाऱ्या संकटांवर आणि मदतीवर ठेवून होतो. त्या रेल्वे कामगाराबरोबरच्या अनुभवामुळे या दोन्हीतला

फरक सांगणं कठीण झालं होतं. अशी फसवणूक झाल्यामुळे रस्त्यावर राहून माझ्यात आलेल्या चलाखीवर माझा विश्वास वाढला होता; परंतु त्याचबरोबर हेही समजून चुकलो की मी एकटा फार वेळ राहू शकणार नव्हतो. येणारी संकटं फार मोठी व कठीण होती. आणि ती केव्हा कशी येऊन उभी राहतील, हे समजणं माझ्या आवाक्याच्या बाहेर होतं. लोक बेपर्वा तरी असतात किंवा वाईट असतात, हा माझा संशय बळावला होता. परंतु मला मनापासून मदत करणाऱ्या नदीवरच्या बेघर माणसासारखा विरळा माणूस शोधण्याची गरज तेवढीच वाढली होती. मला लोकांपासून दूर राहायचं होतं; पण मी होतो तिथून बाहेर पडण्याचा मार्गही शोधायचा होता. म्हणजे मला अतिशय सतर्क राहायला पाहिजे होतं. मानसिक व शारीरिक थकवा आणि धोका पत्करायची तयारी यांचा काळजीपूर्वक समन्वय साधणं, हे माझ्या उरलेल्या जीवनप्रवासाचं वैशिष्ट्य ठरलं.

मी पुढाकार घेऊन लोकांकडे जास्त चौकशी करू लागलो. नव्या भागातल्या एका रस्त्यावरून मी चालत असताना एका ठिकाणी माझ्याच वयाचा एक मुलगा स्वतःशीच का बाहेरच्या एकंदर जगाशी मोठमोठ्यानं बोलताना दिसला. मी त्याच्याकडे बघत होतो हे जेव्हा त्यानं पाहिलं, तेव्हा तो मला 'कसं काय' म्हणाला व आम्ही लाजत थोडसं बोललो. त्याला मोठ्या माणसासारखं बरंच बोलायला येत होतं म्हणजे तो बहुतेक शाळेत शिकलेला असावा. तसा तो पटकन मैत्री करणारा होता. आम्ही थोडा वेळ रस्त्यावर खेळलो. मग तो म्हणाला की वाटलं तर मी त्याच्या बरोबर त्याच्या घरी जाऊ शकत होतो. मी सावधपणे त्याच्यामागून चालू लागलो.

आम्ही घरी पोहोचल्यावर त्यानं माझी त्याच्या आईशी ओळख करून दिली व मी त्यांना माझ्या बाबतीत काय घडलं होतं ते सांगितलं. त्याची आई म्हणाली की मी त्यांच्याबरोबर जेवायला हरकत नव्हती. इतकंच नाही तर मला घरी जाण्यासाठी मदत करणारा कुणी मिळेपर्यंत मी त्यांच्याकडे राहायलाही त्यांची हरकत नव्हती. त्यांची माझ्याबद्दलची कळकळ बघून माझा थकवा हलका झाला. ही मनमिळाऊ बाई माझं काही वाईट चिंतेल, अशी मी कल्पनाही करू शकलो नाही. शिवाय मला रस्त्यापासून लांब राहण्याची ही एक मोठी संधी होती. त्या रेल्वे कामगाराच्या घरी थोडे दिवस काढल्यामुळेसुद्धा माझी रस्त्यावरच्या कठोर वातावरणात झोपण्याची सवय मोडली होती. मला आता घरात राहून मिळणाऱ्या सुरक्षित वातावरणाची जास्त जरूर होती. मला फार आनंद झाला की मी एका घरी होतो, जिथं मला खायला मिळणार होतं व डोक्यावर छप्परसुद्धा!

दुसऱ्या दिवशी ती आई म्हणाली की पाहिजे तर मी तिच्या व तिच्या मुलाबरोबर बाहेर जाऊ शकत होतो. आम्ही सगळे जवळच्या तळ्यावर गेलो.

तिथं आसपास राहणारे लोक कपडे धुवत असत. तिनंसुद्धा कपडे धुवायला सुरुवात केली व आम्ही दोघांनी पाण्यात अंघोळ केली. मी हरवल्यापासून तीच तोकडी पँट व तोच लहान हाताचा सफेद शर्ट घातला होता आणि मी अगदी घाण झालो होतो. पोहायला नाही लागलं तर मला पाण्यात उतरायला खूप आवडायचं. नेहमीप्रमाणे मी पाण्यात कितीही वेळ बसू शकलो असतो. जसा सूर्य वर येऊ लागला तसा माझा नवा मित्र पाण्यातून बाहेर पडला व स्वतःला कोरडं करून कपडे बदलून तयार झाला. त्याची आई मला त्यांच्याबरोबर निघण्यासाठी बोलवायला लागली. कदाचित मी कुटुंबाच्या नियमांचं पालन करणं व आईच्या अधिकाराचा आदर करणं विसरू लागलो होतो आणि घरी जाण्याची इच्छाही नव्हती, त्यामुळे मी आपला पाणी उडवत खेळत राहिलो. त्या आईचा राग अनावर झाला व तिने माझ्यावर दगड भिरकावला. नशीब, तिचा नेम केसाच्या अंतरानं चुकला. मी रडायला लागलो. ती आई उलटी फिरली व आपल्या मुलाला घेऊन तिथून चालती झाली.

त्या तळ्याच्या उथळ भागात उभं राहून मला त्या क्षणाला काय वाटलं ते मला आता जसंच्या तसं आठवत नाही. माझा काही गैरसमज झाला का? मी पाण्यात खेळत राहिलो म्हणून मला त्यांच्याबरोबर जायचं नव्हतं, असा तर त्यांचा समज झाला नसेल? माझ्या जन्मदात्या आईनं मी चुकीचं वागलो असतो तरी माझ्यावर कधीच दगड फेकला नसता; पण हिनं ज्या सहजतेनं तिच्या घरात माझं स्वागत केलं होतं तितक्याच सहजतेनं माझ्याकडे पाठ वळवली होती! मोठ्या शहरातले लोक असंच वागतात की काय!

जरी त्यांनी मला परत एकटं सोडलं होतं तरी त्यांना भेटणं हा एक नक्कीच सकारात्मक, आत्मविश्वास वाढवणारा अनुभव होता. मला व्यवस्थित जेवण व झोपायला जागा मिळाली, पण मला शोध लागला की मला वाटलं होतं त्यापेक्षा या जगात असे बरेच लोक असू शकतील ज्यांना माझं म्हणणं मला समजवून सांगता येईल आणि मला तसा दुसरा माणूस लवकरच भेटला.

एक दिवस मी एका दुकानासमोर रेंगाळत काही खायला मिळतं का ते बघत, होतो तितक्यात माझ्या भावाच्या, गुड्डूच्या वयाचा एक मुलगा हातगाडीवर काही वस्तू घेऊन आला. त्याचं माझ्याकडे कसं लक्ष गेलं याची मला कल्पना नाही; पण तो मला काहीतरी म्हणाला जे मला समजलं नाही. तो आक्रमक वाटला नाही म्हणून मी न घाबरता नुसता उभा राहून त्याला माझ्या दिशेनं येत असताना बघत राहिलो. नंतर तो मुद्दाम माझ्याशी बोलला. मला त्यानं विचारलं की मी तिथं काय करत होतो, माझं नाव काय होतं.

आम्ही थोडा वेळ बोलत होतो. मी हरवलो होतो हे मी त्याला सांगून

टाकलं. आणि त्यानं मला त्याच्या कुटुंबाबरोबर राहण्यासाठी आमंत्रण दिलं. त्या लहान मुलाच्या आईप्रमाणे हाही माझ्याकडे पाठ फिरवेल का व मला दुखवणार तर नाही, असा विचार मनात येऊन मी थोडा कचरलो असणार. पण तरी मी त्याच्याबरोबर गेलो. त्याच्याबरोबर जाण्यात धोका होता; पण रस्त्यावर राहणंसुद्धा धोक्याचं होतं. माझ्या मनानं दोन्ही धोक्यांची तुलना करून मला सांगितलं की या मुलाचा हेतू चांगला आहे.

मला अंतर्यामी जे वाटलं ते बरोबर ठरलं. तो खरंच मनमिळाऊ होता व मी त्या कुटुंबाच्या घरी बरेच दिवस राहिलो. कधी कधी मी त्याच्याबरोबर बाहेर जात असे व हातगाडीवरचं जड सामान चढवायला-उतरवायला मदत करत असे. तो माझ्याशी सबुरीनं वागत होता आणि त्याला माझी काळजी होती, हे दिसत होतं. मला लवकरच कळलं की तो माझ्यासाठी यापेक्षा बरंच काही करत होता.

एक दिवस तो माझ्याशी नेहमीपेक्षा जरा वेगळ्या पद्धतीनं बोलू लागला - मोठ्या माणसासारखं आणि गंभीरपणे. तो मला म्हणाला की तो मला अशा ठिकाणी घेऊन जाणार होता जिथं मला मदत मिळेल. आम्ही दोघं शहरात गेलो. तो मला एका मोठ्या पोलीस ठाण्यावर घेऊन गेला. तिथं बरेच पोलीस अधिकारी होते. मी आत जायला नकार देऊ लागलो. मला वाटलं, ही त्याची चलाखी होती का? तो मला अटक करवणार होता का? त्यानं मला शांत केलं आणि वचन दिलं की पोलीस मला काही इजा करणार नाहीत. उलट मला माझं घर व माझे कुटुंबीय सापडवायला मदत करतील. खरं म्हणजे काय चाललं आहे हे मला समजत नव्हतं पण मी त्याच्याबरोबर आत गेलो. तो पोरसवदा मुलगा पोलिसांशी काही वेळ बोलत होता आणि शेवटी माझ्याकडे येऊन म्हणाला की तो मला त्यांच्या ताब्यात देऊन जाणार होता. मला तो जाऊ नये असं वाटत होतं आणि मला पोलिसांची अजूनही भीती वाटत होती. पण माझा त्याच्यावरचा विश्वास इतका भक्कम होता की मला थांबायला काही हरकत वाटली नाही. मला दुसरं काय करावं तेही कळत नव्हतं. तो जायला निघाला तेव्हा मला खूप वाईट वाटलं व मी घाबरलो होतो; पण तो म्हणाला की, त्याला जितकं शक्य होतं तितकं त्यानं केलं होतं व मला माझं घर सापडवून देण्याचा हाच सगळ्यात चांगला मार्ग होता. मी त्याचे आभार मानले असावेत, अशी मला आशा आहे.

तो निघून गेल्यावर पोलीस ठाण्याच्या मागे असलेल्या कोठडीत मला नेण्यात आलं. मला तिथं एका लहान खोलीत ठेवण्यात आलं व दरवाजाला कुलूप लावलं गेलं. परिस्थिती सुधारणार होती का खालावणार होती, याची मला काहीच कल्पना नव्हती. तेव्हा मला कळलं नाही, पण नदीवरच्या बेघर माणसाप्रमाणे या पोरसवद्या मुलानं अक्षरशः मला वाचवलं होतं.

कधी कधी मी विचार करतो की जर या मुलानं मला जवळ केलं नसतं किंवा मी त्याच्यावर विश्वास ठेवायला तयार झालो नसतो, तर माझं काय झालं असतं? कदाचित, यानं जे केलं ते दुसऱ्या कुणी सरतेशेवटी केलंही असतं किंवा मला एखाद्या बेघर मुलांसाठी असलेल्या संस्थेनं रस्त्यावरून उचललं असतं. पण मी रस्त्यावरच मरून जायची शक्यता जास्त होती. आज कोलकात्याच्या रस्त्यांवर जवळजवळ लाखभर मुलं राहतात व त्यांतली बरीच वयात यायच्या आधीच मरतात.

त्या रेल्वे कामगाराच्या मित्राचा काय बेत होता किंवा मी जवळच झोपलेलो असताना स्टेशनवरून उचललेल्या मुलांचं पुढे काय झालं, हे अर्थात मला माहीत नाही; पण मला खात्री वाटते की माझ्यापेक्षा त्यांना भयानक गोष्टींना तोंड द्यायला लागलं असणार. भारतातील किती मुलांचा लैंगिक व्यवसायासाठी, गुलामगिरीसाठी किंवा अवयव विक्रीसाठीसुद्धा चोरटा व्यापार होत असतो, याची कुणालाच कल्पना नाही. परंतु मुलांची संख्या जास्त व पोलिसांची अतिशय कमी असल्यामुळे हे सगळे धंदे जोरात चालू असतात.

मी रस्त्यावर राहत होतो त्यानंतर काहीच दिवसांनी प्रथम कोलकात्यात, नंतर मुंबईत 'स्टोन मॅन' खून प्रकरण सुरू झालं. कुणीतरी रस्त्यावर झोपलेल्या, विशेषकरून शहरातल्या रेल्वे स्टेशनांजवळ झोपलेल्या बेघर माणसांचे मोठे दगड किंवा सिमेंटच्या लाद्या डोक्यावर घालून खून करायला सुरुवात केली. सहा महिन्यांच्या काळात तेरा माणसं मारली गेली आणि कुणावरही आरोप ठेवण्यात आला नाही. (मात्र पोलिसांनी एका संशयास्पद मनोरुग्णाला पकडल्यानंतर खून थांबले) जर मी रस्त्यावर राहिलो असतो तर नक्कीच जिवंत राहिलो नसतो आणि हे पुस्तक लिहिलं गेलं नसतं.

माझ्याकडे विसरायला आवडल्या असत्या अशा अनेक आठवणी आहेत. तरीसुद्धा एक गोष्ट जी मला आवर्जून लक्षात ठेवायला आवडली असती, ती म्हणजे त्या तरुण मुलाचं नाव!

त्या दिवशी मी पोलिसांच्या कोठडीत झोपलो. नंतर सकाळी काही पोलीस हवालदार आले व त्यांनी मला समजावून सांगितलं की मला पकडण्यात आलेलं नव्हतं व मी कुठच्याही संकटात सापडलेलो नव्हतो. ते मला मदत करायचा प्रयत्न करणार होते. मला ते ऐकून काही खास बरं वाटलं नाही; पण त्यांचं म्हणणं मी स्वीकारलं. अर्धी पृथ्वी ओलांडून जाण्याच्या पुढच्या प्रवासासाठी टाकलेलं हे पहिलं पाऊल होतं.

मला जेवण देण्यात आलं. मग एका भाताच्या पेंढ्या वाहून नेण्याच्या गाडीत मला व माझ्याहून छोट्या-मोठ्या इतर मुलांना बसवण्यात आलं. आम्हाला शहरातून

एका इमारतीकडे नेण्यात आलं. तिथं आम्हाला सरकारी कर्मचाऱ्यासारख्या दिसणाऱ्या लोकांनी खायला-प्यायला दिलं. त्यांनी मला खूप प्रश्न विचारले. मला बरंच काही समजत नव्हतं. पण एवढं कळलं की त्यांना मी कोण व कुठून आलो हे माहीत करून घ्यायचं होतं. जमलं तेवढं मी सांगितलं. त्यांनी माझी उत्तरं त्यांच्याकडच्या अनेक फॉर्मांवर व दस्तऐवजांवर लिहून घेतली. 'गिनस्टले'चा त्यांना काही बोध झाला नाही. मी जिथून ट्रेन घेतली होती त्या स्टेशनाचं नाव आठवायला मला कष्ट पडत होते व मी इतकचं सांगू शकलो की माझे भाऊ त्या ठिकाणाला 'बुरामपोर', 'बिरामपूर' किंवा 'बेरामपूर' असं काही तरी म्हणत असत.

त्यांनी टिप्पण्या केल्या खऱ्या, पण त्यांना खरं म्हणजे अशी अर्धवटपणे आठवत असलेल्या नावांची लहानसहान गावं, जी भारतात कुठेही असू शकतात, ती शोधून काढण्याची काहीही आशा नव्हती. मला माझं पूर्ण नावही माहीत नव्हतं. मी फक्त सरू होतो. शेवटी माझं नावगाव न कळल्यामुळे त्यांनी मला 'हरवलेला' म्हणून अधिकृतपणे घोषित केलं.

त्यांचे प्रश्न विचारून झाल्यावर मला एका व्हॅनमधून दुसऱ्या एका इमारतीत नेण्यात आलं. ते म्हणाले की ते 'घर' (home) माझ्यासारख्या मुलांसाठी होतं, ज्यांना कुठंही जाण्याचं ठिकाण नव्हतं. तुरुंगाला असतो तशा एका अजस्र लोखंडी दरवाजाबाहेर गाडी थांबली. त्याच्या जवळच्या भिंतीत एक छोटासा दरवाजा होता. मला विचार पडला की या दरवाजातून मी एकदा का आत गेलो तर पुढे कधी बाहेर पडेन का? पण आता मी इथवर पोहचलो होतो आणि मला परत रस्त्यावर राहायला जायचं नव्हतं.

आतमध्ये, ज्यांना 'घर' म्हणत अशा मोठ्या इमारती असलेली बंदिस्त जागा होती. मला जिथं नेण्यात आलं ती दोन मजली अवाढव्य इमारत होती, जिथं हजारो मुलं खेळत होती किंवा गट करून बसली होती. मला एका मोठ्या हॉलमध्ये नेण्यात आलं. इथं भिंतींवर 'बंक बेड्स' (bunk beds) च्या खूप साऱ्या रांगा होत्या. हॉलच्या टोकाला शेवटी एक सामुदायिक स्नानगृह होतं.

मला मच्छरदाणी लावलेला एक 'बंक बेड' दाखवण्यात आला. तो मी व एक लहान मुलगी मिळून वापरणार होतो. मला खायला-प्यायला मिळणार होतं. प्रथम मला हे 'घर' म्हणजे माझी शाळेची जी कल्पना होती तसं असावं असं वाटलं. पण या शाळेत बिछाने असलेल्या खोल्या होत्या आणि मुलं इथं राहत होती. हे जास्त करून एखाद्या इस्पितळासारखं किंवा तुरुंगासारखं होतं. काही दिवस गेल्यानंतर ते नक्कीच शाळेपेक्षा तुरुंगासारखंच जास्त वाटलं. तरी सुरुवातीला डोक्यावर छत्र होतं आणि खायला मिळत होतं म्हणून मी तिथं राहत असल्याबद्दल खूश होतो.

मला लवकरच कळलं की मी होतो त्या मोठ्या खोलीच्या वरती आणखी एक मोठी खोली होती. तिथंही अशाच 'बंक बेड्स'च्या रांगा होत्या व अनेक मुलं राहत होती. पुष्कळ वेळा आम्ही एका 'बेड'वर तीन किंवा चार जण झोपत असू आणि मधून मधून आमच्या खोल्या बदलल्या जात असत. त्यामुळे आम्ही वेगवेगळ्या मुलांबरोबर 'बेड' वापरत असू. घरात बरीच मुलं असली तर आम्हाला जमिनीवरही झोपायला लागायचं. न्हाणीघरं नेहमी साफ केली जात नसत. एकंदर हे सगळंच अनाकलनीय भयानक गूढ असल्यासारखं वाटायचं, विशेष करून रात्रीच्या वेळी, प्रत्येक कोपऱ्यात भूत लपून बसलं आहे, अशी कल्पना मनात सहज डोकवायची, तेव्हा तर जास्तच!

अशा जागेबद्दल काय वाटतं हे तिथली बरीचशी मुलं ज्या परिस्थितीतून गेलेली असतात त्या परिस्थितीशी कुठेतरी जोडलेलं असतं, असा माझ्या मनात विचार येतो. काहींना त्यांच्या कुटुंबीयांनी सोडून दिलं होतं तर काही जण त्यांच्यामुळे दुखावले होते म्हणून इथं आणले गेले होते. मला वाटायला लागलं की मी त्यातल्या त्यात नशीबवान होतो. मला पुरेसा आहार मिळत नव्हता तरी मी आजारी नव्हतो. मला इथं हात किंवा पाय नसलेली मुलं दिसली, पण काही जण तर अवयवच नसलेली अशीही होती. बाकी काहींना भयंकर जखमा झाल्या होत्या तर काही बोलू शकत नव्हते किंवा बोलत नव्हते. मी पूर्वीसुद्धा असे शारीरिक व्यंग असलेले लोक पाहिले होते. मनानं अशांत, अस्थिर असलेले, असेच आरडाओरडा करणारे, विचित्र वागणारे लोक स्टेशनच्या आसपासच्या रस्त्यांवर दिसायचे. पण तिथं असताना जर मला त्यांची भीती वाटली तर मी त्यांना सहज टाळू शकत होतो. मात्र या 'घरा'त असताना मी तशा मुलांपासून दूर जाऊ शकत नव्हतो. मी ज्या मुलांबरोबर राहत होतो, त्यांच्या वेगवेगळ्या समस्या होत्या. त्यातले काही गुन्हेगार व हिंसक वृत्तीचे होते; पण तुरुंगात टाकण्यासाठी वयानं लहान होते. काही मात्र जवळजवळ वयात आलेले होते.

मला नंतर कळलं की हे बालगृह पकडून आणलेल्या लहान मुलांना ठेवण्याचं केंद्र होतं व ते 'लिलुआ' नावानं ओळखलं जात होतं. कोणत्याही किंबहुना सर्व प्रकारच्या समस्या असलेली मुलंच फक्त इथं नव्हती, तर त्यात मनोरुग्ण, चोर, खुनी व गुन्हेगार टोळ्यांचे सदस्यही होते. त्या वेळी मला ती फक्त एक भयानक जागा म्हणून माहीत होती, जिथं मला रात्री कुणाच्या तरी किंचाळण्यानं किंवा बऱ्याच मुलांच्या रडण्यानं जाग यायची. या जागेत माझं काय होणार? या भयानक ठिकाणी मी किती दिवस राहणार होतो?

कठीण परिस्थितीत टिकून कसं राहायचं, हे मला परत शिकावं लागलं. रस्त्यावर असताना बाहेरची मुलं जशी माझ्यावर टपून असायची, तशीच इथं

'घरा'तली मोठी मुलंसुद्धा माझ्यामागे होती. मला बोलता कमी येत असल्यामुळं माझ्यावर कुणीही हल्ला करू शकत होतं व मी लहानखुरा असल्यामुळे त्यांच्यापासून स्वतःचा बचाव करू शकत नव्हतो. यामुळे त्या मुलांमधली दादागिरी व पाशवी वृत्ती आणखीच उफाळून येत असे. मोठी मुलं मला प्रथम टोमणे मारून सुरुवात करायचे आणि माझी चेष्टा करायचे. मग मला ढकलायचे आणि मी पळून जाऊ शकलो नाही की मला धोपटायचे. मी लवकरच खेळाच्या वेळात काही ठिकाणांपासून दूर राहायला शिकलो. कर्मचारी मध्ये पडायला तयार नसायचे, पण जेव्हा पडायचे तेव्हा दोष कुणाचा आहे हे न बघता शिक्षा दिली जायची. एक लांब, पातळ छडी आणली जायची जी दोन्ही तऱ्हेनं लागायची. माराबरोबर छडीचं दुभागलेलं तीक्ष्ण टोक कातडीला टोचलं की चिमटेसुद्धा बसायचे.

इतर संकटं असायची पण ती स्वतः केलेल्या प्रयत्नांपेक्षा माझ्या नशिबामुळेच मी बहुधा टाळू शकलो. 'लिलुआ'च्या भोवती उंच भिंत होती; पण त्यावरून बाहेरून चढून इमारतीत आत येणारी माणसं पाहिल्याच्या आठवणी मला आहेत. ते काय करत असत ते मी पाहिलंही नाही व त्याबद्दल कुणाकडून काही ऐकलं नाही. पण ती अनोळखी माणसं निसटून जाण्याआधीच मुलं रडतरडत धावत सुटायची. मला माहीत नाही की कर्मचाऱ्यांना पर्वा नव्हती की आमचं रक्षण करण्यात ते असमर्थ होते. अर्थात ही जागा खूप मोठी होती आणि बालगृह म्हणून लिलुआ चांगलं प्रसिद्ध होतं. मी रस्त्यावर राहत असताना ज्या प्रकारचे लोक मला पकडायला बघायचे त्यांच्या वाटा अडवायला भिंती व प्रवेशद्वारं नव्हती, जशी इथं होती. ही आणखी एक गोष्ट आहे जी मला होऊ शकली असती आणि तिच्याबद्दल फार गंभीर विचार करणं मी टाळतो; परंतु जे माझ्याइतके नशीबवान नव्हते, त्यांचा विचार मनात आला की मी बेचैन होतोच. ही बेचैनी मी मोठा झाल्यावर वाढली आहे. कदाचित, आता मला जगाच्या रीतींची जास्त ओळख झाली आहे आणि स्वतःला लाभलेल्या सुदैवाची मला जास्त जाणीव झाली आहे, म्हणूनही असेल. मला आता कळलं आहे की थोडीच मुलं रस्त्यावरून पळवली जातात; पण जी जातात त्यांतल्या बऱ्याच जणांच्या पुढ्यात खूप त्रास वाढून ठेवलेला असतो.

'लिलुआ' बालगृहात मी जे काही थोडे आठवडे होतो त्या काळात मी काही मुलांना भिंतीत असलेल्या छोट्या दरवाजातून बाहेर पडताना पाहिलं होतं. पण मला खात्रीपूर्वक माहीत नव्हतं की त्यांना बाहेर का जाऊ दिलं जात होतं किंवा ते कुठे जात होते. त्यांचे कुटुंबीय कुणाला सापडले असतील म्हणून? मला विचार पडायचा की मोठी मुलं या बालगृहाच्या चार भिंतीत राहता राहता वयात आली की त्यांचं काय होत असेल. कदाचित त्यांना दुसऱ्या ठिकाणी

पाठवलं जात असेल किंवा अमुक एक वयानंतर परत रस्त्यावर सोडूनही दिलं जात असेल. कारण काही असेल; पण मी प्रार्थना करत असे की वयात येण्याच्या आधी सुटून जाणाऱ्यांपैकी मी एक असावा.

आणि शेवटी, मी त्यातला एक झालो! मला त्या वेळी याचं कारण कळलं नाही. पण ते असं होतं की अधिकाऱ्यांना मी बेपत्ता आहे अशी तक्रार कुणी नोंदवलेली मिळाली नव्हती आणि मी कुठून आलो होतो हे त्यांना माहीत नव्हतं. म्हणून मी 'लिलुआ'मध्ये आल्यावर साधारण एक महिन्यानंतर अधिकाऱ्यांनी मला एका अनाथाश्रमाकडे सोपवायचं ठरवलं. मला एवढच कळलं की मुख्य कार्यालयात मला बोलावलं होतं. तिथं सांगण्यात आलं की मला दुसऱ्या चांगल्या बालगृहात पाठवण्यात येत होतं. मला अंघोळ करायला पाठवलं व नवीन कपडे दिले गेले. नेहमीप्रमाणे मी जसं सांगितलं गेलं तसं केलं. ते म्हणाले की, मी नशीबवान होतो. जरी त्यांना माझे कुटुंबीय सापडलेले नव्हते तरी ती नरकासारखी वाटणारी जागा सोडून जाताना मला खरंच फार नशीबवान असल्यासारखं वाटलं.

'इस्सा' (Indian Society for Sponsorship & Adoption, ISSA) च्या मिसेस सूद या माझ्या आयुष्यातील एक महत्त्वाच्या व्यक्ती ठरणार होत्या. मिसेस सूदनी मला समजावून सांगितलं की अधिकाऱ्यांना मी कोण होतो किंवा माझं घर व कुटुंबीय कुठे होते त्याची कल्पना नव्हती. त्या म्हणाल्या की मी सांगितलेल्या 'बेरामपूर' नावाच्या ठिकाणी माझ्या कुटुंबीयांना शोधण्यासाठी त्या प्रयत्न करणार होत्या. तोपर्यंत मी त्यांच्या 'नवजीवन' या अनाथाश्रमात राहू शकत होतो.

'नवजीवन' याचा अर्थ हिंदीमध्ये नवं आयुष्य असा होतो, हे नंतर मला कळलं. 'नवजीवन' 'लिलुआ' बालगृहापेक्षा खूपच चांगलं निघालं व इथं माझ्याएवढीच लहान मुलं राहत होती. ही एक निळ्या रंगाची तीन मजली काँक्रीटची इमारत होती व 'लिलुआ'पेक्षा खूप जास्त स्वागतशील वाटत होती. आम्ही आत गेलो तर काही मुलं नव्यानं येणाऱ्या मुलाला बघायला एका कोपऱ्याजवळ उभी होती. ज्या बाईंनी माझं व मिसेस सूदचं स्वागत केलं होतं, तिनं त्यांना पिटाळून लावलं, तेव्हा ती हसत हसत पळून गेली. आम्ही आत चालत जात होतो, तेव्हा मला काही खोल्यातल्या 'बंक बेड्स' वर सूर्यकिरण पडत असताना दिसले. त्या 'घरा'त होते त्यापेक्षा इथं कमी 'बंक बेड्स' होते. खिडक्यांना लोखंडी सळ्या लावलेल्या होत्या, पण मला आता समजू लागलं होतं की त्या आमच्या संरक्षणासाठी होत्या. आम्हाला तुरुंगाप्रमाणे बंदिस्त करण्यासाठी नव्हत्या. भिंतीवरच्या रंगीबेरंगी भित्तिपत्रांमुळे इथलं वातावरण मी जिथून आलो होतो तिथल्यापेक्षा खूपच मित्रत्वाचं वाटत होतं.

इथं जरी बालगृहापेक्षा कमी मुलं राहत होती तरी कधीकधी रात्री गर्दी व्हायची व काही मुलांना खाली जमिनीवर झोपायला लागत असे. त्यामुळे शेजारी झोपलेल्या दुसऱ्या कुणी जर बिछाना ओला केला असेल तर जाग यायची. सकाळी इमारतीच्या प्रवेशद्वाराच्या जवळ असलेल्या विहिरीतून पाणी वर चढवलं जात असे व ते पाणी आम्ही ब्रशच्या ऐवजी आमची बोटं वापरून दात घासण्यासाठी वापरत असू. आम्हाला एक चपाती किंवा बिस्किटाबरोबर एक ग्लास गरम दूध प्यायला दिलं जात असे.

दिवसा साधारणपणे सगळं शांत असायचं, कारण बाकीची बरीच मुलं शाळेत जायची. मी पूर्वी कधी शाळेत गेलो नव्हतो म्हणून मी मागे राहत असे आणि कधी कधी तर एकटाच असे. मी बराच वेळ प्रवेशद्वाराशी असलेल्या पोर्च (porch) मध्ये बसून घालवत असे. पोर्च सगळ्या बाजूंनी सळ्या लावून पिंजऱ्याप्रमाणे बंद केलेलं होतं. तिथून समोरच्या रस्त्यावरचं तळं दिसायचं; ते दृश्य मला फार आवडायचं. काही दिवसांनी तळ्याच्या पलीकडे राहणाऱ्या, गुड्डूच्याच वयाच्या एका मुलीशी माझी ओळख झाली. ती कधीकधी भेटायला येत असे. क्वचित काहीतरी खाऊ मला सळ्यांच्या फटीतून द्यायची. एक दिवस तिनं मला एक श्रीगणेशाचं पदक असलेलं गळ्यातलं दिलं. गणेशाचं डोकं हत्तीच्या डोक्यासारखं होतं. मला खूप आश्चर्य वाटलं. मला कुणाकडून मिळालेलं हे पहिलंच बक्षीस होतं. मी ते गळ्यातलं इतरांपासून लपवून ठेवलं होतं. फक्त अधूनमधून बाहेर काढून मी त्याच्याकडे आश्चर्यानं टक लावून बघत असे. मला नंतर कळलं की श्रीगणेशाला संकटांचं निवारण करणारा देव समजला जातो व कुठच्याही कार्याच्या सुरुवातीला त्याची पूजा केली जाते. त्या मुलीनं मला म्हणूनच ती साखळी दिली की काय कोण जाणे! (श्री गणेश हा साहित्याचाही आश्रयदाता समजला जातो; म्हणजे एका तऱ्हेनं या पुस्तकाचाही तो आश्रयदाता आहे).

हे गळ्यातलं म्हणजे माझ्याजवळची केवळ एक सुंदर वस्तू नव्हती. जगात चांगली माणसंसुद्धा आहेत जी मला मदत करण्याचा प्रयत्न करत आहेत, याचा माझ्यासाठी तो एक भक्कम निर्देशक होता. माझ्याकडे ते गळ्यातलं अजूनही आहे आणि मी सांभाळून ठेवलेल्या मौल्यवान ठेव्यांपैकी ते एक आहे.

बालगृहाप्रमाणे इथं अनाथाश्रमातसुद्धा दादागिरी करणारी मुलं होती पण ती माझ्याच वयाच्या आसपासची होती म्हणून मी त्यांच्यापासून लांब राहू शकत होतो. साधारणपणे मी कुठच्याही अडचणीत न सापडण्याचा प्रयत्न करत असे. फक्त एकदाच असं झालं की एका मुलीनं तिथून पळून जायचं व मला बरोबर घेऊन जायचं ठरवलं. मी स्वतः कधीच पळून जाण्याचा विचार केला नव्हता; पण तिनं मला तिच्या योजनेत खेचून घेतलं आणि मला काही समजण्याआधीच आम्ही एका सकाळी दरवाजातून बाहेर पळालो. रस्त्यावर थोडं पुढे गेल्यावर

एका मिठाईच्या दुकानापर्यंत पोहोचलो. तिथं मिठाईवाल्यानं आम्हाला थोपवून धरण्याच्या हेतूनं खाऊ खायला दिला व 'नवजीवन'च्या कर्मचाऱ्यांना आम्ही कुठे होतो ते कळवलं. या प्रकाराबद्दल आम्हाला कुठच्याही प्रकारची शिक्षा झाल्याचं मला आठवत नाही. खरं तर अनाथश्रमात कधी कुणाला फटकेही मारले जायचे नाहीत, मग छडीनं मारणं तर सोडाच. कदाचित फाडफाड बोललं जायचं किंवा कुणी वाईट वागलं असेल तर एकटं बसायला सांगितलं जायचं.

मिसेस सूदनी मला थोड्या दिवसांतच सांगितलं की त्यांनी खूप प्रयत्न करूनसुद्धा ते माझं घर किंवा कुटुंबीयांना शोधून काढू शकले नव्हते व याच्यापलीकडे त्यांना अधिक काही करणं शक्य नव्हतं. मिसेस सूद खूप मनमिळाऊ होत्या आणि मला खात्री होती की त्या मला मदत करण्याचा प्रयत्न करत होत्या; परंतु त्यांना बेरामपूरमध्ये माझी आई सापडली नव्हती. त्या म्हणाल्या की, मी राहू शकेन असं दुसरं कुटुंब माझ्यासाठी शोधण्याचा त्या प्रयत्न करतील. त्या काय सांगत आहेत हे समजून घेण्याची मी धडपड करत होतो आणि मला कटू सत्य पुढ्यात दिसू लागलं. खरं तर त्या मला सांगत होत्या की मी कधीच माझ्या घरी परतणार नव्हतो.

माझ्या मनानं ते काही प्रमाणात स्वीकारलं होतं. सुरुवातीचा घरी परत जाण्याचा जरा जास्त तीव्रतेनं वाटलेला उतावळेपणा हळूहळू विरत चालला होता. माझं जग परत पूर्ववत झाल्याशिवाय मी जगूवाचू शकणारच नाही, असं जे वाटत होतं ते वाटणं फिकं व्हायला लागलं होतं. आता मी आजूबाजूला जे बघत होतो, ज्या परिस्थितीत होतो तेच माझं जग होतं. माझे भाऊ स्वतःच्या हिमतीवर घरापासून लांब राहताना जे धडे शिकले असावेत, तेच मी आता शिकत होतो; फक्त मी त्यांच्यापेक्षा वयानं लहान होतो व जरूर भासेल तेव्हा आई जवळ असण्यानं जी सुरक्षितता मिळाली असती, ती आता नव्हती. मी माझं सर्व लक्ष टिकून राहण्यासाठी काय करायचं यावर केंद्रित केलं होतं आणि ते करणं म्हणजे मी माझ्या पुढ्यात जे आहे यावर लक्ष देणं होतं- माझ्यापासून जे दूर होतं त्यावर नाही. मी विचार करत असे की मोठ्या माणसांना मी जिथून आलो तिथं मला परत नेण्यासाठी नेमकी ट्रेन का सापडत नाही? मिसेस सूदनं दिलेल्या बातमीनं मी दुखावलो गेलो होतो आणि ही स्थिती बदलणार नाही, हे समजू लागलो होतो. असं असूनसुद्धा मी मोडकळून गेल्याचं मला आठवत नाही.

मिसेस सूद मला म्हणाल्या की, इतर देशांतली कुटुंबं भारतातील हरवलेल्या मुलांना आपल्याबरोबर राहायला ठेवण्यासाठी खुशीनं तयार होती. मला हवं असेल तर त्या माझ्यासाठी नवीन कुटुंब शोधायला तयार होत्या. मला नाही वाटत की

त्या वेळेस त्यांचा प्रस्ताव मला नीटपणे समजला होता. मी त्यावर फार विचारही केला नाही.

पण 'नवजीवन'मधून जेमतेम चार आठवड्यांतच मला 'इस्सा'च्या ऑफिसमध्ये नेण्यात आलं. तिथं मिसेस सूद मला म्हणाल्या की एक आई-वडील मिळाले होते ज्यांना मला त्यांच्या घरी घेऊन जायची इच्छा होती. ते एका दुसऱ्या देशात- ऑस्ट्रेलियात- राहत होते. त्या असंही म्हणाल्या की या देशाशी भारत क्रिकेट खेळतो. मी ते आधी ऐकलेलं होतं; पण मला ऑस्ट्रेलियाविषयी त्याव्यतिरिक्त काहीही माहिती नव्हती. त्या म्हणाल्या की मी ओळखत असलेले अब्दुल व मुसा अलीकडेच ऑस्ट्रेलियाला रवाना झाले होते आणि माझी नव्यानं मैत्री झालेली अस्रासुद्धा तिकडे जाण्यासाठी निवडली गेली होती. ऑस्ट्रेलिया चांगला देश होता आणि कुटुंबविरहित गरीब मुलांना मदत करत होता. भारतातील बऱ्याच मुलांना कधी मिळणार नाही अशी संधी मिळवून देत होता.

'नवजीवन'मध्ये परत आल्यावर अस्रा व मला प्रत्येकाला आमच्या नव्यानं होणाऱ्या कुटुंबीयांनी बनवलेले लहान लाल रंगाचे आकर्षक फोटो आल्बम दाखवण्यात आले. त्यात त्यांचे, त्यांच्या घराचे व त्यांच्या जीवनाची इतर अंगं दाखवणारे फोटो होते. मी माझं पुस्तक डोळे फाडून बघत होतो. मी नेहमी बघत होतो त्या लोकांपेक्षा हे अगदी वेगळे दिसत होते. ते गोरे होते! आणि त्यांच्या आजूबाजूचं सगळंच चकचकचीत, स्वच्छ आणि नवं दिसत होतं. त्यातल्या काही गोष्टी मी कधी बघितलेल्या नव्हत्या व 'नवजीवन'चे कर्मचारी आम्हाला खाली इंग्लिशमध्ये लिहिलेली शीर्षकं समजावून सांगत होते. माझ्या पुस्तकात लिहिलं होतं – 'तुझे वडील आपली गाडी धुवत आहेत व या गाडीतून आपण अनेक ठिकाणांना भेट देऊ.' त्यांच्याकडे गाडी होती! 'हा बंगला म्हणजे आपलं घर.' ते खूप भव्य होतं, त्याला बऱ्याच काचेच्या खिडक्या होत्या व एकदम नवीन दिसत होतं. ते पुस्तक मला उद्देशून होतं. त्यावर लिहिलेलं होतं 'प्रिय सरू.' या कुटुंबीयांचं नाव मिस्टर व मिसेस ब्रायर्ली होतं, असं सांगण्यात आलं.

आल्बममध्ये एका जेट विमानाचं चित्र होतं. ('हे विमान तुला ऑस्ट्रेलियाला घेऊन येईल.') त्या चित्रांनी मला फारच भुरळ घातली. पूर्वी गावाला जेट विमानं उंच उडत, आकाशात पाठीमागे धुराचे पट्टे सोडत जाताना मी पाहिली होती. ती बघून विचार यायचा की विमानात बसून ढगातून जाताना कसं वाटत असेल? मनात आलं की जर मी या लोकांकडे जायला 'हो' म्हटलं तर मला ते नक्की कळेल.

हा अगदी भारावून टाकणारा अनुभव होता. आमची आल्बमरूपी पुस्तकं संस्थेच्या कर्मचाऱ्यांच्या ताब्यात सुरक्षित ठेवलेली होती. अस्रा त्यांना ती

पुस्तकं आम्हाला वारंवार दाखवायला सांगायची. ती माझ्या शेजारी बसून पुस्तक उघडायची व म्हणायची 'ही माझी नवी आई' किंवा 'हे माझं घर.' मीसुद्धा म्हणायचो 'हे माझं नवं घर' किंवा 'ही माझ्या वडिलांची नवी गाडी.' आम्ही एकमेकांना प्रोत्साहन द्यायचो व तिचा उत्साह माझ्यातसुद्धा संचारायचा. असं वाटायचं की जरी मी त्यात नव्हतो, तरी ते गोष्टीचं पुस्तक जणू काही माझ्याविषयीच होतं. हे सगळं खरं आहे, यावर विश्वासच बसत नव्हता. मला ऑस्ट्रेलियाविषयी जे काही माहीत झालं होतं ते या लाल पुस्तकात होतं आणि खरं म्हणजे मला आणखी काही विचारायला सुचलंच नसतं.

'नवजीवन' मध्ये प्रत्येक जण आपापल्या हरवलेल्या आई-वडलांना आठवून कधी ना कधी रडायचा. काही मुलांच्या आई-वडलांनी त्यांना सोडून दिलं होतं तर काही वारले होते. मला फक्त माझे कुटुंबीय कुठे आहेत ते माहीत नव्हतं आणि त्यांना शोधायला मला कुणी मदत करू शकत नव्हतं. कसंही असलं तरी आमच्या सगळ्यांचे कुटुंबीय हरवलेले होते आणि आम्ही त्यांच्याकडे परतणार नव्हतो. आणि आता मला नव्या कुटुंबात जाण्याची संधी दिली जात होती. अस्रा आधीच तिच्या कुटुंबाविषयी उत्साहानं बोलायला लागली होती.

ऑस्ट्रेलियाला जाण्याची, न जाण्याची निवड करण्याची मुभा मला खरंच दिली होती की नाही, हे मला माहीत नाही. पण मला खात्री आहे की जर मी काही शंका उपस्थित केली असती तर माझं मन वळवण्यासाठी माझ्यावर सौम्य दबाव आणण्यात आला असता. पण त्याची जरूर पडली नाही. मला समजून चुकलं होतं की जर मी ही संधी स्वीकारली नाही तर मला काही फार करण्यासारखं उरलं नव्हतं. ज्या बालगृहात माझ्यावर दादागिरी केली जात होती तिथं परत जायचं.... का परत रस्त्यावर राहायला जायचं व मिळेल ती संधी घ्यायची... का जी मोठ्या लोकांनासुद्धा सापडत नव्हती ती, मला घरी परत नेणारी ट्रेन शोधत राहायचं?

मी त्यांना 'मला जायचं आहे' म्हणून सांगितलं.

नवीन कुटुंबात जायला तयार झाल्या प्रत्येकाला इतका आनंद झाला की सगळीकडे आनंदी वातावरण पसरलं. लगेचच ज्या काही शेवटच्या शंका उरल्या होत्या त्या विरून गेल्या. मला सांगण्यात आलं की मी लवकरच माझ्या नवीन आई-वडलांना भेटायला चित्रातल्यासारख्या विमानात बसून ऑस्ट्रेलियाला जाणार.

अस्रा व मी साधारण एकाच वयाचे होतो; पण बाकीची नुकतीच चालायला लागलेली अशी लहान मुलं व बाळं होती. जे काही चाललं होतं ते बघून ही लहान मुलं घाबरून गेली असतील का? हे मला माहीत नाही, त्यांना किती समजत असणार?

एक दिवस आम्हाला चांगलं स्वच्छ करून चांगले कपडे घातले गेले व थोड्या-थोड्या मुला-मुलींना वेगवेगळ्या टॅक्सीतून नेण्यात आलं. मुलांना एका बाईच्या घरी नेण्यात आलं. तिला 'उलामावशी' म्हणायला सांगण्यात आलं. ती एक स्वीडिश- गोरी बाई होती; पण मला त्याचं काही विशेष वाटलं नाही. तिनं आमचं हिंदीत स्वागत केलं. तिचं घर मी आत्तापर्यंत पाहिलेल्या घरांपेक्षा कितीतरी चांगलं होतं. त्यात माझ्या लाल पुस्तकात होती तशी, भारी टेबलं, खुर्च्या, कपाटं असं सामान, पडदे, गालिचे होते. आम्ही जेवायच्या टेबलाभोवती बसलो. मला पहिल्यांदाच सुरी-काटा देण्यात आला होता. खाताना ते कसे वापरायचे हे शिकवण्यात आलं. मी तर यापूर्वी माझ्या हातांनीच खात होतो. आम्ही टेबलाशी बसून खातानाच्या रीतिभाती शिकलो - जसं उभं राहून टेबलावर ओणवं होऊन गोष्टी घ्यायच्या नाहीत, सरळ बसायचं वगैरे. उलामावशीला भेट दिल्यामुळे आम्ही जे धाडस करायला निघालो होतो, त्याबद्दलची उत्सुकता निर्माण व्हायला मदत झाली.

आम्हाला इंग्लिशचे काही धडे दिले गेले नाहीत. तसा 'नवजीवन' मध्ये इंग्लिश बाराखडीचा तक्ता भिंतीवर लावलेला होता ज्याच्यावर A for Apple वगैरे लिहिलेलं होतं. मला वाटतं मला 'हॅलो' बोलायला शिकवलं; पण आणखी काही शिकायला वेळच नव्हता. मी लगेचच भारत सोडायचं ठरलेलं होतं. मला सांगण्यात आलं होतं की मी अशा जागी जात होतो, जी जगाच्या दुसऱ्या टोकाला होती. माझ्या परत येण्याबद्दल कुणीच बोलत नव्हतं आणि माझ्यासाठी ती काही चिंतेची बाब नव्हती.

मी नशीबवान होतो यावर सर्वांचं एकमत होतं.

माझ्या दत्तक घेण्याबद्दल मला सांगितल्यानंतर मी काही दिवसांतच भारत सोडून निघालो. (अनाथाश्रमात आल्यापासून दोन महिन्यांतच! हल्लीच्या अत्यंत नियंत्रित असलेल्या दत्तक प्रक्रियेत असं होऊ शकणार नाही.) 'नवजीवन' मधल्या ऑस्ट्रेलियाला चाललेल्या आम्हा सहा जणांना (अस्रा धरून) दुसऱ्या एका अनाथाश्रमातली दोन मुलं येऊन मिळाली. बॉम्बेला (तेव्हा मुंबई म्हणत नसत) थांबून आम्ही प्रथम सिंगापूरला जाणार होतो व मग मेलबर्नला. तिथं आमची नवी कुटुंबं आम्हाला भेटणार होती. अस्राचं कुटुंब व्हिक्टोरियाला राहत होतं व माझं नवं ब्रायर्ली कुटुंबं टॅस्मेनियाला. तिथं जाण्यासाठी आणखी एक छोटा प्रवास करायला लागत असे.

जेव्हा मला लक्षात आलं की आम्ही मिसेस सूद यांचा निरोप घेत आहोत, तेव्हा मला फार वाईट वाटलं. तीन ऑस्ट्रेलियन स्वयंसेविका व एक ऑस्ट्रेलियन सरकारी पुरुष अधिकारी आम्हाला विमानप्रवासात सोबत करणार होते. जरी आम्ही

एकमेकांशी फार संवाद साधू शकलो नाही तरी ते खूप मनमिळाऊ होते. प्रवासाची उत्सुकता इतकी होती की काही चिंता असल्या तरी त्या बाजूला पडत होत्या.

त्या अजस्त्र विमानात मी शेवटी प्रवेश केला तेव्हा माझा आनंद गगनात मावेना. बसायच्या इतक्या खुर्च्या व इतकी माणसं घेऊन ही वस्तू उडू शकेल, हे अगदी अशक्य वाटत होतं. पण तरी मला काही भीती वाटल्याचं माझ्या स्मरणात नाही. आम्हाला प्रत्येकाला चॉकलेटचा एक एक बार देण्यात आला होता. तो सबंध प्रवासात मला पुरेल याची मी काळजी घेतली. तो बार म्हणजे माझी मोठी चैनच होती. आम्ही गप्पा मारल्या, हेडफोन लावून चित्रफीत पाहिली. मला बाजूच्या खुर्चीच्या दांड्यावर असलेल्या बटनाचं फार आकर्षण वाटलं, कारण त्यानं मी वाहिनी व आवाजाच्या पातळीवर ताबा ठेवू शकत होतो. आम्हाला ॲल्युमिनियमच्या पातळ पत्र्यानं बंद केलेल्या खोक्यातून जे काही खायला दिलं ते आम्ही खाऊन टाकलं. आपल्याला कुणीतरी जेवणखाण आणून द्यावं ही गोष्टच म्हणजे माझ्यासाठी नवीन आयुष्याची सुरुवात होती. मला वाटतं की आम्ही झोपसुद्धा काढली.

बॉम्बेमध्ये आम्ही एका हॉटेलात रात्रभर राहिलो. तिथं आणखी काही नवीन आश्चर्यकारक गोष्टी होत्या. पाश्चिमात्य देशातल्या एखाद्या साधारण हॉटेलपेक्षा काही हे वेगळं नव्हतं. पण आतापर्यंत मी पाहिलेलं हे एकमेव ऐशआरामी ठिकाण होतं. खोलीत ताजा सुगंध दरवळत होता. अशा मऊ व स्वच्छ बिछान्यावर मी आयुष्यात कधीच झोपलो नव्हतो. आजूबाजूला इतकं काही घडत असताना व इतकी खळबळ माजलेली असतानासुद्धा मी मस्त झोपलो. गेल्या काही महिन्यांत झोपलो नव्हतो एवढा झोपलो. मला स्नानगृहातल्या चकचकीत शॉवरचं (shower) व संडासाचं फार आश्चर्य वाटलं. एका ठिकाणी कधी पाहिले नव्हते इतके गोरे लोक मला हॉटेलच्या परिसरात दिसले. जरी आता मला कबूल करायला लाज वाटते तरी तेव्हा ते मला खूप श्रीमंत वाटले होते, असं मला अजून आठवतं. माझ्या आजूबाजूला इतकं सगळं नवं नवं चाललं होतं त्यात या अशा गोऱ्या लोकांबरोबर मी इतक्या लवकर कसा राहू शकणार, हा विचार माझ्या मनाला शिवून गेला की नाही, कोण जाणे!

नंतरच्या दिवशी मला सफेद रंगाची नवीन अर्धी पँट व 'टॅस्मेनिया' असं लिहिलेला टी-शर्ट देण्यात आला. तो माझ्या नव्या आई-वडलांनी मला ऑस्ट्रेलियाला येताना विमानात घालायला पाठवला होता. माझ्या नवीन कपड्यांवर मी खूश होतो. याहून सर्वांत चांगली गोष्ट म्हणजे आम्हाला एका खेळण्याच्या दुकानात नेण्यात आलं व प्रत्येकाला हवं ते खेळणं निवडण्यास सांगण्यात आलं. कदाचित कितीचं खेळणं घ्यायचं याला मर्यादा असेलही, पण आम्हाला तसं सांगण्यात

आलेलं मला आठवत नाही. मी निवडलेली लहानशी गाडी मला मिळाली. तिच्यातल्या यंत्रणेमुळे ती मागे खेचली की खोलीच्या दुसऱ्या टोकाकडे सुळकन पळत जायला सुरुवात करायची.

आता मला कळतं की, आमचं विमान कोलकात्याहून बॉम्बेला उडत जाताना ३० हजार फूट खाली असलेल्या माझ्या घराजवळून गेलं असणार. मी ज्या विमानात होतो त्या विमानानंसुद्धा धुराचे पट्टे पाठीमागे सोडले असणार असे पट्टे मी केवढ्या आश्चर्यानं पूर्वी बघत असे. माझ्या मनात विचार येतो की त्याच वेळी माझ्या आईनं नकळत वर बघितलं असेल का? आणि माझं विमान व त्यानं सोडलेल्या धुराचा पट्टा पाहिला असेल का? जर तिला कळलं असतं की मी त्या विमानात होतो आणि कुठे चाललो होतो तर ती किती आश्चर्यचकित झाली असती, त्याची मला कल्पनाच करता येत नाही.

एक नवं आयुष्य

आम्ही मेलबर्नला २५ सप्टेंबर १९८७ च्या रात्री पोहोचलो. आमच्यासोबत आलेल्यांनी आम्हा मुलांच्या गटाला विमानतळावरच्या 'अती महत्त्वाच्या व्यक्तीं' साठी (VIP साठी) असलेल्या दालनात नेलं. आमचे नवीन कुटुंबीय आम्हा मुलांना भेटण्यासाठी तिथेच थांबणार असल्याचं आम्हाला सांगण्यात आलं.

मी दालनातल्या खोलीत प्रवेश केला तेव्हा मला फार बुजल्यासारखं झालं. आम्ही आत शिरताना तिथं असलेली बरीच प्रौढ माणसं आमच्याकडे बघत होती. ऑस्ट्रेलियाला यायच्या आधीच ब्रायर्ली लोकांनी पाठवलेल्या लाल पुस्तकातले फोटो मी निरखून ठेवले असल्यामुळे मला त्यांना लगेच ओळखता आलं. उभं राहूनच मी त्यांच्याकडे बघून हसण्याचा प्रयत्न केला आणि माझ्या हातात असलेल्या चॉकलेटबारच्या उरलेल्या शेवटच्या बहुमोल तुकड्याकडे खाली बघत राहिलो. (या पुस्तकात, मी मेलबर्नला व्हीआयपी दालनात पहिल्यांदा पाऊल टाकलं तेव्हाचं चित्र घेतलेलं आहे. त्यात माझ्या हातातलं चॉकलेटही तुम्हाला दिसेल.)

आमच्या सोबत आलेल्यांपैकी एकानं मला दालनाच्या दुसऱ्या बाजूला नेलं आणि तिथंच माझ्या नवीन आई-वडलांशी मी पहिला शब्द बोललो. तो शब्द होता 'कॅडबरी.' भारतात 'कॅडबरी' चॉकलेटचाच समानार्थी शब्द आहे. आम्ही एकमेकांना आलिंगन दिल्यांनतर, लगेचच ममनं आईचं काम करायला सुरुवात केली व माझा हात पुसायला टिश्यू (tissue) काढून दिला.

मला फार इंग्लिश बोलता यायचं नाही व माझ्या नव्या मम व डॅडना हिंदीचा गंध नव्हता, त्यामुळे आम्ही एकमेकांशी बोलू शकत नव्हतो. बोलण्याऐवजी त्यांनी मला पाठवलेलं लाल पुस्तक आम्ही बसून चाळलं. मम व डॅडनी, मी जिथं राहणार होतो त्या घराचं व ज्या मोटारीतून आम्ही तिथं जाणार होतो तिचं चित्र पुस्तकात

दाखवलं. हळूहळू आम्हाला एकमेकांच्या सहवासाची सवय व्हायला सुरुवात झाली, अर्थात अगदी एखाद्या प्रथम भेटीच्या सुरुवातीला होणं शक्य असतं, तितकी! मी लहान असताना माझ्या मनाचा ठाव घेणं इतरांना कठीणच होतं. ज्या परिस्थितीतून मी गेलो होतो त्यामुळे, मला वाटतं, मीही सावध आणि अबोल झालो होतो. मुखपृष्ठावरच्या चित्रात ते तुम्हाला माझ्या चेहऱ्यावर दिसूनसुद्धा येईल. मी नुसताच बुजरा व पुढे काय होतं याची वाट पाहत असलेला असा दिसतो. जास्त भेदरलेला आणि चिंतातुर असा नाही दिसत; परंतु तसं वाटत असतानासुद्धा मला कळून चुकलं की ब्रायर्लीच्या बरोबर मी सुरक्षित होतो. ती एक आंतरिक प्रेरणा होती. त्यांची वागण्याची पद्धत अगदी शांत व हळुवार होती व त्यांच्या हास्यात एक ऊब होती, त्यामुळे मला खूप निश्चिंत वाटलं.

अस्राला, माझ्या अनाथाश्रमातल्या मैत्रिणीला, तिच्या नव्या कुटुंबीयांशी आनंदानं बोलताना बघूनसुद्धा मला मनातल्या मनात शांत वाटलं. शेवटी तीही त्यांच्याबरोबर विमानतळावरून निघाली आणि सर्वसाधारण लहान मुलं जसा देतात तसा आम्ही एकमेकांना वरवरचा निरोप दिला. परंतु माझ्या कुटुंबाला अजून मेलबर्नहून 'बास स्ट्रेट' (Bass Strait – टॅस्मेनियाला ऑस्ट्रेलियापासून वेगळं करणारी खाडी) पार करून होबार्टला जाण्यासाठी एक छोटासा विमानप्रवास करायचा होता. त्यामुळे आम्ही पहिली रात्र विमानतळावरच्या हॉटेलमध्ये एका खोलीत एकत्र काढली.

हॉटेलमध्ये ममनं मला सरळ न्हाणीघरातच नेलं. डोक्यातल्या उवा वगैरे काढण्यासाठी माझ्या अंगावर पाणी ओतून, साबणाचा फेस करून, तिनं मला खसखसून अंघोळ घातली. माझी अवस्था ऑस्ट्रेलियन मुलांपेक्षा वेगळी होती. अंगावर परोपजीवी जीवजंतू (parasites) जगतच होते पण नंतर कळलं की माझ्या आतड्यातही जंत आढळले होते, माझे दात तुटलेले होते व हृदयात अस्फुट आवाज येत होता. (सुदैवानं तो फार काळ टिकला नाही.) भारतात गरिबीत राहिल्यानं तुमच्या तब्येतीवर परिणाम होतोच आणि रस्त्यावर राहून तुम्ही आणखीनच जेरीला येता.

ऑस्ट्रेलियातल्या त्या पहिल्या रात्री मी गाढ झोपलो. मला हॉटेलची सवय व्हायला लागली होती हे दिसून येत होतं. दुसऱ्या दिवशी मी उठलो तेव्हा बघितलं तर मम व डॅड त्यांच्या बिछान्यातून माझ्याकडे लक्ष ठेवून, मी केव्हा हालचाल करतो याची वाट पाहत होते. अगदी प्रथम मी पांघरुणाखालूनच हळूच त्यांच्याकडे बघितलं. मम म्हणते की, ती सकाळ अजूनही तिला तिच्या डोळ्यांसमोर स्पष्टपणे चित्रित करता येते. मी खोलीत पलीकडच्या बाजूला छोट्या पलंगावर झोपलो होतो. चादरींच्या ढिगातून बाहेर डोकावणाऱ्या माझ्या काळ्या केसांच्या टोपल्याकडे बघण्यासाठी तिनं व डॅडनं त्यांच्या मोठ्या पलंगावरून स्वतःची डोकी उंचावली. मीसुद्धा अधूनमधून डोकावून त्यांच्याकडे निरखून बघत होतो. नंतरच्या दिवसांत जेव्हा आम्ही एकत्र घालवलेल्या त्या पहिल्या

रात्रीची आठवण काढायचो तेव्हा 'मी बघतोय, मी बघतोय' असं मी त्या वेळी ओरडलो होतो, याची मी त्यांना आठवण करून द्यायचो.

ही अनोळखी माणसं माझे आई-वडील होणार किंवा हा भारतातून आलेला पोरगा त्यांचा मुलगा होणार, हे खरंच घडतंय, यावर मला नाही वाटत की आम्हापैकी कुणाचाही विश्वास बसणं त्या वेळी शक्य होतं.

नाश्त्यानंतर आम्ही छोटा प्रवास करून होबार्टला जाण्यासाठी परत विमानात बसलो व तेव्हाच मला हॉटेल किंवा विमानतळाबाहेरून माझ्या नवीन देशाचं प्रथम दर्शन झालं. जगातल्या कमाल लोकसंख्या असलेल्या ठिकाणांपैकी एकात मी आधी राहिलो होतो. माझ्या डोळ्यांना तिथल्या रेटारेटीच्या गर्दीची व प्रदूषणाची सवय झाली होती. त्यामुळे हा नवा देश मला फारच रिकामा व स्वच्छ वाटला. रस्ते, इमारती आणि गाड्यासुद्धा तशाच दिसल्या. रस्त्यावर माझ्यासारखा काळ्या रंगाचा एक माणूस तर सोडाच पण कुणी चिटपाखरूसुद्धा दिसत नव्हतं. जणू काही सगळे रस्त्यावरून फरार झाले होते.

मोटारीनं आम्ही अनोळखी अशा ग्रामीण भागातून जात होबार्टच्या उपनगरात शिरलो व मला उन्हात चकाकणाऱ्या महालांसारख्या इमारती आणि माझं नवं घर जिथं होतं ते शहर दिसलं. लाल पुस्तकात बघितलेलं घर मी ओळखलं खरं, पण वास्तवात ते आणखीनच मोठं व जास्तच छाप पाडणारं होतं. घरामध्ये फक्त तीन माणसांसाठी चार झोपायच्या खोल्या होत्या- प्रत्येक खोली खूप मोठी, व्यवस्थित व स्वच्छ होती. संपूर्ण गालिचा असलेल्या दिवाणखाण्यात आरामशीर कोच होते व मी कधीही पाहिला नव्हता असा सगळ्यात मोठ्या पडद्याचा दूरदर्शन संच (TV) होता. न्हाणीघरात अंघोळीसाठी मोठी जागा होती. स्वयंपाकघरातील फळ्या खाण्याच्या वस्तूंनी भरलेल्या होत्या. आणि एक फ्रिजसुद्धा होता. त्याच्यासमोर उभं राहून तो उघडला की येणारी थंड हवा अंगावर घ्यायला मला फार आवडायचं.

सगळ्यात मस्त होती माझी झोपायची खोली. याआधी मला माझी स्वतःची अशी खोली कधीच नव्हती. भारतात ज्या दोन घरांत मी राहिलो, ती एकेका खोलीची होती. त्यानंतर अर्थात, मी वसतिगृहात मोठ्या मुलांबरोबर राहिलो होतो. पण एकटं झोपण्याच्या कल्पनेनं मी कधी घाबरलेलो मला आठवत नाही. कदाचित काही वेळ मी रस्त्यावर झोपत होतो म्हणून मला त्याची सवय झाली असावी; परंतु अंधाराची भीती असल्यामुळे मात्र मला माझ्या झोपायच्या खोलीचं दार उघडं व दिवाणखाण्यातला दिवा चालू ठेवायला लागायचा.

माझ्या स्वतःच्या मऊ बिछान्याच्या बाजूच्या भिंतीवर भारताचा मोठा नकाशा लावलेला होता. माझ्यासाठी टॅस्मेनियाच्या थंड हवेला लागणारे उबदार कपडे ठेवलेले होते. आणि जमिनीवर खोक्यात चित्रांची पुस्तकं व खेळणी भरून ठेवलेली

होती. त्या एकूणएक गोष्टी माझ्यासाठी आहेत व ते सगळं मी मनात येईल तेव्हा बघू शकत होतो व त्यांच्याशी खेळू शकत होतो, हे कळायला मला जरा वेळ लागला. मला वाटायचं, न जाणो कुणी मोठा मुलगा येईल व ते सर्व घेऊन जाईल या भीतीनं मी थोडा सावध होतो. स्वतःकडे गोष्टी असण्याच्या कल्पनेची सवय व्हायलाच मला जरा वेळ लागला.

तरीसुद्धा, मम व डॅडच्या मार्गदर्शनाखाली पाश्चात्त्य जीवन पद्धत अवलंबणं सोपं वाटलं आणि ते म्हणतात की मी चांगला रुळलोही. पहिल्यांदा आम्ही बऱ्याच वेळा भारतीय पद्धतीचं जेवण जेवायचो. हळूहळू ममनं मला ऑस्ट्रेलियन आहाराची ओळख करून दिली. दोन्हीच्या चवींतच फक्त फरक होता असं नाही, तर इतरही बरेच फरक होते. ममला आठवतं की, मी तिला एकदा लाल मांस फ्रिजमध्ये ठेवताना बघितलं व 'गाय, गाय' म्हणून ओरडत तिच्याकडे धावलो. हिंदू म्हणून वाढवलेल्या मुलासाठी पवित्र प्राण्याला मारणं ही निषिद्ध गोष्ट. एक क्षण तिला काय करावं ते समजेना, पण मग ती हसली व म्हणाली 'नाही, हे गोमांस नाही.' त्या उत्तरानं माझं मन शांत झालं असावं. सरतेशेवटी, पोटभर अन्न मिळण्याच्या आनंदानं चवीच्या व संस्कृतीच्या बाबींवर मात केली.

ऑस्ट्रेलियातील जीवनाचा एक भाग मला लगेचच आवडला तो म्हणजे बाहेरच्या मोकळ्या हवेवरचं जीवन अनुभवणं. भारतात मी नेहमीच शहरात किंवा गावात राहत होतो. इकडे-तिकडे भटकायला मोकळा होतो तरी इमारतींनी, रस्त्यांनी व लोकांनी घेरलेलो होतो. होबार्टमध्ये माझे आई-वडील बऱ्याच क्षेत्रांत सक्रिय होते. ते मला गोल्फ खेळायला, पक्षी निरीक्षणाला व नौकानयनासाठी घेऊन जात. डॅड बऱ्याच वेळा मला त्यांच्या दोन माणसांच्या, दोन शिडाच्या बोटीवर घेऊन जात असत, ज्याच्यामुळे माझं पाण्यावरचे प्रेम आणखीनच वाढलं आणि मी शेवटी पोहायलाही शिकलो.

मोकळ्यावर क्षितिजाकडे बघण्याच्या नुसत्या शक्यतेनंच मला मानसिक शांतता मिळाली. भारत लोकसंख्यावाढीनं इतका गुदमरून गेला आहे की, पुष्कळ वेळा एका प्रचंड मोठ्या चक्रव्यूहात असल्याप्रमाणे, आजूबाजूला दाटीवाटीनं असलेल्या इमारतींशिवाय तिथं तुम्हाला दुसरं काहीच दिसत नाही. काही लोकांना धकाधकीच्या शहरांची धांदल आकर्षक व उत्साह देणारी वाटते; पण जर तुम्ही भीक मागत असाल किंवा लोकांना थांबवून तुमचं म्हणणं ऐकायला लावण्याच्या प्रयत्नांत असाल, तर तुम्हाला शहराची वेगळीच बाजू बघायला मिळते. म्हणून मला होबार्टमधली मोकळी जागा फार दिलासा देणारी वाटत असे.

आम्ही 'ट्रॅनमिअर' (Tranmere) च्या उपनगरात राहत होतो. ते मध्य होबार्ट मधल्या नदीच्या दुसऱ्या बाजूला आहे. साधारण एका महिन्याने मी आमच्या नंतरचं

उपनगर, 'हावरा' (Howrah) येथील शाळेत जाऊ लागलो. अनेक वर्षांनंतर मला हा अविश्वसनीय योगायोग लक्षात आला. ऑस्ट्रेलियात येण्याआधी एक-दोन महिन्यांपूर्वी मी कोलकात्याच्या ज्या भागातल्या रस्त्यांवर कसाबसा जगत होतो, त्याचंही नाव 'हावरा' होतं. त्याचंच नाव त्या शहरातल्या सगळ्यात मोठ्या रेल्वे स्टेशनला व प्रसिद्ध पुलाला दिलं आहे. 'होबार्ट' जवळच्या समुद्रकाठच्या या 'हावरा' उपनगरात शाळा, क्रीडाकेंद्र व मोठमोठी खरेदीची केंद्रं (shopping centres) असं सर्व काही आहे. १८३० मध्ये एका ब्रिटिश लष्करी अधिकाऱ्यानं हे नाव ठेवलं होतं. त्यानं कोलकात्यात, पश्चिम बंगालच्या राजधानीत काम केलं होतं. होबार्टमध्ये राहायला आल्यावर त्याला या दोन्ही भागांतील टेकड्या व नद्यांमध्ये काहीतरी साम्य आढळलं होतं. दोन्हींमध्ये जो काही सारखेपणा तेव्हा दिसला होता, तो आता मात्र हरवला आहे.

मला शाळा खूप आवडत होती. भारतात मोफत शिक्षण नाही. कदाचित टॅस्मेनियातल्या हावराला आल्याशिवाय मी शाळेत कधीच गेलो नसतो. इतर समाज होता तसा हावरातल्या शाळेतही जास्त करून ब्रिटिश वंशाची मुलं होती; पण दुसऱ्या देशातली एक-दोन मुलंही होती. चीनहून व भारतातून आलेल्या दोन विद्यार्थ्यांबरोबर मलाही इतरांपेक्षा इंग्लिशचे जादा धडे मिळत होते.

अवतीभवती बदललेल्या वर्णाची व संस्कृतीची मला जरी चांगली सवय होत होती, तरी बाकी प्रत्येकाला मात्र मी वेगळा वाटत असे, विशेषतः मला गोरे आई-वडील होते म्हणून जास्तच. इतर मुलं त्यांच्या कुटुंबांबद्दल आणि ते आजूबाजूच्या गावातून किंवा मेलबर्नहून कसे आले, याबद्दल बोलायचे व मला विचारायचे की मी कुठून आलो. 'मी भारतातून आलो' एवढंच सांगू शकायचो. सर्वसाधारणपणे मुलं चौकस असतात. त्यांना मी एका गोऱ्या कुटुंबात का राहत होतो, हे जाणून घ्यायचं असायचं. एका 'पालक-विद्यार्थी' दिनी हजर राहून व मला दत्तक घेण्याविषयी सांगून ममनं ही सगळ्यांची उत्सुकता शमवली. माझ्या वर्गातील मुलांचं त्यामुळे समाधान झालं असावं. त्यांनी मला त्यानंतर फारसं काही विचारलं नाही.

शाळेत वंशद्वेष असल्याची मला काही आठवण नाही. मम मला सांगते की, वंशद्वेष थोडाफार होता; परंतु मला फारसा जाणवला नाही. कदाचित, स्थानिक भाषा अगदी पहिल्यापासून शिकून आत्मसात करायला लागण्याचा तो फायदा होता. लोकांनी बोललेलं सुरुवातीला मला कळलंच नसेल. मी म्हणे तिला एकदा विचारलं की 'काळी टोपली म्हणजे काय?' ते ऐकून ती अस्वस्थ झाली. तसंच आणखी एकदा, आम्ही एका खेळाच्या संघात माझं नाव घालण्यासाठी रांगेत उभं असताना डॅडनं त्यांच्या पुढच्या बाईनं 'ज्या संघात तो काळा मुलगा आहे त्यात माझा मुलगा मला नको आहे' असं म्हणताना ऐकलं. तरीसुद्धा इतरांचे जे अनुभव मी ऐकले आहेत, त्यांच्या तुलनेत मला नाही वाटत की माझी स्थिती फार वाईट होती. मला

नेहमीच वाटत आलं आहे की, मोठा होत असताना वंशद्वेषाचे चटके मला सहन करावे लागले नाहीत.

मात्र हे मम व डॅड यांच्या बाबतीत असं घडत नव्हतं. इंडियन कल्चरल सोसायटीनं (Indian Cultural Society) आयोजित केलेल्या रात्रीच्या भोजन व नृत्य समारंभात आम्हाला लोकांच्या नकारात्मक नजरा जाणवायच्या. होबार्टमध्ये फिजी व दक्षिण आफ्रिकेहून आणि खुद्द भारतातून आलेला मोठा भारतीय समाज होता. बरेच दिवस सोसायटीच्या कार्यक्रमांना आम्ही जात होतो व आम्हाला मजाही यायची. पण माझ्या आई-वडिलांच्या लक्षात आलं की, आम्हाला जरा संशयिताप्रमाणे वागवलं जात होतं व त्यांची खात्री झाली की, इथं एखाद्या भारतीय मुलाला गोऱ्या पालकांनी भारतातून आणणं, का कोण जाणे, पण चुकीचं समजलं जात होतं. अर्थात याची मला काही कल्पना नव्हती, हे सांगायला नकोच.

आणखी एका संस्थेत आम्ही भाग घ्यायचो, ती होती आशियॅक - ऑस्ट्रेलियन सोसायटी फॉर इंटरकंट्री एड (चिल्ड्रन) जी लोकांना समुद्रपारच्या देशातून मुलं दत्तक घेण्यासाठी मदत करायची. मम इतर ऑस्ट्रेलियन कुटुंबांना दत्तक घेण्याच्या प्रक्रियेत (जिच्यात सारखे बदल केले जात होते) आणि दत्तक घेतल्यावर येणाऱ्या व्यक्तिगत आव्हानात मदत करण्यात खूप सक्रिय झाली होती. या संस्थेमुळे माझी ऑस्ट्रेलियात इतर ठिकाणाहून आलेल्या व सध्या मिश्रवंशी कुटुंबात राहणाऱ्या मुलांची भेट झाली. मम मला सांगते की, आमच्या पहिल्या आशियॅक सहलीला, होबार्टमध्ये परदेशातून दत्तक घेतलेला एकटा मीच नव्हतो, याची जाणीव झाल्यावर मी आश्चर्यचकित झालो होतो आणि कदाचित थोडा नरमलेला दिसलो होतो. अशा नमवणाऱ्या अनुभवानंतर मी मित्र केले, त्यातला एक होता रवी, आणखी एक भारतीय मुलगा जो आपल्या नव्या कुटुंबाबरोबर 'लॉनसेस्टन' (Launceston) इथं राहत होता. त्या प्रारंभीच्या काळात आमची कुटुंबं एकमेकांकडे बऱ्याचदा येत जात असत.

आशियॅकनं मला 'नवजीवन'मधल्या काही मुलांच्या संपर्कात आणलं. माझी सगळ्यात जवळची मैत्रीण अस्रा, व्हिक्टोरिया राणीच्या काळातल्या 'विन्चेल्सी' (Winchelsea) या नदीजवळच्या गावात पोहोचली होती व आमच्या कुटुंबांनी आम्हाला फोनद्वारा एकमेकांच्या संपर्कात ठेवलं होतं. ऑस्ट्रेलियात आल्यानंतर एक वर्षानं आम्ही सगळे मेलबर्नमध्ये, अब्दुल व मुसा या दत्तक घेतल्या गेलेल्या दुसऱ्या दोन मुलांसह प्राणिसंग्रहालय बघायला गेलो. ओळखीचे चेहरे पाहून मला फारच आनंद झाला आणि आम्ही सर्व आमच्या नव्या जीवनाबद्दलच्या अनुभवांची देवाणघेवाण करण्यात गर्क झालो. नवीन जीवनाची व अनाथाश्रमात एकत्र घालवलेल्या काळाची तुलना करू लागलो. जरी अनाथाश्रम इतका भयंकर नव्हता तरी मला नाही वाटत

की, आम्हाला कुणालाही तिथे परत जाण्याची इच्छा होती. मला वाटलं की, इथं आलेल्यांपैकी प्रत्येक जण माझ्याप्रमाणे खुशीत होता.

त्याच वर्षी मिसेस सूद स्वतःच आणखी एका नव्यानं दत्तक घेतलेल्या मुलीला, आशाला, सोबत घेऊन होबार्टला आल्या. (मला ती अनाथाश्रमात होती ते आठवलं.) मिसेस सूद यांना परत एकदा भेटून मला आनंद झाला. त्यांनी आमची खूप चांगली काळजी घेतली होती. हरवल्यापासून ते भारत सोडेपर्यंत मी जितक्या व्यक्तींना भेटलो होतो, त्या बहुतेक सगळ्यांत मिसेस सूद प्रेमळ व विश्वसनीय होत्या. मला तर असं वाटतं की, त्यांच्यासाठीसुद्धा, त्यांनी मदत केलेल्या मुलांना नव्या वातावरणात बघणं, हे खूप समाधान देणारं असणार. मिसेस सूदना त्यांच्या ताब्यात असणाऱ्या मुलांना बसलेल्या प्रचंड मानसिक आघातांशी सामना करावा लागला असणारच; परंतु मला नेहमी वाटतं की त्यातून त्यांना मिळालेलं फळही तेवढंच मोठं असणार. काही दत्तकविधानं माझ्याइतकी चांगली सफल झाली नसतील; पण ज्या मुलांचे त्यांनी नवीन कुटुंबांशी संबध जोडून दिले असतील, त्यांना अधूनमधून भेटणं हे मिसेस सूदना आपल्या कामाकडे परत वळण्यासाठी लागणारी ऊर्जा नक्कीच देत असणार.

मी दहा वर्षांचा झालो, तेव्हा मम व डॅडनी भारतातून दुसरं मूल दत्तक घेतलं. आपल्याला भावंड असावं असं मला मनापासून खूप वाटत होतं. खरं तर मला भारतातील ज्या व्यक्तीची सर्वांत जास्त आठवण येत होती, ती म्हणजे माझी बहीण. इतकी की मला नाताळासाठी काय हवं म्हणून विचारलं तर मी कधीकधी म्हणत असे 'मला शकिला परत पाहिजे.'

पहिल्यापासून ममनं माझी आई बनण्याचं काम फारच कुशलतेनं केलं होतं आणि वडलांचंही माझ्यावर लक्ष असल्यामुळे मी खूश होतो. ती दोघं माझ्या जन्मदात्या आईची जागा घेऊ शकत नव्हते; परंतु माझं आयुष्यात झालेलं नुकसान ते शक्य तेवढं कमी करत होते. माझ्या आयुष्यातून गैरहजर असलेली व्यक्ती म्हणजे एखादा भाऊ किंवा बहीण. विशेष करून माझ्यासारखी मुलं ज्यांना पालकांनी खूप वेळ एकटं सोडलेलं असतं, त्यांच्या आयुष्यात भावंडाचं महत्त्व फार असतं.

शकिला माझी खास जबाबदारी होती. ती आमच्या कुटुंबाचा असा एक घटक होती, ज्याच्याबरोबर माझी सगळ्यात जवळीक होती. तिची आठवण सतत माझा पिच्छा पुरवायची. मम सांगते, कधी कधी मी म्हणत असे की शकिलाचा करायला हवा होता तितका चांगला सांभाळ केला नाही, म्हणून मला दोषी वाटतं. कदाचित माझ्या मनात खास करून तिला सोडून मी गुड्डूबरोबर गेलो होतो, त्या रात्रीचाच विचार असणार.

जेव्हा मम व डॅडनं पहिल्यांदा दत्तक घेण्यासाठी अर्ज केला, तेव्हा त्यांनी मुलगा वा मुलगीच पाहिजे अशी अट किंवा कुठल्याच प्रकारच्या मर्यादा अर्जात घातल्या

नव्हत्या. ज्या मुलाला घराची जरूर होती त्याला घेण्यात त्यांना आनंद होता. त्यांना मी त्याच पद्धतीनं मिळालो होतो. म्हणून दुसऱ्या वेळेसही त्यांनी तेच केलं. आम्हाला एखादी छोटी मुलगी किंवा माझ्याहून मोठं मूल मिळायची शक्यता होती. परंतु झालं असं की आम्हाला माझा छोटा भाऊ-मंतोष मिळाला.

ते मिळालेलं भावंडं म्हणजे बहीण नव्हती याची मला पर्वा नव्हती. घरात बरोबर खेळायला कुणी मूल असणं, हेच माझ्यासाठी पुरेसं होतं आणि मी मनात विचार करत होतो की जर तो माझ्यासारखा जरा शांत व लाजरा असला तर मी त्याला नव्या आयुष्यात रुळायला मदत करेन. त्याला सांभाळायला मदत करेन, अशा भावनेनं मी त्याच्याकडे पाहत होतो.

पण मी व मंतोष अगदी वेगळे होतो. सर्वसाधारणपणे लोकांमध्ये नैसर्गिक फरक असतातच. परंतु आमचे भारतातले अनुभवही वेगळे होते. या अनुभवांमुळेच जे लोक मुलं दत्तक घेतात, विशेषतः दुसऱ्या देशातून, त्यांना धाडसी म्हणता येईल. पुष्कळ वेळा जी मुलं ते दत्तक घेत असतात ती अशांत पार्श्वभूमीतून आलेली असतात. ज्या त्रासांतून ती गेलेली असतात त्यामुळे त्यांना नव्या आयुष्यात रुळायला कठीण जातं. हे पालकांना समजायला तर अवघड असतं अन् मदत करायला तर त्याहूनही जास्त कठीण. मी घुम्या व संकोची स्वभावाचा होतो. मंतोष सुरुवातीला तरी आरडाओरडा करायचा व ऐकायचा नाही. मला खूश करायला आवडायचं, तो बंड करायचा.

आमच्यात एक साम्य होतं ते म्हणजे मंतोषच्या पार्श्वभूमीतसुद्धा बऱ्याच अज्ञात गोष्टी होत्या. तोही गरिबीतून आला होता, त्यानंही अधिकृत असं शालेय शिक्षण घेतलेलं नव्हतं, तो कुठे व कधी जन्मला हे खात्रीनं सांगता येत नव्हतं. ऑस्ट्रेलियाला आला तेव्हा तो नऊ वर्षांचा होता. जन्माचा दाखला, वैद्यकीय नोंदींचे किंवा कुठल्याही प्रकारचे अधिकृत कागदपत्र बरोबर न आणता आला. तो ऑस्ट्रेलियाला ३० नोव्हेंबरला आला, म्हणून आम्ही त्याचा वाढदिवस त्या दिवशी साजरा करतो. माझ्याप्रमाणे तोही जणू पृथ्वीवर आकाशातून सहजच पडला; पण त्याच्या नशिबानं तो होबार्टमध्ये ब्रायर्लींच्या हातात पडला.

त्याच्याबाबतीत आम्हाला जी माहिती आता कळली आहे ती अशी, मंतोष कोलकात्यात किंवा आसपास कुठे तरी जन्मला. बंगाली बोलत मोठा झाला. त्याची आई घरात मारहाण होत असल्यामुळे त्याला मागे ठेवून घरातून पळाली व त्याला त्याच्या आजीकडे पाठवण्यात आलं. पण ती इतकी दुबळी होती की स्वतःकडेसुद्धा बरोबर लक्ष देऊ शकत नव्हती, मग आणखी एका लहान मुलाची काळजी घेणं तर सोडाच. तिनं त्याला सरकारकडे सोपवला व शेवटी तो माझ्याप्रमाणे मिसेस सूद यांच्या 'इस्सा' या दत्तक देणाऱ्या संस्थेत पोहोचला. दत्तक देण्याची कायदेशीर

प्रक्रिया ही एखाद्या बेवारशी मुलाला इस्साच्या अनाथाश्रमात दोन महिने राहण्याची परवानगी देते. त्या दरम्यान त्याला त्याच्या कुटुंबात परत पाठवण्याचे किंवा दत्तक देण्याची सोय करण्याचे प्रयत्न चालू ठेवतात. मंतोषला ब्रायर्लीकडे ठेवलं तर आम्ही दोघं भाऊ-भाऊ होऊ, या कल्पनेनं मिसेस सूदना आनंद झाला.

परंतु मंतोषची दत्तकविधानाची प्रक्रिया माझ्याप्रमाणे सुरळीतपणे पार पडली नाही. जरी तो त्यांच्याकडे परत जाऊ शकत नव्हता तरी मंतोषला पालक होते. त्याच्या आईचा ठावठिकाणा नव्हता व त्याच्या वडलांना तो परत नको होता. म्हणून त्याला दत्तक देण्याच्या प्रयत्नांत गुंतागुंत होती. त्याची दोन महिन्यांची मुदत संपल्यावर त्याला 'लिलुआ' (Liluah) इथल्या लहान मुलांच्या भयानक सुधार केंद्रात परत पाठवायला लागलं. मलाही तिथंच पाठवण्यात आलं होतं. तोपर्यंत इस्साकडून त्याला मम व डॅडना दत्तक देण्याचे प्रयत्न चालू होते. 'लिलुआ'मध्ये मंतोष माझ्याइतका भाग्यवान नव्हता. तिथं त्याचा शारीरिक व लैंगिक छळ झाला होता. नंतर धक्कादायक अशी गोष्ट कळली की पूर्वी त्याच्या काकांनीसुद्धा त्याचा छळ केला होता.

गुंतागुंतीच्या कायदेशीर प्रक्रियेतून मार्ग काढेपर्यंत दोन वर्षे लागली. अर्थातच त्यादरम्यान आलेल्या अनुभवांमुळे मंतोष मनानं भयंकर दुखावला गेला होता. फक्त जमेची बाजू होती ती म्हणजे तो माझ्यापेक्षा जास्त इंग्लिश शिकला होता. जेव्हा तो ऑस्ट्रेलियात आला तेव्हा त्याला याची मदत झाली. मंतोषच्या बाबतीत जे झालं त्यामुळे नोकरशाहीनं चालवलेली दत्तक पद्धती मुलांचं किती नुकसान करू शकते, हे उघड झालं. पुढे जेव्हा मला त्याचा भूतकाळ समजला, तेव्हा मी स्वतः 'लिलुआ'मध्ये घालवलेल्या रात्रींचा विचार माझ्या मनातून जात नव्हता आणि जे माझ्या भावाला झालं ते मलाही होऊ शकलं असतं, हा विचार मनात सतत घोळत असे.

जेव्हा मंतोष पहिल्यांदा ऑस्ट्रेलियात आला तेव्हा त्याला दत्तक म्हणजे नक्की काय, हे पूर्णपणे बहुतेक समजलेलं नसावं. त्याला हे बहुतेक कळलेलं नव्हतं की, त्याचं इथं येणं हे कायमचं होतं. एक तर ही परिस्थिती त्याला स्पष्टपणे पुरेशी समजावून सांगितली गेली नसावी किंवा मला, 'इथं येणं बरोबर आहे' याची जितकी खात्री होती, तितकी त्याला नव्हती. तो परत जाणार नव्हता, हे जेव्हा त्याला उमजायला सुरुवात झाली, तेव्हा त्याच्या भावना मिश्र प्रकारच्या होत्या. सगळ्या दत्तक गेलेल्या मुलांमध्ये अशा परस्परविरोधी भावना असणं, हे समजण्यासारखं आहे. हे मी पण अनुभवलं होतं; पण अगदी कमी प्रमाणात. त्यात भर पडली त्याच्या भावनिक चंचलतेची, जी नक्कीच त्याच्यावर झालेल्या आघातांमुळे निर्माण झाली होती. लहान असताना तो कोणत्याही कारणाशिवाय चिडायचा व घटकेत

आक्रमक व्हायचा आणि जरी तो लहान व हडकुळा होता तरी मोठ्या माणसासारखी त्याच्यात ताकद होती. मी हे असं कधीच अनुभवलं नव्हतं, त्यामुळे आम्ही लहान असताना दुर्दैवानं, मला त्याची भीती वाटायची. मम व डॅड सोशिक व प्रेमळ होते पण तितकेच कडक होते. आम्हा चौघांचं एक कुटुंब कसंही करून बनवण्याच्या त्यांच्या निर्धारामुळे आम्हा दोघांना– मंतोषला व मला त्यांच्याबद्दल जास्तच कौतुक वाटतं.

असं असूनसुद्धा त्या वेळेस मला अस्थिर वाटायचं. आता तरी मी गोष्टी समजू शकतो. मंतोष अडचणीतून जात असल्यामुळे त्याला आई-वडलांकडून जास्तीत जास्त लक्ष मिळणं गरजेचं होतं. मी तोपर्यंत बऱ्यापैकी रुळलो होतो, तरीही माझ्यावर त्यांचं प्रेम आहे व त्यांना माझी काळजी आहे, अशा आश्वासनाची मला गरज होती. मुलांतील हेवादाव्यांवर कुठल्याही घरात लक्ष दिलं जाणं स्वाभाविक आहे; परंतु मंतोष व मला, दोघांनाही आमच्या पूर्वायुष्यातल्या असुरक्षिततेच्या बऱ्याच भावना होत्या, त्यामुळे आमची प्रतिक्रिया इतरांपेक्षा बहुतेक जास्त तीव्र असायची. याचा परिणाम म्हणजे मंतोष घरी आल्यावर थोड्या दिवसांनीच मी एका रात्री घरातून पळून गेलो, पण मी बाहेर रस्त्यावर राहण्याचा प्रयत्न केला नाही. मी किती बदललो होतो– परिस्थितीतून स्वतःला सावरून घेणं व कुटुंबाच्या मुळाशी असलेल्या प्रेमाचं महत्त्व मी किती शिकलो होतो, याचंच ते मोजमाप होतं. एका विशिष्ट मनोवृत्तीचं पाश्चात्त्य मूल त्याच्याबद्दलच्या आई-वडलांच्या बांधिलकीच्या भावनेची परीक्षा घेतं, पण मी तर जेमतेम कोपऱ्यावरच्या बसथांब्यापर्यंत पोहोचलो. मला लवकरच थंडी वाजायला लागली व भूक लागली म्हणून मी घरी परतलो. जरी माझ्यात व मंतोषमध्ये फरक होते, तरी इतर सर्वसाधारण भावांप्रमाणे आम्ही दोघं पोहायला, मासे पकडायला, क्रिकेट खेळायला व सायकली चालवायला एकत्र जात होतोच.

मला आवडत होती तितकी मंतोषला शाळा आवडत नव्हती. तो वर्गात निराश असायचा व विध्वंसकपणा करायचा. तरी बरं, त्याला खेळाच्या बाबतीत माझ्यासारखा उत्साह होता. माझं नाही व्हायचं, पण तो इतर मुलांकडून वंशद्वेषी टीका ओढवून घ्यायचा, त्यांना प्रत्युत्तर द्यायचा व अडचणीत यायचा, त्यामुळे दादागिरी करणारी मुलं चेकाळायची व त्याला अजूनच चिथवायची. दुर्दैवानं, शिक्षकसुद्धा, मंतोषसारख्या नवीन आयुष्यात रुळायचा प्रयत्न करणाऱ्याला मदत करण्याइतपत सक्षम नव्हते. पण त्याचाही फारसा उपयोग झाला नसता; कारण सुरुवातीला मंतोषला अधिकारात असलेल्या बायकांकडून सूचना घेण्याची सवय नव्हती. हे त्याच्या भारतातील कुटुंबाकडून डोक्यात बसवलेल्या पूर्वग्रहामुळे असावं. मलासुद्धा हे सांस्कृतिक फरक शिकावे लागले होते. मला एकदा मोटारीतून कुठेतरी बाहेर नेताना मी फुरगुटून 'बाई नाही गाडी चालवत' म्हटलेलं ममला आठवतं. ते ऐकून तिनं गाडी थांबवली व

माझ्यासारख्या तोडक्या-मोडक्या इंग्लिशमध्ये म्हणाली 'बाई नाही गाडी चालवत, तर मुलगा चालत जातो.' मी लवकरच धडा शिकलो.

मला माहीत आहे, ममला अजूनही पश्चात्ताप होतो की त्या वेळी मंतोषकडे माझ्या आई-वडलांनी जास्त लक्ष देण्याची इतकी गरज होती की त्यांना माझ्याकडे पुरेसं लक्ष देता आलं नाही व त्यामुळे मी माझ्या मनानं हवा तसा एकट्यानं बराच वेळ घालवत असे; मला त्याचं वाईट वाटलं नाही, केव्हातरी चीडचीड केली असेल एवढंच. कदाचित भारतात मला एकटं राहण्याची सवय असल्यामुळे असेल. मला माझं स्वातंत्र्य आवडायचं. तसं आम्ही एक कुटुंब म्हणून बऱ्याच गोष्टी एकत्र करत होतो. आम्ही एखाद्या उपहारगृहात दर शुक्रवारी एक कौटुंबिक कार्यक्रम म्हणून जेवायला जायचो आणि शाळेला सुट्टी असताना सहलींना जात असू.

एका टप्प्यावर मम व डॅडनं एक मोठी कौटुंबिक सहल आखली, भारतात आम्ही सर्वांनी एकत्र जाण्याची. सुरुवातीला मी त्याबद्दल फार उत्साही होतो व मंतोषलासुद्धा ती कल्पना आवडली होती. आमच्या अवतीभोवती नेहमीच भारतीय वस्तू असायच्या आणि आपल्या भारत देशाबद्दल आम्ही खूप विचार करायचो. म्हणून आम्ही सगळे जण काय बघायचं, कुठे जायचं याबद्दल खूप उत्तेजित होऊन बोललो. अर्थात, आम्हाला आमची गावं माहीत नव्हती म्हणून आम्ही दुसऱ्या ठिकाणांना भेटी देणार होतो व ज्या देशातून आम्ही आलो त्याबद्दल काही शिकणार होतो.

पण जशी सहलीची तारीख जवळ आली तशी आम्हाला दोघांना चिंता वाटायला लागली. आमच्या भारतातल्या आठवणी फार आनंदाच्या नव्हत्या, हे सत्य आम्ही विसरू शकत नव्हतो आणि भारतात जाण्याची शक्यता जितकी खरी होणार असं दिसायला लागलं, तितक्या आमच्या आठवणी जास्त ठळक व्हायला लागल्या. बऱ्याच आठवणी ज्या आम्ही मागे सारल्या होत्या किंवा निदान मनातून काढल्या होत्या, त्या परत दाटून आल्या. मला कोलकात्याला नक्कीच परत जायचं नव्हतं आणि ज्या दुसऱ्या कुठल्या ठिकाणाला आम्ही भेट देऊ तिथेच माझं घर निघालं किंवा मी माझं घर ओळखलं तर काय, या प्रश्नांनी मी हैराण झालो. मला माझी जन्मदाती आई शोधायची होती, पण मी होतो तिथे खूश होतो, हेही तितकंच खरं होतं. मला दोन्ही गोष्टी हव्या होत्या. हे गोंधळात टाकणारं व अस्वस्थता वाढवणारं होतं आणि अंतर्यामी, कदाचित परत हरवलं जाण्याचीही मला भीती होती. मंतोषच्या मनात काय चाललं असेल याची मी फक्त कल्पनाच करू शकतो.

शेवटी आमच्या आई-वडलांनी ठरवलं की ही सहल आमच्यात भावनांची खूपच खळबळ उडवून देईल, तेव्हा तूर्तास तरी काहीच बदलू नये, हे इष्ट!

माझ्या 'मम'चा जीवन प्रवास

माझ्या आई-वडलांनी भारतातून दोन मुलं दत्तक घेण्याचा पर्याय कसा निवडला हे सांगितल्याशिवाय, मी माझ्या स्वतःच्या जीवन प्रवासाबद्दल काही लिहूच शकत नाही. दत्तक घेण्यासाठी त्यांना विशिष्ट प्रकारची दोन मुलं पाहिजे होती, असं नव्हतं. मी आधी उल्लेख केल्याप्रमाणे, मुलगा किंवा मुलगी, कितीही वयाची किंवा कुठल्याही परिस्थितीतील जी दोन मुलं त्यांच्याकडे पाठवली जातील, त्यांना घर द्यायला ते तयार होते. दत्तक घेणाऱ्या पाश्चात्त्य पालकांमध्ये सापडणारी ही असामान्य गोष्ट आहे. मला त्यांचं हे कृत्य विशेष उल्लेखनीय व निःस्वार्थी वाटतं. त्यांनी हे कसं केलं, हा माझ्या जीवनकथेचा एक भाग आहे.

माझ्या आईचा, 'सू'चा जन्म, ऑस्ट्रेलियातील टॅस्मेनियाच्या उत्तर-पश्चिम समुद्रकिनाऱ्यावरच्या एका गावात झाला. तिच्या आई-वडलांनी दुसऱ्या जागतिक महायुद्धानंतर मध्य युरोपातून स्थलांतर केलं होतं. लहानाचं मोठं होत असताना त्या दोघांनाही अत्यंत कठीण परिस्थितीतून जावं लागलं होतं.

ममच्या आईचा-ज्युलीचा जन्म हंगेरीत, एका गरीब, चौदा मुलं असलेल्या कुटुंबात झाला. ज्युलीचे वडील लाकूडतोड्याचे काम करायला कॅनडाला निघून गेले. घरी पैसे पाठवण्याच्या हेतूने म्हणून गेले; पण ते परत कधी आलेच नाहीत. त्यांनी बायकोला व स्वतःच्या मुलांना वाऱ्यावर सोडून दिलं. मोठ्या मुलांनी आईला शक्य तेवढी मदत केली, पण जेव्हा युद्ध सुरू झालं तेव्हा त्यांच्यातल्या बऱ्याच जणांना लढाईसाठी पकडून नेण्यात आलं व ते चकमकीत मारले गेले. जेव्हा रशियन लोक पराभूत झालेल्या नाझींचा पाठलाग करत हंगेरीत आले, तेव्हा ज्युलीचे कुटुंबीय जर्मनीला पळून गेले व ते परत आलेच नाहीत. (जेव्हा हंगेरीत लढाई थांबली, तेव्हा काही विस्थापित झालेल्या लोकांनी आपापल्या गावातील घरी परत

जायचा प्रयत्न केला, परंतु ज्युलीच्या कुटुंबीयांना तसं करणं फार धोक्याचं वाटलं. आपल्या घरी परत गेलेल्या बऱ्याच हंगेरियन लोकांना त्यांच्या घरात रशियन लोक घुसून राहत असलेले आढळले. जेव्हा त्यांनी घरं परत देण्याची मागणी केली तेव्हा त्यांच्यावर भर रस्त्यातच गोळ्या झाडण्यात आल्या.) युद्ध संपत आलं तेव्हा ज्युली केवळ एकोणीस वर्षांची होती.

ममचे वडील जोसेफ पोलिश होते व त्यांचं लहानपणसुद्धा वेगवेगळे आघात झेलतच गेलं होतं. ते पाच वर्षांचे होते तेव्हाच त्यांची आई वारली व वडलांनी दुसरी बायको केली. त्यांची सावत्र आई त्यांचा खूप द्वेष करायची. असं म्हणतात की, तिनं त्यांना विष घालण्याचा प्रयत्न केला होता. शेवटी त्यांना त्यांच्या आजीकडे सांभाळण्यासाठी पाठवण्यात आलं. मम सांगते की त्यांच्या आजीनं त्यांना वाढवलं; पण सावत्र आईच्या वागण्यामुळे मनात एकंदर बायकांबद्दल खोलवर कटुता बाळगतच ते मोठे झाले.

युद्धाच्या सुरुवातीला नाझी जर्मनीनं पोलंडवर आक्रमण केलं, तेव्हा जोसेफ प्रतिकार करणाऱ्यांना सामील झाले. त्यांनी बॉम्बस्फोट घडवून आणण्याच्या व गोळीबार करण्याच्या कामगिरीत भाग घेतला. परंतु त्यांनी जे युद्धकाळात अनुभवलं, त्यानं ते खूप अस्वस्थ झाले. प्रतिकारात भाग घेतला होता तरीही आगेकूच करणाऱ्या रशियनांपासूनसुद्धा ते पळाले आणि सरतेशेवटी जर्मनीला पोहोचले.

जोसेफ दिसायला चांगले होते– उंच, सावळे व देखणे आणि युद्ध संपण्याच्या अगदी शेवटच्या दिवसांतल्या गोंधळात जेव्हा ज्युली त्यांना भेटली, तेव्हा त्यांच्या प्रेमातच पडली. त्यांनी लग्न केलं व युद्ध संपलं तोपर्यंत त्यांना एक मुलगी झाली. तिचं नाव त्यांनी मेरी ठेवलं. फारच खळबळीचे ते दिवस होते. विस्थापित झालेले लोक सर्व युरोपभर रस्त्यांवर व ट्रेननं सैरावैरा फिरत होते. या दांपत्याला युद्धानंतर निर्माण झालेल्या नवीन जगात जाऊन नव्या जीवनाची सुरुवात करायची होती. ते कसेबसे इटलीला पोचले. कॅनडाला जाईल असं वाटलं म्हणून ज्या बोटीमध्ये ते बसले, ती प्रत्यक्षात पोहोचली ऑस्ट्रेलियाला. असंख्य निर्वासित लोकांचं झालं, त्याप्रमाणे तेही अशा जागी येऊन पडले, जी त्यांनी स्वतः निवडलेली नव्हती. परंतु शेवटी तिथंच त्यांना त्यांचं आनंदवन निर्माण करायचं होतं.

ज्युलीनं कमीत कमी एक वर्ष तरी व्हिक्टोरियातील अॅल्बेरी–वॉडोंगा (Albury-Wodonga) जवळच्या बॉनगीला (Bonegilla) येथील स्थलांतरित लोकांच्या एका भयानक छावणीत बाळाला सांभाळण्यात काढलं. जोसेफ टस्मेनियाला घर बांधायच्या कंत्राटावर गेले. ते बांधकामाच्या ठिकाणी असलेल्या कामगारांच्या वसाहतीत राहत होते. जोसेफना कुटुंबासाठी सोयीची जागा मिळाल्यावर त्यांनी ज्युलीला व बाळाला बोलावून घ्यायचं असा बेत होता. ज्युलीला तेव्हा नक्कीच

आपले वडील कॅनडाला निघून गेले होते त्याची आठवण आली असणार; पण जोसेफ स्वतःच्या शब्दाला जागणारे होते. जेव्हा बर्नी (Bernie) जवळच्या, सॉमरसेट (Somerset) शहराच्या बाहेर जोसेफना दुसऱ्या एका कुटुंबाबरोबर शेतजमीन वाटून घेण्याची संधी मिळाली, तेव्हा जोसेफ व ज्युली परत एकत्र आले. जोसेफने खूप कष्ट केले आणि लवकरच शेजारचीही शेतजमीन विकत घेतली व आपलं स्वतःचं छोटंसं घर बांधलं. मेरी सहा वर्षांची होती, तेव्हा ममचा जन्म झाला, १९५४ मध्ये. सोळा महिन्यांनी ममच्या धाकट्या बहिणीचा, क्रिस्टीनचा जन्म झाला.

जागतिक युद्धातून बचावलेल्या पुष्कळ लोकांप्रमाणे जोसेफची मनःस्थिती बिघडलेली होती. जशी वर्षं जात होती तसतसं हे उघड व्हायला लागलं होतं. ममचं सुरुवातीचं संगोपन फार कडकरीत्या झालं होतं, त्याला विशेष करून तिच्या वडलांची दुःखं, रागाचा झटका व हिंसा अशा अवस्थांमधून जाणारी दोलायमान मानसिक स्थिती कारणीभूत होती. मम आपल्या वडलांचं वर्णन धिप्पाड, ताकदवान व इतरांना भयभीत करणारे असं करायची. ते ज्या पार्श्वभूमीतून आले होते त्यात बायकोला व मुलांना मारणं नेहमीचंच होतं.

हाडाचे पोलिश असल्यामुळे जोसेफ चिक्कार व्होडका प्यायचे व जेवायला जराही फेरफार न करता रोजच्या रोज परंपरागत कोबी व बटाट्याबरोबर तव्यावर तळलेलं डुकराचे मांस हवं म्हणून हट्ट धरायचे. ममला त्या जेवणाचा भयंकर तिटकारा होता. इतका की तिची तब्येत बिघडली व ती अशक्त झाली. ती म्हणते की अगदी आजसुद्धा त्यांना लहानपणी जे खायला लागायचं, त्याची आठवण झाली तरी तिला ओकारी येईल असं वाटतं.

जोसेफनं बांधकामाच्या धंद्यात खूप पैसे कमावले व बरीच मालमत्ता जमा केली. जरी कुणाला त्यांच्या मालमत्तेची पुरती किंमत माहिती नव्हती तरी ममला वाटतं की ते सॉमरसेटमधले पहिले लक्षाधीश असावेत. दुर्दैवाने, जशी त्यांची तब्येत बिघडत गेली तसे ते भ्रमिष्ट व वेडसर झाले. शिवाय धंद्यात गैरव्यवहार केल्यामुळे त्यांची बदनामी झाली. आपल्या मालमत्तेवर कर भरणंही त्यांनी नाकारलं. त्यांच्या मनःस्थितीमुळे म्हणा किंवा ते सरकारी कायदेकानून मानत नव्हते म्हणून असेल, पण ते कराचे पैसे भरायला अजिबात तयार नव्हते. त्यांच्या अशा वृत्तीमुळे त्यांच्या धंद्याचा ऱ्हास व्हायला सुरुवात झाली व कुटुंबाची वाताहत होऊ लागली.

या अनुभवांमुळे वयाच्या मानानं माझी मम लवकरच शहाणी झाली. या कठीण परिस्थितीतून तिनं स्वतःला कसंबसं बाहेर काढलं. वडलांनी नोकरी कर असा तिच्या मागे लकडा लावला म्हणून तिनं दहावीत असताना शाळा सोडली व ती बर्नीमधल्या एका औषधांच्या दुकानात मदतनीस म्हणून कामाला लागली. तिच्या पगारामुळे तिला आयुष्यात पहिल्यांदाच स्वातंत्र्य मिळालं होतं. ती आठवड्याला पंधरा डॉलर्स

कमवत होती त्यातले दोन डॉलर्स ती मोठ्या अभिमानानं आपल्या आईला घरी राहण्याबद्दल देत असे. तिला आशा होती की, तिला स्वतःला कधीतरी वैवाहिक जीवन मिळेल. म्हणून उरलेल्यातले बरेचसे पैसे, वैवाहिक जीवनात गरज भासेल अशा वेगवेगळ्या वस्तू गोळा करण्यासाठी ती वापरत असे. ममनं वर्षानुवर्षं घरी तणाव व सकस आहाराचा अभाव अनुभवला होता. वयाच्या सोळाव्या वर्षी शेवटी एकदां आपलं आयुष्य पालटलं आहे, असं तिला वाटलं.

त्याचं असं झालं. एक दिवस आपल्या दोन-चार मैत्रिणींच्याबरोबर जेवणाच्या सुट्टीत ममनं खूप लांबच्या गावावरून, म्हणजे होबार्टवरून आलेला एक तरुण मुलगा बघितला. राजधानीहून आलेला पाहुणा म्हणजे बर्नीमध्ये एक महत्त्वाची बातमी असायची. त्याचं नाव होतं जॉन ब्रायर्ली. नंतर त्यानं त्या मुलींना त्यांच्या सू या मैत्रिणीबद्दल विचारलं. लवकरच त्याचा सूला बाहेर नेण्याचे आमंत्रण देणारा फोन आला.

जॉन (जे माझे नंतर वडील झाले) हा चोवीस वर्षांचा देखणा, सर्फिंग (समुद्रात फेसाळ लाटांवर फळीच्या साहाय्याने खेळणं) करणारा, भुरे केस असलेला व उन्हामुळे रापून तांबूस झालेला, नम्र व निश्चिंतवृत्तीचा असा होता. त्याचे वडील इंग्लंडमध्ये ब्रिटिश एअरवेजमध्ये वैमानिक होते. पन्नासाव्या वर्षी सेवानिवृत्त होऊन आपल्या कुटुंबासह त्यांनी ऑस्ट्रेलियाच्या उबदार हवेत स्थलांतर केलं होतं. प्रथम, पोरसवदा जॉनला इंग्लंड सोडून जाण्याबद्दल शंका होती. परंतु एकदा इंग्लंडमधून बाहेर पडल्यावर व ऑस्ट्रेलियाला येऊन उन्हात सर्फिंग करण्याची जीवनशैली अंगवळणी पडल्यावर मात्र त्याला पाठीमागे वळून बघावसं वाटलं नाही. डॅड त्यानंतर इंग्लंडला कधी परत गेले नाहीत.

डॅडना भेटण्याआधी ममला कुणाशी भावनिक सबंध जोडण्यात रस नव्हता, याचं मोठं कारण होतं- वडलांचा आलेला अनुभव. पण जेव्हा तिची मोठी बहीण, मेरी, आपल्या भावी नवऱ्याला भेटली, तेव्हा ममला प्रथमच एक सभ्य, दुसऱ्याचा मान ठेवणारा व आपल्या बायको-मुलांना मारहाण न करणारा, असा पुरुष भेटला. काही पुरुष विश्वसनीय असतात, हे समजायला तिला यामुळे मदत झाली.

ते दोघं भेटल्यावर एक वर्षानं १९७१ मध्ये डॅडना कामात बढती मिळाली; पण मग त्यांना ऑस्ट्रेलियाला जावं लागलं असतं. ममला मागे सोडून जाण्याऐवजी ते टॅस्मेनियामध्येच राहिले व त्यांनी तिला लग्नाची मागणी घातली. एका शनिवारी त्यांचं लग्न झालं, ते होबार्टमध्ये एका सदनिकेत राहायला गेले व सोमवारपासून मम एका औषधाच्या दुकानात कामाला लागली. हे असं झालं की जणू काही ते एका स्वप्नातल्या राजकुमाराप्रमाणे पांढऱ्या घोड्यावरून अवतरले, तिला झटकन उचलून घेऊन गेले, नंतर लग्न केले व एकत्र राहू लागले. कष्ट करून, पैसे साठवून

त्यांनी तळ्याच्या काठी असलेल्या ट्रॅनमिअर (Tranmere) च्या एका उपनगरात जमीन घेतली व घराचं बांधकाम करायला सुरुवात केली. स्वतःच्या घरात ममनं १९७५ मध्ये वयाची एकवीस वर्षं पूर्ण केली.

ममनं बर्नी सोडलं पण तिच्या कुटुंबाची आर्थिक परिस्थिती आणखीनच खालावली, त्याचा तिच्यावर फार खोलवर परिणाम झाला. जोसेफचं, तिच्या वडलांचं दोनदा दिवाळं निघालं. दुसऱ्या वेळी दिवाळं निघालं कारण त्यांनी पाचशे डॉलरचा करदंड भरायला नकार दिला. कर्ज फेडेपर्यंत त्यांना बर्नीच्या तुरुंगात टाकण्यात आलं. ममला व कुटुंबातील इतरांना माहीत नव्हतं की त्यांनी घरात हजारो डॉलर्स लपवून ठेवले होते. जर वडिलांनी कुटुंबीयांना तसं सांगितलं असतं तर त्यांना जामीन देऊन सोडवता आलं असतं.

ही त्यांच्या आयुष्याच्या घसरणीची सुरुवात होती. कोर्टानं नेमलेल्या हिशेबनिसानं, कर व दंड भरण्यासाठी काही हजार डॉलर्स उभे करण्यासाठी वडलांच्या काही गोष्टी विकायला काढल्या व त्यातून मिळालेल्या पैशांपेक्षा जास्त अशी स्वतःच्या कामाच्या मोबदल्याची मागणी केली. कुटुंबीयांच्या अंगावर आधी जुनं कर्ज होतंच, त्यात आता भर पडली हिशेबनिसाच्या मोबदल्याच्या कर्जाची. जोसेफना होबार्टच्या तुरुंगात नेण्यात आलं तेव्हा मम तीस एक वर्षांची होती. तिथं, जोसेफना इतर त्रास होतेच, शिवाय दारुड्या व्यक्तींना दारू पिणं बंद केल्यानंतर भोगाव्या लागणाऱ्या तापदायक परिणामांचा त्रासही त्यांना सुरू झाला होता. ते अधिकच हिंसक झाले म्हणून मग त्यांना मनोरुग्णांच्या तुरुंगात हलवलं गेलं.

तिथं जोसेफनं पैसे उसने देणाऱ्या एका ठगाकडून पैसे उधार घेतले. एका वर्षाच्या आतच त्या ठगानं उरलेली मालमत्ता कर्जावरचे व्याज म्हणून बळकावून टाकली व त्यांच्या कुटुंबीयांसाठी काहीच बाकी ठेवलं नाही. ममच्या आईनं शेवटी एका वर्षानंतर आपल्या अस्थिर वृत्तीच्या नवऱ्याला सोडलं. जोसेफ अजून तुरुंगातच होते; पण त्यांनी तिला मारून टाकण्याची धमकी दिली. जे झालं त्याबद्दल ते तिलाच दोष देत होते. ती एका लहानशा सदनिकेत राहायला गेली. मम तिला होबार्टला घेऊन येईपर्यंत तिथल्या जवळच्या कागदाच्या कारखान्यातून बाहेर सोडल्या जाणाऱ्या विषारी द्रव्यांच्या दुष्परिणामांमुळे ती आजारी पडली होती. तोवर मम दोन दत्तक मुलांची आई झाली होती. मंतोषला व मला आजी जवळ असल्याचा आनंद झाला. जोसेफना तोपर्यंत सोडण्यात आलं होतं; परंतु ममला त्यांची असंतुलित मनोवस्था आमच्या समोर येऊ द्यायची नव्हती. आम्ही त्यांना कधीच भेटलो नाही. मी बारा वर्षांचा असताना ते वारले.

खडतर परिस्थितीनं ममला अत्यंत निश्चयी व निर्धारी बनवलं होतं. तिच्या इतर ओळखीच्या लोकांपेक्षा तिच्या आयुष्यात वेगळ्या गोष्टींना प्राधान्य होतं. तिच्या

लग्नानंतरच्या सुरुवातीच्या काळात ऑस्ट्रेलियात बरेच बदल घडत होते. एकोणीसशे साठच्या दशकातील उलथापालथीनंतर व्हिटलम (Whitlam) सरकार निवडून दिलं गेलं होतं. सामाजिक व राजकीय परिस्थितीचा चेहरामोहरा बदलत होता. मम व डॅड जरी अगदी 'हिप्पी' नव्हते तरी त्यांना त्या काळात चर्चेत असलेल्या 'पर्यायी' कल्पनांचं आकर्षण होतं.

त्या वेळी लोकांना फुगत चालेल्या लोकसंख्येची विशेष चिंता होती. इतक्या कोट्यवधी लोकसंख्येचा जगाच्या पर्यावरणावर होणाऱ्या परिणामांबद्दलची काळजी वाढत होती. युद्ध व इतरही प्रश्न पुढ्यात होते. डॅड नशीबवान होते म्हणून त्यांना व्हिएतनाममध्ये लढण्यासाठी जावं लागलं नाही. दोघांच्या अशा पुरोगामी विचारांमुळे ममची अशी मनोधारणा झाली की सद्य परिस्थितीत फरक पाडायचा असेल तर एक उपाय होता तो म्हणजे अविकसित देशातल्या गरजू मुलांना दत्तक घेणं.

लहानाची मोठी होत असताना ममनं जे काही अनुभवलं होतं, त्यामुळे तिची खात्री झाली होती की फक्त जन्मानं एकत्र आलेल्या लोकांच्या कुटुंबातच पावित्र्य असतं, असं काही नाही. बायकांना मुलं व्हायला पाहिजेत अशी अपेक्षा करणाऱ्या कॅथलिक संस्कृतीत वाढवलं गेलं असूनही मम व डॅडना असं वाटलं की या जगात आधीच पुरेशी माणसं आहेत व त्यांतल्या बऱ्याच मुलांना मदतीची भयंकर गरज आहे. म्हणून स्वतःला मुलं होऊ देण्यापलीकडे कुटुंबनिर्मिती करण्याचे इतर मार्गही आहेत, यावर त्या दोघांचं एकमत झालं होतं.

मम म्हणते की तिच्या भूतकाळात अशी एक विस्मयकारक व्यक्तिगत गोष्ट घडली होती की जिच्यामुळे कुटुंब निर्माण करण्याच्या अपारंपरिक मार्गाचा तिच्या मनात विचार आला. साधारण बारा वर्षांची असताना घरगुती प्रश्नांच्या दबावाखाली ती मनानं जवळजवळ कोलमडून गेली होती. त्या अवस्थेत तिला एकदा जे दृश्य डोळ्यासमोर दिसलं त्याचं ती केवळ एक 'भावी आयुष्याबद्दलचं चित्र' म्हणूनच वर्णन करू शकते. त्या दृश्यानं तिला अंगातून वीज सळसळून गेल्यासारखं वाटलं. ते दृश्य असं होतं की सावळ्या वर्णाचं एक मूल तिच्याजवळ उभं होतं. त्याचं जवळ असणं तिनं इतक्या तीव्रतेनं अनुभवलं की तिला त्याच्या अंगाची ऊबसुद्धा जाणवली. ती जाणीव इतकी जबरदस्त होती की तिला स्वतःच्या मानसिक अवस्थेचीच शंका आली व आपण एखादं भूत बघितलं की काय असंही तिला वाटलं. पण जसा काळ पुढे जात होता तसं तिनं ते दृश्य एक अनमोल दैवी संकेत म्हणून स्वीकारलं व हे फक्त तिला एकटीलाच माहीत होतं. तिच्या नैराश्यपूर्ण आयुष्यात तिला पहिल्यांदाच असं चांगलं वाटलं होतं आणि तिनं ते घट्ट पकडून ठेवलं होतं.

तिचं लग्न झालेलं होतं व समविचारी नवरा साथीला होता. त्यामुळे ममला स्वतःच्या 'भावी आयुष्याबद्दलचं दृश्य' प्रत्यक्षात आणण्याची संधी मिळाली. म्हणूनच,

जरी त्यांना स्वतःची मुलं होऊ शकली असती तरी मम व डॅडनी गरीब देशातली मुलं दत्तक घेऊन त्यांना गरज असलेलं घर व प्रेमळ कुटुंब द्यायचं ठरवलं. डॅड म्हणतात की दत्तक घेण्याच्या निर्णयात ममचाच मुख्यत्वानं पुढाकार होता. खरं म्हणजे मम तर म्हणते की तिला दत्तक घेण्याबद्दल इतकं प्रकर्षानं वाटायचं की जर त्या दोघांचं यावर एकमत झालं नसतं तर त्यांचा विवाहच संपुष्टात आला असता; परंतु डॅड त्यांच्या या योजनेवर अत्यंत खूश होते आणि एकदा दोघांनी निर्णय घेतल्यावर ते त्यापासून विचलित झाले नाहीत.

या निर्णयाचा फेरविचार करायला प्रवृत्त व्हावं, अशी बरीच कारणं होऊन गेली. त्यांनी याबाबतीत अधिकृतपणे चौकशी सुरू केली, तेव्हाच एक अडचण आली. टॅस्मेनिया राज्याच्या त्या वेळच्या कायद्याप्रमाणे ज्या जोडप्यांना मुलं होऊ शकतात त्यांना दत्तक घ्यायला परवानगी नव्हती. त्या वेळेस तरी ते तसंच होतं, म्हणून आपली तत्त्व न बदलता त्यांनी दुसऱ्या देशात असलेल्या गरजू मुलांची जबाबदारी स्वीकारायला सुरुवात केली (जे ते अजूनही करतात). स्वतःच्या मुलांशिवाय एरवी ते स्वतःला नशिबानं मिळालेली सुस्थिती, बाहेर जेवायला जाणं, नौकानयन करणं व दर वर्षी सुट्टी घेणं यात सुखानं घालवत असत.

तरीसुद्धा दत्तक घेणं त्यांच्या मनात खोलवर लपलेलं होतंच. अर्थातच, जैविक घड्याळ चालू असण्या-नसण्याची त्यांना चिंता नव्हती. त्या काळात दत्तक घेण्यासंबधी आणखी एक वेळेचं बंधन होतं ते असं की, दत्तक घेणाऱ्या पालकातील सगळ्यात लहान पालकाच्या व मुलाच्या वयात चाळीस वर्षांपेक्षा जास्त अंतर नसावं, अशी अट होती. वयस्कर पालकांना दत्तक घेतलेल्या मुलांची काळजी घेताना खूप कष्ट पडू नयेत, म्हणून ही तरतूद असावी. हे बंधन मम व डॅडना लागू झालं नसतं; कारण त्यांनी विशिष्ट वयाच्या मुलांची मागणी केलेली नव्हती.

त्यांनी दत्तक घेण्याचं ठरवल्यापासून सोळा वर्षं गेली. मग एक दिवशी ममला एक सावळ्या वर्णाची सुंदर लहान मुलगी भेटली. तिला एका स्थानिक कुटुंबानं, स्वतःचा मुलगा असूनही, दत्तक घेतलं होतं. ममच्या लक्षात आलं की याचा अर्थ मुलं होऊ शकणाऱ्या पालकांना दत्तक न घेऊ देणारा कायदा बदलला होता. उत्सुकतेनं तिच्या अंगावर रोमांच उठले. तिच्या मनाला एक विलक्षण विचार चाटून गेला की ती बारा वर्षांची असताना अनुभवलेल्या भावी आयुष्याबद्दलच्या दृश्यामध्ये जवळ असणारं मूलं म्हणजे हीच मुलगी असावी. यानं प्रोत्साहित होऊन तिनं दत्तक घेण्याबद्दल पुन्हा चौकशी केली. आनंदाची बाब अशी की, चौकशीनंतर तिची खात्री झाली की ती व डॅड आता परदेशातली मुलं दत्तक घेण्यासाठी अर्ज करू शकत होते. आपल्या आयुष्याचं बस्तान चांगलं बसलेलं असतानाही त्यांनी दत्तकविधानाची प्रक्रिया चालू करण्यात जरासुद्धा काचकूच केली नव्हती.

अनेक मुलाखती, असंख्य कागदपत्रांची तयारी व पोलिसतपास झाल्यांनतर त्यांना दत्तक घेण्यासाठी मान्यता मिळाली. आपली फाइल कुठल्या देशात पाठवायची तो देश त्यांना निवडायचा होता. व्हिक्टोरियातल्या एका दत्तक संस्थेकडून त्यांनी ऐकलं होतं की, कोलकात्यातील 'इस्सा' (ISSA) ही संस्था गरजू मुलांना नवीन घरी पाठवण्याच्या कामात इतर संस्थांपेक्षा माणुसकीनं व तत्परतेनं काम करते. ममला भारताबद्दल नेहमीच आकर्षण होतं. बरेच लोक तिथं कशा परिस्थितीत राहतात याची कल्पना होती. १९८७ मध्ये ऑस्ट्रेलियाची लोकसंख्या सतरा मिलियन होती आणि त्याच वर्षी भारतात दहा वर्षांखालील जवळजवळ चौदा मिलियन मुलं आजारानं किंवा उपासमारीनं मरण पावली. एका मुलाला दत्तक घेणं म्हणजे अर्थातच, 'दर्या में खसखस' असा प्रकार होता. तरीसुद्धा हे करणं त्यांना शक्य होतं आणि मुख्य म्हणजे त्या एका मुलाला यामुळे खूप फरक पडला असता. त्यांनी भारत निवडला.

दत्तक घेणारे काही पालक त्यांच्या अटीत बसणारी मुलं मिळण्यासाठी दहा दहा वर्षंसुद्धा थांबतात, त्यांना कधी तान्हं मूल वाढवायला हवं असतं, कधी अगदी मुलगा किंवा मुलगीच हवी असते किंवा विशिष्ट वयाचं मूल हवं असतं. मात्र मम व डॅडना असं वाटायचं की त्यांना आवडलेल्या मुलाची निवड करण्यापेक्षा, ज्या मुलाला खरी गरज असेल त्याला मदत करणं, हे जास्त महत्त्वाचं होतं. त्यांच्या दत्तक घेण्यामागच्या भूमिकेचा हा महत्त्वाचा भाग होता. म्हणून त्यांनी आपल्याला 'मूल हवं' एवढंच फक्त आपल्या अर्जात लिहिलं.

आपल्या कामानं थक्क करून सोडणाऱ्या मिसेस सरोज सूद यांनी चालवलेल्या 'इस्सा' (ISSA) या संस्थेचं ब्रीदवाक्य होतं – 'कुठेतरी एक मूल वाट पाहत आहे. कुठेतरी एक कुटुंब वाट पाहत आहे. इस्सामध्ये आम्ही त्यांना एकत्र आणतो.' आणि आमच्या बाबतीत हे खरंच असं इतकं सोपं झालं होतं. अर्ज केल्यानंतर थोड्याच आठवड्यांनी मम व डॅडना संस्थेतून फोन आला की त्यांच्यासाठी एक मुलगा राखून ठेवण्यात आला होता, त्याचं नाव सरू होतं. त्याला त्याचं आडनाव व जन्माबद्दल इतर काहीही माहिती नव्हती. मम म्हणते की जेव्हा तिनं कोर्टाच्या कागदपत्रांसाठी काढलेल्या माझ्या फोटोची प्रत पाहिली, त्या क्षणी तिला आतून वाटलं की हाच माझा मुलगा होणार!

जेव्हा ही बातमी इस्साकडून कळवण्यात आली तेव्हा मम आनंदित झाली, पण मनानं शांत होती. कुठंतरी तिला आतून नेहमी वाटायचं की, बाराव्या वर्षी जे भावी आयुष्याबद्दलचं चित्र तिनं पाहिलं होतं, त्याचा अर्थ असा होता की दत्तक घेतलेलं मूल वाढवणं, हे तिचं प्रारब्ध होतं. दत्तक घेण्याचा निर्णय घेतल्यापासून ते मी दत्तक घ्यायला तयार होऊन त्यांनी दत्तक घेण्याची वाट बघेपर्यंत, सोळा वर्षं जणू

दैवयोगानंच मम व डॅडना थांबवून ठेवलं होतं. त्यानंतर गोष्टी भराभर घडल्या. त्यांनी दत्तक घेण्यासाठी अर्ज केल्यावर सात महिन्यांनी आणि मान्यता मिळाल्यावर केवळ तीन महिन्यांनी मी इकडे आलो.

ममला वाटतं की अधिकाधिक ऑस्ट्रेलियन लोकांनी परदेशातील बिकट परिस्थितीतील मुलांना, त्यांची आर्थिक जबाबदारी किंवा दत्तक घेऊन मदत करण्याचा विचार केला पाहिजे. मंतोषला दत्तक घेण्यात नोकरशाहीमुळे आलेल्या अडचणींमुळे त्याचं दत्तक घेणं लांबलं, याचा ममवर फार वाईट परिणाम होऊन ती भयंकर आजारी पडली. ऑस्ट्रेलियातील वेगवेगळ्या राज्यांचे परदेशातील मुलं दत्तक घेण्यासंबधीचे कायदे एका सोप्या मध्यवर्ती कायद्यानं बदलून टाकले पाहिजेत, या विचाराची ती पुरस्कर्ती आहे. सरकार दत्तक घेण्याची प्रक्रिया एकंदरीत फार कठीण करून ठेवते, यावर तिची कडक टीका असते आणि तिला वाटतं की जर ही प्रक्रिया सोपी केली तर मुलं दत्तक घेण्यासाठी बरीच कुटुंबं पुढे येतील.

ममची कथा ऐकल्यावर मला मी स्वतः खूप भाग्यवान असल्यासारखं वाटतं. जणू कुणाचा तरी माझ्यावर वरदहस्त आहे असं वाटतं. खडतर बालपणामुळे मम खंबीर झाली, तेव्हा आलेल्या अनुभवांचा वापर करून तिनं काहीतरी उपयुक्त निर्माण केलं. मीही तेच करेन अशी मला आशा आहे व मंतोषलाही तसंच वाटत असावं, असं वाटतं. कठोर बाल्यावस्थेतील मुलांच्या मनःस्थितीची ममला जी जाण होती, त्यामुळेच दत्तक घेतलेल्या मुलांची ती इतकी छान आई होऊ शकली. आमच्या तरुण वयातसुद्धा ती आम्हाला प्रेरणा देते. ती व्यक्ती म्हणून जशी आहे तशी मला आवडते. पण सगळ्यात मला तिचा आदर वाटतो, ते ती तिचं आयुष्य ज्या रीतीनं जगली त्याचा आणि तिनं व डॅडनं घेतलेल्या निर्णयांबद्दल. जे आयुष्य माझ्या आई-वडलांनी मला दिलं आहे, त्याबद्दल मी नक्कीच त्यांचा नेहमी ऋणी राहीन.

वाढत असताना

मी हायस्कूलमध्ये जाऊ लागलो तेव्हासुद्धा भारताचा नकाशा माझ्या भिंतीवर टांगलेला होता. पण माझ्या 'रेड हॉट चिली पेप्पर्स'च्या भित्तीपत्रकांपुढे माझं त्याकडे लक्ष जात नव्हतं. मी एक ऑस्ट्रेलियन म्हणून वाढत होतो – त्यातसुद्धा 'टॅस्सी' (टॅस्मेनियाचा) असल्याचा अभिमान असलेला!

अर्थात, तरी मी माझा भूतकाळ विसरलो नव्हतो किंवा माझ्या भारतीय कुटुंबीयांचा विचार करायचा थांबलो नव्हतो. माझ्या लहानपणच्या आठवणी न विसरण्याच्या माझ्या निर्धारावर मी ठाम होतो आणि बऱ्याच वेळा मी माझ्या डोक्यात त्या आठवत राहायचो, जसं काही मी स्वतःलाच माझी गोष्ट सांगत होतो. मी प्रार्थना करत असे की माझी आई अजून जिवंत असू दे, ती बरी असू दे. कधी कधी मी बिछान्यात पडून माझ्या गावातले रस्ते डोळ्यांसमोर आणत असे. मी स्वतःला त्या रस्त्यांवरून घरी चालत जाताना, घराचं दार उघडताना व आत माझी आई व शकिला झोपलेल्या असताना बघत असे. माझ्या मनानं मी तिकडे केव्हाच पोहोचलेला असे व त्यांना 'मी बरा आहे व माझी काळजी करू नका,' असा निरोप धाडण्याच्या प्रयत्नांवर लक्ष केंद्रित करत असे. हे म्हणजे ध्यान करण्यासारखं होतं. पण या आठवणी म्हणजे माझ्या आयुष्याची पार्श्वभूमी होती, अग्रभाग नव्हता. मी इतर साधारण मुलांप्रमाणेच माझ्या किशोरवयात प्रवेश केला.

प्राथमिक शाळेपेक्षा माध्यमिक शाळेमध्ये इतर वंशीय मुलं जास्त होती. विशेषतः ग्रीक, चिनी व भारतीय मुलं होती, त्यामुळे मी वेगळा असल्याची जाणीव मला कमी व्हायला लागली होती. मला चांगले मित्र मिळाले, मी शाळेच्या रॉक बँडमध्ये गिटार वाजवायला लागलो आणि बरेच खेळ विशेषतः सॉकर, पोहणं व

मैदानी खेळ (athletics) खेळू लागलो. उच्च माध्यमिक शाळा छोटी असल्यामुळे मंतोषही तिथं लवकर रुळला.

मी तसा स्वावलंबी राहिलो आणि मला हवं ते करत राहिलो. वयाच्या चौदाव्या वर्षी मी माझ्या मित्रांबरोबर स्थानिक बंदरावर मजामस्ती करायला, संधी मिळाली की पळून जात असे व गुपचूप दारूही पीत असे. लवकरच मला एक मैत्रीणही मिळाली. मी वाहवत चाललो होतो, असं मी नाही म्हणणार. पण मी चुकीच्या गोष्टी करण्यात जास्तीत जास्त वेळ घालवू लागलो होतो. ही परिस्थिती माझ्या बालपणावर व दत्तक घेतलं जाण्यावर ढकलण्याचा मला मोह होतो; पण खरं म्हणजे बहुतेक पोरसवदी मुलं त्या वयात नवनव्या गोष्टींचा शोध लागला की त्यात भरकटत जातात, त्याप्रमाणे मीही भरकटला जात होतो.

मी कधीही विशेष अभ्यासू नव्हतो; पण जसे माझे अभ्यासक्रमाच्या बाहेरचे, खेळातले व मित्रांबरोबरचे उद्योग वाढत गेले, तसे अभ्यासातले माझे गुण खाली जाऊ लागले आणि मग मात्र माझ्या आई-वडिलांच्या सोशीकपणाचा अंत झाला. मम व डॅड निश्चयी व मेहनत करणारे होते. त्यांना वाटू लागलं की मी हेतुशून्य असल्यासारखा भरकटत चाललो होतो. त्यांनी मला निर्वाणीचा इशारा दिला– बारावीच्या आधी शाळा सोड व नोकरी कर (जसं मंतोषनं नंतर ठरवलं), भरपूर कष्ट कर व विद्यापीठात शिक्षण घे किंवा सैन्यात भरती हो.

त्यानं मला धक्का बसला. मला असं सांगण्यात त्यांचा हाच हेतू होता. सैन्यात भरती होण्याच्या कल्पनेनं मला जागं केलं आणि मला विसरून जायच्या होत्या त्या माझ्या हरवलेल्या मुलांच्या संस्थेत राहत असतानाच्या आठवणी जागृत झाल्या. त्यांच्या प्रस्तावाचा जास्त करून माझ्यावर सकारात्मक परिणाम झाला आणि तो असा की, मला भारतात असताना शिकण्याची जी जबरदस्त इच्छा होती, तिची आठवण करून दिली गेली. मला जाणीव झाली की मला कल्पना करता आली नसती असं आयुष्य माझ्या वाट्याला आलं होतं व ते मी निश्चितपणे आनंदानं उपभोगत होतो; पण त्याचा पूर्णपणे फायदा करून घेत नव्हतो.

त्यांच्या प्रस्तावाच्या धक्क्यांनी मला धाडकन परत जमिनीवर खाली आणलं. मी एकदम एक आदर्श विद्यार्थी झालो. शाळा सुटल्यावर स्वतःला खोलीत बंद करून धड्यांची उजळणी करू लागलो. त्यामुळे माझे गुण वाढायला मदत झाली आणि काही वर्गांत तर माझा क्रमांक सगळ्यात वर होता. माझं शालेय शिक्षण पुरं झाल्यावर मी TAFE मधून अकाउन्टिंग मध्ये तीन वर्षांचा डिप्लोमा करायचं ठरवलं, ते अशा हेतूनं की नंतर विद्यापीठात प्रवेश मिळवण्यासाठी त्याचा मला उपयोग करता येईल. मला आतिथ्यसेवा उद्योगात (hospitality industry) नोकरीही मिळाली.

तो पहिला धक्का दिल्यांनतर मात्र मी अमुक एक मार्गानं जावं असा आई व वडिलांनी माझ्यावर पुन्हा दबाव आणला नाही. तसंच त्यांनी मला दत्तक घेतल्यामुळे मी त्यांचं काही देणं लागतो, असंही कधी मला भासवलं नाही. मी स्वतः पूर्ण विचार करून निर्णय घेत होतो, हे लक्षात आल्यावर त्यांनी माझ्या निर्णयांना नेहमी पाठिंबा दिला. मी अकाउन्टिंगचा डिप्लोमा पुरा केला असता तर त्यांना नक्कीच आवडलं असतं; पण विद्यापीठात जाण्याऐवजी या आतिथ्यसेवा उद्योगात मिळणारा पैसा आणि समाजाशी सतत संपर्कात राहण्याची संधी मला इतकी आवडत होती, की अकाउन्टिंग सोडल्याचा मला आनंदच होता. नंतर बरीच वर्ष मी काम करणं व खेळणं जोडीनं चालू ठेवलं. मला होबार्टच्या अवतीभवती असलेल्या बारमध्ये, क्लबमध्ये आणि उपाहारगृहात अनेक कामं मिळाली. हे मोठे गमतीचे दिवस होते. बारमध्ये 'कॉकटेल' ('Cocktail') सिनेमातल्या प्रमाणे बाटल्या गर्रकन फिरवणं व 'बँड नाईट्स' (band nights) च्या दिवशी धंदा वाढवायला हातभार लावणं, यात खूप मजा वाटायची; पण जेव्हा माझ्याबरोबरच्या लोकांची कामात काही विशेष प्रगती होत नसलेली मी बघितलं, तेव्हा मला जाणवलं की मला स्वतःला कामात अजून पुढे जाऊन आणखी काही कमवायची इच्छा होती. मी आतिथ्यसेवा व्यवस्थापनात पदवी मिळवण्याचं ठरवलं. या पदवीमुळे कामात वरच्या जागा मिळायला मदत होईल, असं मला वाटलं. मी नशीबवान होतो की कॅनबेरा येथील 'ऑस्ट्रेलियन इंटरनॅशनल हॉटेल मॅनेजमेंट स्कूल' मध्ये मला शिष्यवृत्ती मिळाली. माझ्या आधीच्या कामाचा अनुभव लक्षात घेऊन त्यांनी तीन वर्षांचा अभ्यासक्रम माझ्यासाठी दीड वर्षांचा केला.

त्या काळात मी अजून घरीच राहत होतो. पण कामासाठी, अभ्यासासाठी बाहेर जात होतो किंवा माझ्या मैत्रिणीच्या घरी जात असे. त्यामुळे घरातून बाहेर पडण्याचा माझा निर्णय फार मोठा महत्त्वाचा असा नव्हता. मी याबाबत पुढाकार घेत होतो याचा, मला वाटतं, माझ्या आई-वडलांना आनंद झाला होता. त्यामुळे आम्हा सर्वांसाठी माझं बॅगा बांधून कॅनबेराला जाणं ही स्वाभाविक पुढची पायरी होती.

हा मी घेतलेला सर्वांत चांगला निर्णय ठरला. कॅनबेरातच माझं मन अनपेक्षितपणे परत भारताकडे वळलं आणि माझं बालपणचं घर मला कसं शोधता येईल, याचा मी विचार करू लागलो.

मी २००७ मध्ये कॅनबेरातल्या कॉलेजच्या वसतिगृहात राहण्यास सुरुवात केली, तेव्हा माझ्या लवकरच लक्षात आलं की इथं बरेच आंतरराष्ट्रीय विद्यार्थी होते. जास्त करून ते भारतीयच होते. त्यांतले बरेच मुख्यत्वे दिल्ली व आता म्हणतात त्या मुंबई व कोलकात्याचे होते. मी हायस्कूलमध्येही भारतीय मुलांना ओळखत होतो; परंतु ते माझ्यासारखे ऑस्ट्रेलियात वाढलेले होते. या मुलांच्या गटाची ओळख हा संपूर्ण वेगळा अनुभव होता. ते माझ्याशी इंग्लिशमध्ये बोलत असत; पण

आपापसात मात्र हिंदीत बोलायचे. बरेच वर्षांनी मी पहिल्यांदा हिंदी ऐकत होतो. माझी पहिली बोलीभाषा मी साफ विसरलोच होतो. हायस्कूलमधली भारतीय मुलं फक्त इंग्लिशच बोलत असत. या आंतरराष्ट्रीय मुलांच्या संगतीत माझं भारतीयपण गळून पडलं. हा मला अनपेक्षित असा सांस्कृतिक धक्का होता. एरवी मला परदेशी, खास वेगळा असल्यासारखं वाटायचं, पण आता भारतीय विद्यार्थ्यांत मी ऑस्ट्रेलियन समजला जात होतो.

मी त्यांच्याकडे ओढला जाण्याचं मूलभूत कारण म्हणजे मी आलो होतो त्याच देशातून ते आले होते. काही जण तर मी ज्या शहरात हरवलो होतो त्या शहरातून आलेले होते. मी वावरलो त्याच रस्त्यांवर व रेल्वे गाड्यांवर तेही वावरलेले होते. मला त्यांच्यात रस वाटू लागला व त्यांनीही मला चांगला प्रतिसाद दिला, त्यांच्या सामाजिक वर्तुळात सामावून घेतलं. या मुलांच्या सहवासात वयाच्या सव्विसाव्या वर्षी पहिल्यांदाच खरंतर मी भारतीय असणं म्हणजे काय, ते शोधायला सुरुवात केली. मी राजकीय किंवा शैक्षणिकरीत्या म्हणत नाही किंवा माझ्या आई-वडलांनी सद्हेतूपूर्वकपणे जमवून आणलेल्या भारतीयांच्या संबधांत जो अवघडपणा यायचा त्या अर्थानं म्हणत नाही. माझ्या म्हणण्याचा अर्थ असा की मला भारतीय मुलांच्या संस्कृतीत व संगतीत राहून छान वाटायला लागलं होतं. आम्ही भारतीय जेवण जेवत होतो, क्लबमध्ये जात होतो, जवळपासच्या ठिकाणी सहलींना जात होतो किंवा कुणाच्या घरी एकत्र जमून हिंदी चित्रपट बघत होतो. हे बॉलिवूडचे चित्रपट म्हणजे साहस, प्रेमप्रकरणं, विनोदी व नाट्यमय घटना यांचा मस्त संगम! या मुलांच्यात हे असं छान वाटणं खोटं किंवा बळजबरीनं आणलेलं नव्हतं, तर आमच्या नैसर्गिक गुणधर्मांप्रमाणे आम्ही जसं जगत होतो ते त्यामुळे येत होतं. जे लोक मला भेटत होते ते दत्तक संस्थांशी निगडित नव्हते किंवा कुठल्याही प्रकारच्या आघाताचे बळी नव्हते. ते सर्वसाधारण लोक होते; पण भारतीय होते. त्यांनी मला माझी स्थानिक भाषा शिकायला प्रोत्साहित केलं आणि त्यांच्याकडून मला आधुनिक भारतात भराभर होत असलेल्या बदलांची माहिती होत होती.

त्याच्या बदल्यात मी त्यांना माझी कहाणी ऐकवली, त्यांना तिच्यातलं ते स्टेशन म्हणजे कोलकत्याचं अवाढव्य स्टेशन आणि त्याच्या शेजारची नदी हुगळी नदी म्हणून माहीत होती. आणि अशा लोकांना रेल्वे स्टेशनवर घालवलेल्या दिवसांबद्दल मी सांगणं, हा संपूर्ण वेगळा अनुभव होता. त्यांना फारच आश्चर्य वाटलं, खासकरून कोलकात्याच्या लोकांना. निदान त्यांना रेल्वे स्टेशनवर मी कशा प्रकारचं जीवन जगलो होतो हे जरातरी समजत होतं. मला खात्री आहे की, माझ्यासारखी पार्श्वभूमी असलेला मुलगा त्यांच्याबरोबर कॅनबेरामध्ये शिकत होता, या गोष्टीवर त्यांचा विश्वास बसला नसेल.

आमच्यातल्या संवादामुळे दोन गोष्टी झाल्या. पहिली, म्हणजे माझं पूर्वायुष्य कधी नव्हतं इतकं माझं वर्तमान बनलं. माझ्या आठवणी डोक्यात सारख्या घोळवत मी जशाच्या तशा जपल्या होत्या तरी मी त्यांच्याबद्दल कुणाशी बरेच दिवसात बोललो नव्हतो. क्वचित एखाद-दुसऱ्याला, माझ्या अगदी थोड्या मैत्रिणींना सांगितल्या असतील. मला त्या आठवणींची लाज वाटत होती किंवा मला त्या गुप्त ठेवायच्या होत्या असं नाही, पण मला त्या तितक्या महत्त्वाच्या वाटेनाशा झाल्या, म्हणून नाही सांगितल्या. प्रत्येक वेळेस मी कुणाला सांगितलं की मला बऱ्याच प्रश्नांना उत्तर द्यायला लागायची व मला वाटायचं की त्यांचा माझ्याकडे बघण्याच्या दृष्टिकोनात नको तेवढा बदल व्हायचा.

त्यांच्यासाठी मी 'सरू' ऐवजी 'कलकत्त्याच्या रस्त्यांवर राहणारा सरू' असा होऊन जात असे आणि मला नुसतं 'सरू' म्हणून ओळख हवी होती. फरक असा होता की, आता मी ज्यांना हे सगळं सांगत होतो किंवा मी ज्या ठिकाणांबद्दल बोलत होतो, ती माहीत होती. हे सर्व ऐकून त्यांचा माझ्याबद्दलचा दृष्टिकोन नक्कीच बदलला असणार, पण त्यामुळे आम्ही एकमेकांना जास्त चांगलं समजून घेऊ शकत होतो. आमच्यात दुरावा निर्माण होत नव्हता आणि त्यांच्याशी असं बोलल्यामुळे त्या आठवणी माझ्या मनात अगदी पुढ्यात येऊन ठाकत होत्या. ऑस्ट्रेलियन लोकांनी कितीही सहानभूती दाखवली आणि माझ्या परिस्थितीची कल्पना करायचा प्रयत्न केला तरी त्यांना या गोष्टी एखाद्या कल्पित परिकथेप्रमाणेच वाटत असणार. उलट या भारतीय मुलांनी ती ठिकाणं अनुभवली होती म्हणून या गोष्टी त्यांना खऱ्या वाटत असत.

दुसरं, या गोष्टी ऐकून खुद्द भारतातून आलेल्या लोकांतला गुप्त पोलीस जागा व्हायचा. त्यांना भारतातील माझ्या ठिकाणाचं गूढ सोडवावंसं वाटायचं व ते मला काय काय आठवत होतं त्याबद्दल खूप प्रश्न विचारत असत. त्यांच्या नजरेकडे बघून, मला पहिल्यांदाच काही तरी मार्ग निघण्याची शक्यता वाटू लागली. हे असे लोक होते ज्यांना भारत देश माहीत होता. ही अशीच प्रौढ माणसं मी प्रथम हरवलो तेव्हा मला भेटायला हवी होती. कदाचित ते मला आता मदत करू शकतील, अशी मला आशा वाटली.

म्हणून माझ्याकडे जे काही थोडे धागेदोरे होते ते मी माझ्या मित्रांपुढे ठेवले. मी पाच वर्षांचा असतानाचं माझ्या बालपणीच्या ठिकाणाच्या भूगोलाचं अज्ञान किती तरी वर्षांनी माझ्यापुढे उभं राहिलं. कुठेतरी गिनस्टले असणार जे माझं गाव असू शकत होतं, तसंच त्या नावाचा एखादा भाग किंवा रस्ताही असू शकला असता. त्याच्याजवळ 'बेरामपूर' किंवा अशा काही तरी नावाचं रेल्वे स्टेशन असणार जिथं मी गाडीत चढलो असणार.

मी माझ्या मित्रांना सांगितलं की, या त्रोटक माहितीच्या मदतीनं कोलकात्याच्या अधिकाऱ्यांनी प्रयत्न केला होता. पण मी कुठून आलो त्याचा शोध काही ते लावू शकले नव्हते. पण मित्रांना तरीसुद्धा वाटलं की सुरुवात करण्यासाठी हे पुरेसं होतं. मी सांगून टाकलं की मी गाडीत किती वेळ अडकून होतो याची मला पुसट आठवण होती. पण मी रात्रीच्या वेळी गाडीत चढलो होतो आणि वाटतं दुसऱ्या दिवशी दुपारच्या आत, नक्कीच दिवसाकाठी कोलकात्याला येऊन पोहचलो होतो. कोलकात्यात रस्त्यावर राहत असतानाच्या धक्कादायक आठवणी लहानसहान तपशिलासकट माझ्या मनात कोरलेल्या होत्या. पण त्या आधी, ट्रेनमध्ये एकटा अडकून पडलो असताना घरापासून दूर जाणं थांबवणं शक्य नव्हतं हे जेव्हा मला कळून चुकलं तेव्हा मी अतिशय हतबल झालो होतो. या पहिल्या धक्क्यानं मला सर्वांत जास्त हादरवलं होतं. ती माझी दुर्दशा मी छोट्या छोट्या तुकड्यांच्या रूपात आठवू शकत होतो; पण मला नेहमीच वाटायचं की मी बहुतेक बारा ते पंधरा तास प्रवास केला होता.

माझी एक मैत्रीण अमरीन म्हणाली की ती तिच्या वडिलांना विचारेल की मला आठवत असलेल्या नावांची गावं त्यांना माहीत होती का. ती गावं कोलकत्यापासून साधारण अर्ध्या दिवसाच्या अंतरावर होती. अमरीनचे वडील भारतीय रेल्वेमध्ये नवी दिल्लीत काम करत होते. ती विचारणार या कल्पनेनंच माझी उत्कंठा वाढली पण मानसिक त्रासही झाला. जी मदत मी रेल्वे फलाटावर वीस वर्षांपूर्वी शोधत होतो तिच्या हे असं इतकं मी पहिल्यांदाच जवळ आलो होतो.

आठवड्यानंतर त्यांचा प्रतिसाद आला की त्यांनी गिनस्टले हे नाव कधीच ऐकलेलं नव्हतं, पण कोलकत्याचं 'ब्रहमपूर' म्हणून एक उपनगर होतं. त्याच्या पूर्वेला असलेल्या 'पश्चिम बंगाल' राज्याच्या एका दूरच्या भागात 'बहरामपूर' नावाचं शहर होतं. तसचं पूर्व समुद्र किनाऱ्यावर असलेल्या ओरिसा राज्यात आधी 'बेरहमपूर' व नंतर 'ब्रह्मपूर' म्हणून ओळखलं जाणारं शहर होतं. पहिलं कोलकत्त्याचं उपनगर अर्थातच माझं नव्हतं. पण मला आश्चर्य वाटलं की मी जेव्हा हावरा स्टेशनवर विचारत होतो तेव्हा कुणाला कसं वाटलं नाही की हे माझं गाव असू शकेल? कदाचित माझे उच्चार बरोबर नव्हते किंवा मी काय बोलत होतो ते ऐकायला माणसं फार वेळ थांबत नसावीत.

दुसरं व तिसरं गावही माझं असेल असं वाटलं नाही. कारण ती गावं हावरा स्टेशनापासून मी जितका वेळ प्रवास केला होता तितकी लांब नव्हती; परंतु कदाचित मी एका लांबच्या आडमार्गावर असण्याची सुद्धा शक्यता होती. ओरिसातलं गाव पूर्व किनाऱ्यापासून दहा किलोमीटरच्या आत होतं आणि मी तर ऑस्ट्रेलियाला विमानाने येईपर्यंत कधीच समुद्र पाहिलेला नव्हता. मी एकदाच आमच्या गावाजवळच्या तलावावर संस्मरणीय असा सूर्यास्त बघायला गेलो होतो; पण विमानाखाली दिसणारा

खुला महासागर बघून मला विलक्षण आश्चर्य वाटलं होतं. समुद्रकिनाऱ्याजवळ वाढलो होतो तरीसुद्धा मला समुद्र इतका जवळ आहे, हे कळलंच नसेल का? पण माझ्या मित्रांना मी जसा दिसत होतो त्यावरून मी पश्चिम बंगालचा असल्यासारखं वाटत होतं. तेव्हा ममनी मी होबार्टमध्ये वाढत असताना मला एकदा सांगितलेलं आठवलं की आम्हाला भेटलेल्या काही वयस्कर भारतीयांना सुद्धा वाटलं होतं की, मी बहुधा पूर्व भारतातून आलो होतो. मला माझा रेल्वे प्रवास चुकीचा आठवत होता का... एका पाच वर्षांच्या घाबरलेल्या मुलाच्या मनाला वेळ व अंतर जरा जास्त वाढवून वाटलं होतं का...? नाना शंकांची बीजं माझ्या मनात पेरली जात होती.

माझ्या मित्रांनी केलेल्या अंदाजाबरोबरच मी आणखी माहिती शोधण्यासाठी इंटरनेट वापरायला सुरुवात केली. माझ्या शाळेनंतरच्या काळात आमच्याकडे घरी इंटरनेट होतं, पण आजच्यापेक्षा त्या काळी ते एक वेगळं माध्यम होतं. तेव्हा विशेषतः ब्रॉडबँड (broad band) यायच्या आधीच्या डायल-अपच्या (dial-up) काळात ते खूप सावकाश चालायचं. आपण ज्याला आता इंटरनेट म्हणतो ते मी शाळा संपवेपर्यंत 'वेब' म्हणून जेमतेम सुरू झालं होतं. विकीपिडियासारखं साधन मी कॉलेजला जायला लागलो तेव्हा अगदी बाल्यावस्थेत होतं. काही काळापूर्वी इंटरनेट फक्त तंत्रज्ञानवेड्या व पुस्तकी ज्ञान असलेल्या लोकांसाठी राखून ठेवलेलं क्षेत्र होतं. आज मात्र कुठल्याही काल्पनिक विषयावर, मग तो कितीही अस्पष्ट असला तरी इंटरनेटवरून त्याबद्दल काहीच माहिती मिळणार नाही, अशी शंकाही मनात येऊ शकत नाही.

हे असं सामाजिक माध्यमं (social media) यायच्या आधीही होतं. कधी ओळख नसलेल्या माणसांशी संपर्क साधणं नित्याचं नव्हतं. इ-मेल हेसुद्धा औपचारिक संवाद साधण्याचं साधन होतं; निनावीपणे अख्ख्या जगापर्यंत पोहोचू शकण्याचं साधन नव्हतं. एवढंच नाही तर खरं म्हणजे मी माझ्या भारतातील पूर्वायुष्याचा फार विचारही करत नव्हतो. याआधी हा नवा शोध मला उपयोगी पडेल, हा विचारही माझ्या मनाला शिवला नव्हता.

कॉलेजमध्ये मला प्रोत्साहन देणाऱ्या मित्रांबरोबर मलाही दिवसाचे चोवीस तास इंटरनेट वापरण्याची सोय होती व माझ्या खोलीत टेबलावर माझा स्वतःचा कॉम्प्युटर होता. मी 'गिनस्टले' ची वेगवेगळी स्पेलिंग्ज वापरून जी मिळेल ती माहिती शोधण्यास सुरुवात केली, पण काही यश मिळत नव्हतं. निदान काही अर्थ काढता येईल अशी पण काही माहिती मिळाली नाही. तसंच 'बेरामपूर'सारखी नावंही निश्चित निर्णयात्मक नव्हती. बऱ्याच शक्यता होत्या पण पुढे जाण्याच्या दृष्टीनं काही खास नव्हत्या.

माझ्या मनात ही गावांची नावं व ट्रेनमध्ये घालवलेल्या वेळेच्या आठवणींबद्दल

शंका उत्पन्न होऊ लागल्या. परंतु माझं कुटुंब, माझं गाव, मी येतजात असलेले रस्ते, त्यांच्याबद्दलच्या आठवणींच्या बाबतीत मला जराही शंका नव्हत्या. माझे डोळे बंद करून ज्या बेरामपूर स्टेशनवर मी ट्रेनमध्ये चढलो होतो ते मी बघू शकत होतो. तो फलाट, एका टोकाला असलेला पादचारी पूल आणि उंच चौथऱ्यावर असलेली गगनचुंबी पाण्याची मोठ्ठी टाकी मी डोळ्यांसमोर स्पष्टपणे बघू शकत होतो. मला खात्री होती की माझ्या मित्रांनी किंवा इंटरनेटनं सुचवलेलं किंवा कुणी एखादं गाव 'माझं असेल' असं वाटून मला दाखवलं तर, ते गाव बघितल्याबरोबर माझं आहे किंवा नाही ते मी पटकन सांगू शकेन. मला फक्त गावाच्या नावाची खात्री नव्हती.

नकाशांची काही मदत झाली नाही. मला माहीत होतं की नकाशावरच्या नावांमध्ये व रेषांमध्ये माझं गाव कुठेतरी होतं खरं, पण ते नक्की कुठे शोधायचं ते मला कळत नव्हतं. जे नकाशे मला मिळाले ते छोटी छोटी खेडी दाखवण्याइतकेसुद्धा मोठे नव्हते, तर मला हवे होते तसे तपशीलवार रस्ते व वेगवेगळ्या वस्त्या त्यात दिसणं अशक्यच होतं. साधारण सारख्या नावांची गावं शोधणं, ती कोलकात्याच्या जवळ असली तर दोनामधल्या अंतरात येत असलेल्या जागा निरखून पाहणं व मी कुठे कुठे पोचलो होतो त्याच्याशी तुलना करणं, इतकंच काय ते मी करू शकत होतो. पण जरी मला बेरामपूर किंवा गिनस्टले सारखं गाव सापडलं असतं तरी ते माझ्याशी संबंधित आहे का नाही हे तपासून पाहणं अशक्य होतं. हे ठिकाण? कुणास ठाऊक! मला कसं सांगता येणार की आमचं मोडकंतोडकं घर किंवा तेच रेल्वे स्टेशन तिथं होतं? काही काळ मला पश्चिम बंगालला जाऊन तिथे रस्त्यावर चालून शोध घ्यावा असं वाटत असे. पण तरी ते मला इतक्या गंभीरपणे घ्यावंसं नाही वाटलं. मी असं किती दिवस ती ओळखीची जागा शोधत देशभर फिरणार? देश तर खूप मोठा अवाढव्य होता. तसं फिरणं म्हणजे हावरा स्टेशनवर दिसेल त्या ट्रेनमध्ये चढण्यासारखं होतं.

नंतर मला एका नकाशाचा सुगावा लागला. या नकाशातल्या भूप्रदेशावर मी खरोखर भटकू शकणार होतो आणि तेसुद्धा माझ्या अभ्यासाच्या खुर्चीत निर्धास्तपणे बसून! तो होता - 'गुगल अर्थ' (Google Earth)

बऱ्याच लोकांना त्यांचा 'गुगल अर्थ'चा पहिलावहिला अनुभव बहुतेक आठवत असेल. त्याच्या सॅटेलाइट इमेजिंग (satellite imaging) मुळे कुणीही वरून आकाशातून अंतराळवीरासारखं खाली जगाकडे बघू शकतं. तुम्हाला संपूर्ण खंड, देश व शहरं निरखून बघणं शक्य होतं. किंवा ठिकाणांची नावं शोधून तुम्हाला ज्या भागात रस असेल त्यावर झूम (zoom) करून लक्ष केंद्रित करता येतं व नकाशा आश्चर्यचकित करणारे तपशील उपलब्ध करून देतं. तुम्ही 'आयफेल टॉवर', 'ग्राउंड झिरो' किंवा स्वतःचं घर झूम करून जवळून बघू शकता. खरं तर बहुतेक

सगळे सर्वप्रथम तेच करतात– आपण राहतो त्या जागेवर झूम करतात व ते वरून देवाला व पक्ष्यांना कसं दिसत असेल ते बघतात. 'गुगल अर्थ' काय करू शकतं हे जेव्हा मी ऐकलं, तेव्हा माझं हृदय उत्कंठेनं धडधडू लागलं. मला जर कुठे शोधायचं ते कळलं तर माझं लहानपणीचं घर दिसेल का? 'गुगल अर्थ'चा जणू काही माझ्यासाठीच शोध लावला गेला होता. माझ्यासाठी तर हे उत्कृष्ट साधन! मी कॉम्प्युटर चालू केला व शोधायला सुरुवात केली.

गिनस्टलेची कुणीच ओळख दाखवली नाही, तेव्हा मला वाटलं की माझ्याकडे बेरामपूरसारखं ठिकाण हा जबरदस्त संदर्भ आहे. जर मला ते सापडलं तर माझं गाव जवळच्या रेल्वेवर असणार. मी बेरामपूर असं काही शोधलं आणि नेहमीप्रमाणे खूप परिणाम (results) मिळाले. या नावाचे वेगवेगळे प्रकार थोड्या फार फरकानं देशाच्या लांबा-रुंदीत पसरले होते. आणि बऱ्याच गावांचं तर एकच नाव होतं. बहरामपूर, बेरहामपूर, बेरहामपोर, बिरामपूर, बुरमपूर, बुरहाम्पूर, ब्रह्मपूर अशी बरीच नावं होती!

अमरीनच्या वडिलांनी सुचवल्याप्रमाणे पश्चिम बंगाल व ओरिसातील दोन जागांपासून सुरुवात करणं मला योग्य वाटलं. हळूहळू पण खात्रीनं या दोन शहरांच्या प्रतिमा, मला वाटलं होतं त्याप्रमाणे कॉम्प्युटरच्या पडद्यावर अवतरल्या. या साधनामुळे मला ज्या काही महत्त्वाच्या खुणा आठवत होत्या त्या मला बघता येणार होत्या. अगदी मी स्वतः शरीरानं तिथं हजर असल्याप्रमाणे ती जागा बरोबर आहे की नाही, हे ओळखू शकेन अशी मला आशा होती. असं या नकाशात बघणं म्हणजे जणू काही मी गरम फुग्यात (hot baloon) बसून मान वाकवून खाली बघत ती जागा रस्त्यावरून कशी दिसत असेल याची कल्पना करण्यासारखं होतं.

पश्चिम बंगालमधल्या बहरामपूरला दोन रेल्वे स्टेशनं होती, पण मला जो वरून जाणारा जोडरस्ता स्पष्टपणे आठवत होता तो तिथं नव्हता. शिवाय शहरातून बाहेर जाणाऱ्या रेल्वेवर गिनस्टले नावाचं ठिकाणही दिसत नव्हतं. एक रेल्वे बऱ्याच तलावांच्या बाजूबाजूनं जात होता. ते तलाव ट्रेनमधून जाताना नक्कीच दिसत असणार पण मी जिथं गेलो होतो तिथून मी तसं काही पाहिलेलं नव्हतं. वास्तविक पाहता गावाचा परिसरसुद्धा बरोबर वाटला नाही. मी जी जागा शोधत होतो तिथं डोंगरांच्या रांगा होत्या ज्यातून रेल्वे जात होता. त्या रांगा मला या जागेजवळ दिसत नव्हत्या. सगळं कसं घनदाट आणि हिरवंगार दिसत होतं. मी ज्या भागातून आलो होतो, त्या भागात धुळकट गावातले शेतजमिनीचे तुकडे एकमेकांना जोडल्यासारखे दिसत असत. मला मान्य करावं लागेल की मी जिथं राहत होतो तिथं एवढ्या वर्षांत बदल तर झाले असतीलच. कदाचित नव्या पाणीपुरवठ्याची सोय केली गेली असेल व सगळा भाग हिरवा झाला असेल; परंतु बाकीच्या गोष्टी त्याला दुजोरा देत नव्हत्या.

ओरिसामधलं ब्रह्मपूर रुक्ष भागात होतं. पण इथल्या स्टेशनात रेल्वेच्या दोन्ही बाजूंना छप्परवाले फलाट होते. मी साधीसुधी रचना असलेलं स्टेशन शोधत होतो त्यापेक्षा हे वेगळं होतं. पाण्याच्या टाकीचा मनोराही दिसत नव्हता. त्याऐवजी बऱ्याच साठवणीच्या टाक्या (silos) होत्या. त्या आधी पाहिलेल्या असत्या तर मला नक्कीच आठवल्या असत्या. पुन्हा एकदा या ठिकाणाजवळ रेल्वेच्या लगत कुठलंही गिनस्टले नव्हतं आणि प्रतिमेत समुद्र इतका या शहराजवळ दिसत होता की गावाजवळ समुद्र आहे, हे मला माहीत नसणं शक्यच नव्हतं याची खात्री झाली.

या दोन जागा बरोबर वाटल्या नाहीत म्हणून आशा सोडून द्यायची गरज नव्हती. आणखी बऱ्याच जागा बघायच्या होत्या, पण मन नाउमेद व्हायला लागलं होतं. त्यामुळे मी विचार करू लागलो की मी तिथं राहत होतो तेव्हापासून आतापर्यंत गोष्टी किती बदलल्या असतील. स्टेशनं साफसूफ केली गेली असतील किंवा नवी बांधली गेली असतील. रस्ते बदलले असतील आणि शहरं वाढली असतील. खूप बदल झाले असतील. तर मग इतका प्रयत्न करूनही मी जे धुंडाळतो आहे, ते स्टेशन मला ओळखता येणारच नव्हतं.

या नव्या साधनाचा आवाका कितीही अवाढव्य असला तरी किंवा त्याचा आवाका मोठा होता म्हणून म्हणा, माझं घर शोधणं हे प्रचंड काम होतं हे स्पष्ट झालं. जर मला गावाचं नावच नीट आठवत नव्हतं तर मी कुठल्याही शोध प्रकारावर उत्तर मिळण्यासाठी अवलंबून राहू शकत नव्हतो. मी जरी पाहिजे त्या भागावर पोहोचलो असतो तरी वर हवेतून मला ते ओळखता आलंच नसतं. मी कुठल्याच गोष्टीची खात्री देऊ शकणार नव्हतो. आणि शिवाय इंटरनेट व कॉम्प्युटरचा वेग त्या दिवसात फारच हळू होता. 'गुगल अर्थ' हे एक प्रचंड साधन होतं; पण खूप लांब अंतरावरून ते वापरणं हे फारच वेळखाऊ होतं.

जर मला माझा अभ्यास गंभीरपणे करायचा असला तर मी माझा सगळा वेळ 'गुगल अर्थ' वर रेघोट्या मारण्यात घालवू शकणार नव्हतो. मग सुरुवातीची धुंदी उतरल्यावर मी स्वतःला सांगितलं की मी नुसता वेळ फुकट घालवत होतो. मी माझं लक्ष विचलित होऊ न देण्याचा प्रयत्न करू लागलो. पुढचे काही महिने, अध्येमध्ये मी काही वेळ कोलकात्याजवळच्या उत्तर-पूर्व भागातील काही ठिकाणं तपासून पाहण्यात घालवला. पण मला ओळखीचं असं काहीही सापडलं नाही.

मध्यंतरी अधूनमधून 'मी शोध घ्यायचा बंद केला आहे' म्हणून जाहीर करत असे, ते ऐकण्याची माझ्या काही मित्रांना सवय होऊन गेली होती. पण त्यानंतर मी कबूलही करत असे की तो विचार माझ्या मनात चालूच होता. माझ्याबरोबरचे मूळचे भारतातून आलेले 'गुप्तहेर' घरी परतले होते. बाकीच्यांना जेव्हा जाणवलं की मला

हे विचार आता पहिल्यासारखं सतवत नाहीत, तेव्हा त्यांनीही त्याचा विचार करणं सोडून दिलं.

शेवटी मीसुद्धा ते प्रकरण बारगळू दिलं. हा दीर्घ शोध जरा काल्पनिक वाटायला लागला. यातून हाताला काही लागणार होतं, असं मला वाटेनासं झालं. मी गवताच्या गंजीत सुई शोधत होतो असं वाटायला लागलं आणि या कामाला जितकं वाहून घ्यावं लागणार होतं तितकं मला जमलं नसतं. मी कॉलेजमध्ये अभ्यास करण्यासाठी आलो होतो आणि माझं संपूर्ण लक्षच त्यासाठी द्यायला हवं होतं. मला काही सर्व सोडून संन्यासी बनून कॉम्प्युटरसमोर बाकीचे दिवस काढायचे नव्हते. माझं भलं इच्छिणाऱ्यांनी मला सावध केलं की हा शोध मला वेडं करून सोडेल. मी एका प्रेमळ कुटुंबात ऑस्ट्रेलियन मर्द म्हणून वाढलो होतो. नशिबानं मला भयंकर परिस्थितीतून बाहेर काढून आरामशीर अस्तित्व दिलं होतं. मी माझा भूतकाळ स्वीकारून पुढे जाण्याची गरज होती.

मला आता कळतं की, मी माझ्या आठवणींना थोडासा घाबरलोही होतो व त्यांच्याबद्दल बचावात्मक पवित्रा घेत होतो. मी त्यांना बरेच दिवस सांभाळून ठेवलं होतं, कवटाळून ठेवलं होतं. त्या आठवणी व त्यांच्यात असलेला आशेचा अंकुर टिकवून ठेवायची मला तीव्र इच्छा होती. मी जर परत शोध सुरू केला आणि काही मिळालं नाही तर मला माझ्या भूतकाळाला मागे ठेवून पुढे जावं लागेल का? जर मी माझं कुटुंब व घर यांचा छडा लावू शकलो नाही तर मी त्या आठवणींना पकडून कसं ठेवू? काही मिळण्याची खात्री नसताना परत शोध घ्यायला लागलो तर माझ्याजवळ जे थोडंफार होतं तेही बिघडून जाईल, असं मला वाटायला लागलं.

शोध थांबवल्यावर मी माझा अभ्यासक्रम पुरा केला आणि होबार्टला परत गेलो. स्वतःच्या आर्थिक आधारासाठी मी एका बारमध्ये काम घेतलं. माझ्या खिशात डिप्लोमा होता. पण मला काही आठवड्यांतच कळून चुकलं की मला अतिथीसत्कार सेवेत रस राहिला नव्हता. मला याची कुणकुण कॅनबेरात असतानाच लागली होती, पण मला या विषयात पात्रता तरी मिळवायचीच होती.

आपण सगळे तरुण वयात अशा एका बिंदूवर येतो जिथे आपण आपल्या आयुष्यात काय केलं पाहिजे याचा विचार करू लागतो. कमीत कमी आपण कुठल्या दिशेनं जायचं याचा तरी विचार करतो. जगण्यासाठी लागणाऱ्या साधनांच्या पलीकडे जाऊन आपल्याला आयुष्यात सगळ्यात काय महत्त्वाचं आहे, याचा विचार करण्याची जरूर भासते. विचारांती मला याचं उत्तर 'माझं कुटुंब' हे सापडलं तर आश्चर्य वाटायला नको. कदाचित होबार्टपासून दूर राहिल्यामुळे ही भावना प्रबळ झाली असेल. भूतकाळात मी नव्यानं रस घेऊ लागलो होतो व त्यामुळे मी माझ्या होबार्टमधल्या कुटुंबाशी असलेल्या माझ्या नात्याचा विचार करू लागलो. माझ्या

मनात आलं की, ब्रायर्ली कुटुंबाचा धंदा मला माझ्या आयुष्याची वेगवेगळी अंगं जुळवून आणण्याची संधी देईल. जेव्हा माझे आई-वडीलसुद्धा या कल्पनेशी सहमत झाले तेव्हा मला खूपच आनंद झाला.

उद्योगात वापरल्या जाणाऱ्या पाण्याच्या नळ्या (hoses), उपकरणांचे छोटेसे भाग, झडपा व पंप विकण्याचा मम व डॅडचा व्यवसाय होता व डॅड तो चालवत होते. विलक्षण योगायोग असा की, मी भारतातून ऑस्ट्रेलियात आल्यादिवशीच डॅडनं हा धंदा सुरू केला होता. ते ममबरोबर मला मेलबर्नला भेटायला आले होते, तेव्हा त्यांच्या कोऱ्याकरकरीत नव्या कचेरीत त्यांनी माझ्या आजोबांना, येतील ते फोन घेण्यासाठी बसायला सांगितलं होतं.

ब्रायर्ली कुटुंबाच्या धंद्याचा भाग बनणं म्हणजे डॅडबरोबर रोज काम करणं आणि मला लवकरच समजलं की माझी निवड बरोबर होती. त्यांच्याबरोबर काम करणं प्रेरणादायक होतं. मला वाटतं त्यांचा निश्चयीपणा, काम करताना पाळलेली नैतिक तत्त्वं व यशावर लक्ष केंद्रित करण्याची पद्धत माझ्यातही थोडीफार उतरली. त्यांनी मला नक्कीच खूप साऱ्या कामात व्यस्त ठेवलं, पण त्यानं आम्हा दोघांना जवळ आणलं. मंतोषनंही हाच मार्ग स्वीकारला. आम्ही आता सगळे यात गुंतलो आहोत व एकत्र काम करत आहोत.

याच वेळी मी एक नवं नातं जोडलं. माझी मैत्रीण व मी एकत्र राहू लागलो. होबार्टला परतणं व त्यानंतर जे जे काय झालं, त्यांनी मला जाणीव करून दिली की माझ्या आयुष्यात माझी पाळंमुळं (roots) शोधून काढणं हे इतर गोष्टींपेक्षा जास्त महत्त्वाचं नव्हतं. मला कळतयं की काही लोकांना हे विचित्र वाटेल. जन्मदाते आई-वडील माहीत असले नसले तरी, काहीतरी राहून गेल्याची भावना मनाला पोखरून टाकत आहे, असं दत्तक गेलेल्या व्यक्ती स्वतःच्या मनःस्थितीचं वर्णन करतात. काही जुन्या संबंधांशिवाय किंवा कमीत कमी ते कुठून आले या माहितीशिवाय त्यांना अपुरं वाटतं. मला तसं वाटलं नाही. मी माझ्या भारतातल्या आईला व कुटुंबाला कधी विसरलोच नाही, विसरणारसुद्धा नाही. पण त्यानं माझ्या मनात आनंदी व संपूर्ण असं आयुष्य जगण्याच्या वाटेत कधीच अडथळा आणला नाही. आयुष्यात टिकून राहण्याचं मूलतत्त्व मी फार लवकरच शिकलो होतो. जशी संधी पुढ्यात येते (जर आलीच तर) तशी ती लगेच घेतली पाहिजे आणि पुढे बघत राहिलं पाहिजे. दत्तकामुळे उपलब्ध झालेलं माझं आयुष्य मी कृतज्ञतेनं स्वीकारणं, हा त्याचाच भाग होता. म्हणूनच मी माझं लक्ष माझ्या सध्याच्या जीवनावर केंद्रित करण्याचा प्रयत्न केला.

'शोध'

इतर कुणाला नाही तरी मला कळायला हवं होतं की आयुष्य बऱ्याच अनपेक्षित कलाटण्या आणि वळणं घेतं; कारण अजूनही मला आश्चर्याचे धक्के बसत असतात. जरी मी नवी परिस्थिती हाताळण्यात इतर काही जणांपेक्षा खूपच बरा आहे तरी, व्यवसायात, जागेत, नशिबात, भावनांमध्ये होणारे बदल इतरांप्रमाणे मलाही अजून धक्का देतात- कदाचित जरा जास्त जोरात.

डॅडबरोबर काम करणं व त्यांच्याकडून विक्रेता होण्याचं शिक्षण घेणं खूपच छान होतं. मी ते अजूनसुद्धा करतो. पण माझ्या मैत्रिणीबरोबरचं माझं नातं वादळी ठरलं आणि ते तोडणं फार कठीण झालं. जरी मीच ते संपुष्टात आणलं होतं तरी मला कमीपणा वाटत होता व पश्चात्ताप होत होता. मी परत आई-वडलांकडे राहायला गेलो. अस्वीकार, निराशा, कटुता, एकटेपणा आणि एक प्रकारची हार अशा परस्पर विरोधी भावनांचा माझ्या मनात गोंधळ चालू होता. मी कधीकधी कामालासुद्धा जात नसे किंवा कामात बेजबाबदार चुका करत असे. माझे आई-वडील मी स्वतःला सावरून पहिल्यासारखा सकारात्मक व पुरोगामी परत कधी होईन, याची वाट पाहत होते.

मी मित्र मिळवण्याच्या बाबतीत नशीबवान होतो. योगायोगानं झालेल्या भेटीत बायरननं सुचवलं की, मी त्याच्या घरात एक जास्तीची खोली होती तिथं काही काळासाठी राहायला जावं. बार व नाइटक्लबमध्ये काम करत होतो तेव्हापासून मी बायरनला ओळखत होतो. तो डॉक्टर झाला होता व त्यानं नव्या लोकांशी माझ्या ओळखी करून दिल्या. त्याचा हळुवारपणा आणि त्यानं ओळख करून दिलेल्या लोकांचे नवे नवे चेहरे पाहून माझ्या मनाला उभारी आली. आयुष्यात माझ्यासाठी माझे कुटुंबीय सगळ्यात महत्त्वाचे होते; पण मित्रही काही कमी महत्त्वाचे नव्हते.

बायरन नेहमी बाहेर जायचा व मजा करायचा. मीसुद्धा त्याच्याबरोबर कधी कधी जात असे. पण मला घरी एकटं राहायलाही आवडत असे. माझं नैराश्य कमी झालं होतं, पण मी अजूनही माझ्या तुटलेल्या नात्याचा विचार करत होतो. आता एका जोडप्याचा भाग म्हणून विचार न करता स्वतःचा एकट्याचा विचार मी कसा करायचा ते समजायचा प्रयत्न करत होतो. मला वाटत नाही की माझं लहानपण जसं गेलं होतं, त्यामुळे ही प्रक्रिया जास्त सोपी किंवा कठीण झाली, पण माझ्या भारतातील आयुष्याचा मी पुन्हा मनःपूर्वक विचार करायला लागलो, हे खरं.

बायरनच्या घरी इंटरनेटसाठी ब्रॉडबँड उपलब्ध होतं व माझ्याकडे नवा, जलद गतीनं चालणारा लॅपटॉप होता. माझ्या आयुष्यातल्या ज्या काळात मला आपल्या पूर्वायुष्याचा मागोवा घेणं निकडीचं वाटत नव्हतं, तेव्हासुद्धा मी ते विसरलो नव्हतो किंवा ते तसं नव्हतंच असंही म्हणत नसे. या आयुष्याच्या नव्या टप्प्यात, कौटुंबिक धंद्यामुळे माझं माझ्या आई-वडलांशी नातं घट्ट होत होतं. मी त्यांची काही अंशी परतफेड करत होतो असं मला वाटत होतं, त्यामुळे मला माझ्या गावाचा शोध घेताना येणाऱ्या भावनिक धोक्यांना तोंड द्यायला बिनधास्त वाटत होतं. हो, माझ्याकडे गमवण्यासारखं खूप होतं. माझ्या घराचा शोध घेताना येणारं प्रत्येक अपयश माझ्या आठवणींबद्दलच्या निश्चिततेला तडे देत होतं. पण तितकंच मिळवायलाही खूप होतं. मी विचार करायला लागलो की मी शोध टाळत होतो का? तसंच मला जो विश्वास होता की हा शोध घेण्यानं माझ्या उर्वरित आयुष्यात पुढची पावलं टाकण्यावर परिणाम होणार नाही, तो जरा जास्तच होता का? काही नाही तर निश्चयानं शोध सुरू न करू शकणं, हे माझ्या किशोरवयातल्या भरकटण्यासारखं तर नव्हतं? आणि कमीत कमी शक्यता धरली, तरी मी ते सापडवू शकलोच, तर पुढे काय? मी कुठून आलो ते समजून घ्यायची आणि कदाचित माझी आई सापडण्याची संधी मी कशी सोडायची?

मी ठरवलं शोध करायचा; पण शांतपणे व सावकाश. मला वाटलं की तसं करून मला माझा आयुष्यातला सकारात्मक दृष्टिकोन परत मिळेल. कदाचित माझा भूतकाळ माझ्या भविष्याला आकार देईल.

शोधाची सुरुवात झाली; पण त्यानं मला पछाडून टाकलं नाही.

बायरन घरी नसला की मी तास दोन तास 'ब'पासून सुरू होणाऱ्या नावाच्या गावांवर चिंतन करत असे. किंवा पूर्व किनाऱ्यावर भर्रकन नजर टाकून तिकडे काय आहे बघत असे. मी उत्तर प्रदेशातलं, दिल्लीजवळचं व भारताच्या मध्य पूर्व भागातलं बिरामपूर तपासून पाहिलं; परंतु ते कोलकात्यापासून काहीच्या बाही लांब होतं. मी बारा एक तासात इतका लांब प्रवास केला नसावा. मग दिसून आलं की तिथं रेल्वे स्टेशनही नव्हतं.

असं अधूनमधून शोधताना गावाच्या नावावरून शोधणं किती चुकीचं आहे ते दिसून आलं, विशेषतः जेव्हा मला गावाच्या नावांची खात्रीसुद्धा नव्हती. मी जर हा शोध करणार असेल, तर मला एका विशिष्ट योजनेनुसार व पद्धतशीरपणे तो करायला हवा, हे लक्षात आलं.

मला जे माहीत होतं त्याचा मी आढावा घेतला. मी जिथून आलो तिथं हिंदू व मुसलमान जवळजवळ राहत होते व तिथं हिंदी बोललं जायचं. हे असं भारतात बऱ्याच ठिकाणी असायचं. मला घराबाहेर आकाशातल्या ताऱ्यांखाली काढलेल्या त्या उकाड्याच्या रात्री आठवल्या. त्यांनी सुचवलं की ते ठिकाण पार उत्तरेच्या थंड प्रदेशात नव्हतं. मी कधी समुद्राकाठी राहिलो नव्हतो; परंतु त्याचा अर्थ असा नाही की मी किनाऱ्याजवळ राहिलो नसणार. माझ्या गावाला रेल्वे स्टेशन होतं. भारतात रेल्वेचं जाळं होतं; पण प्रत्येक गावातून व खेड्यातून रेल्वेगाडी जात नव्हती.

कॉलेजमधल्या भारतीय मुलाचं मत होतं की मी पूर्वेकडून, कदाचित पश्चिम बंगालच्या आसपासच्या गावातून आल्यासारखा दिसत होतो. मला त्याबद्दल शंका होती. माझं गाव देशाच्या पूर्वेकडच्या भागात बंगलादेशच्या जवळ असतं तर तिथं हिमालयाच्या काही रांगा असत्या आणि ते मला बरोबर वाटत नव्हतं. तसंच जर ते गंगेच्या मुखप्रदेशात असलं तर ते इतकं घनदाट आणि सुपीक असतं की ते माझं गाव असू शकत नव्हतं; पण या लोकांना प्रत्यक्ष भारतातला अनुभव होता आणि त्यांची अटकळ भिरकावून लावणं, हे मूर्खपणाचं होतं.

मला असंही वाटलं की, मला गावातल्या बऱ्याच खाणाखुणा आठवत होत्या ज्यांच्यामुळे जर ते पाहिलं तर मी नक्कीच ओळखू शकलो असतो किंवा शोधण्याचा प्रदेश मर्यादित करू शकलो असतो. नदीच्या ज्या पुलावर आम्ही खेळत होतो तो पूल व त्याखालून जाणाऱ्या नदीचा प्रवाह अडवणारी धरणाची भिंत मला आठवत होती. मला रेल्वे स्टेशनवरून घरी जायचा रस्ता व स्टेशनचा आराखडा माहीत होता.

दुसरं स्टेशन मला चांगलं आठवत होतं असं मला वाटतं ते म्हणजे 'ब' ने सुरू होणाऱ्या नावाचं, जिथं मी एकट्यानं ट्रेन पकडली होती. मी या स्टेशनवर माझ्या भावांबरोबर बरेच वेळा गेलो होतो पण त्यांनी मला कधीच तिथून बाहेर जाऊ दिलं नव्हतं, त्यामुळे मला स्टेशनच्या बाहेरच्या गावाची काहीच माहिती नव्हती. स्टेशनच्या बाहेर पडण्याच्या मार्गापलीकडे मी फक्त एक मोटारी व घोडागाड्या जाण्याचा गोलाकार रस्ता व त्यापलीकडे दुसरा एक शहराकडे नेणारा रस्ता, एवढंच काय ते पाहिलं होतं. मला स्टेशनची इमारत आठवत होती. तिथं दोनच लोहमार्ग होते व दुसऱ्या बाजूला एका उंच मनोऱ्यावर पाण्याची मोठी टाकी होती. पादचाऱ्यांसाठी लोहमार्गावरून जाणारा एक पूल होता. गाडी माझ्या घराच्या बाजूनं शहरात यायची, तेव्हा ती एक खिंड ओलांडून जात असे.

तर माझ्या मनात त्या शक्य असलेल्या भागाबद्दल काही संदिग्ध कल्पना होत्या आणि जर मिळालं तर गिनस्टले व ते 'ब'चं गाव कसं ओळखायचं, हे मला माहीत होतं. आता मला शोध करण्याची आणखी चांगली पद्धत हवी होती. मला कळून चुकलं की नुसत्या गावांची नावं भलतीकडेच घेऊन जात होती किंवा त्यांच्यापासून सुरुवात करणं बरोबर नव्हतं. म्हणून मी प्रवासाच्या शेवटाचा विचार करू लागलो. मला माहीत होतं की रेल्वेमार्ग 'ब' गावाला कोलकात्याशी जोडत होता. तर्कशुद्ध विचार करायचा तर मी जर कोलकात्याहून बाहेर निघणाऱ्या रेल्वेचा पाठपुरावा केला तर मी शेवटी माझ्या सुरुवातीच्या जागेपाशी पोहोचेन आणि मग तिथून माझं गाव फार लांब नाही; पण रेल्वेवरच असणार होतं. मला कदाचित घर अगोदरच लागेल पण ते तो रेल्वे कसा जोडतो त्यावर अवलंबून आहे. पण ही शक्यता घाबरवून टाकणारी होती. रेल्वेचा एक राष्ट्रीय केंद्रबिंदू असलेल्या कोलकात्याच्या हावरा स्टेशनापासून अनेक रेल्वे निघत होते आणि या विंचवाच्या जाळ्यातून माझी ट्रेन कुठल्याही मार्गावरून वेडीवाकडी वळणं घेत गेली असणार. हा मार्ग नक्कीच साधा सरळ नसणार.

तरीसुद्धा हावरा स्टेशनमधून काही वळणं घेत जाणारे, अडनिडे मार्ग असू शकले तरी एका ठरावीक वेळात मला किती लांब घेऊन जाणं शक्य होतं यालाही काही मर्यादा होती. मला वाटतं की मी ट्रेनमध्ये बराच वेळ घालवला होता – जवळजवळ बारा ते पंधरा तास. जर मी काही हिशोब केला तर लांबच्या जागा सोडून देऊन माझा शोध घेण्याचा प्रदेश मला मर्यादित करता येईल.

इतक्या स्पष्टतेनं मी आधी का नाही विचार केला? कदाचित हा प्रश्न इतका प्रचंड होता की मी अतिशय दडपून गेलो होतो व स्पष्टपणे विचार करू शकत नव्हतो. मला जे माहीत नव्हतं, त्यानं मला इतकं खाऊन टाकलं होतं की मी मला माहीत होतं त्यावरही लक्ष केंद्रित करूच शकत नव्हतो. पण जेव्हा माझ्या डोक्यात प्रकाश पडला की मी याचं अत्यंत कसोशीनं प्रयत्न व पूर्ण विचार करून जाणूनबुजून करण्याच्या योजनेत रूपांतर करू शकत होतो व यासाठी स्वतःला फक्त पूर्णपणे वाहून घेण्याची गरज होती, तेव्हा मनातल्या मनात कुठंतरी तारा जुळल्यासारखं वाटलं. माझं घर शोधण्यासाठी जर 'गुगल अर्थ' नावाच्या देवाच्या डोळ्याच्या दृष्टीबरोबर फक्त वेळ व सहनशक्तीची जरूर असेल, तर मी ते करायला तयार होतो. एक बौद्धिक आव्हान व भावनिक दीर्घ शोध असं समजून मी हा प्रश्न सोडवण्याच्या कामात उडी मारली.

प्रथम मी शोध करण्याच्या क्षेत्रावर काम केलं. भारतातल्या डिझेलवर चालणाऱ्या आगगाड्या किती जलद धावू शकतात व त्यात ऐंशीच्या दशकानंतर आता बदल झाला असेल का? मला वाटलं, माझे भारतीय मित्र याचा अंदाज बांधू शकतील,

विशेतः अमरीन, कारण तिच्या वडलांनी रेल्वेमध्ये काम केलं होतं. मी सर्वांशी संपर्क साधला. साधारणपणे सगळ्यांचं एकमत झालं की गाड्यांचा वेग तासाला सत्तर किंवा ऐंशी किलोमीटर्स असतो. इथपासून सुरुवात करायला हरकत नव्हती. मी ट्रेनमध्ये रात्रभर बारा ते पंधरा तास अडकलो होतो, असं धरून हिशोब केला की तेवढ्या वेळात मी किती किलोमीटर प्रवास केला असेल? मी साधारण हजार किलोमीटरचा अंदाज बांधला.

म्हणजे मी जे ठिकाण शोधत होतो ते हावरा स्टेशनमधून निघणाऱ्या रेल्वे मार्गावर एक हजार किलोमीटरच्या अंतरावर होतं. 'गुगल अर्थ'च्या नकाशावर तुम्हाला अगदी हवं त्या अंतरावर काटेकोरपणे रेषा मारू शकता. मग मी कोलकात्यापासून हजार किलोमीटरवर वर्तुळाकार सीमारेषा काढून सेव्ह करून ठेवली. म्हणजे त्यात पश्चिम बंगालबरोबर झारखंड, छत्तीसगड, मध्य प्रदेशाचा मध्य भाग पश्चिमेला, दक्षिणेला ओरिसा, उत्तरेला बिहार व उत्तर प्रदेशाचा एक तृतीयांश भाग आणि भारताचा उत्तर पूर्व टोकाचा भाग जो बांगलादेशला वेढून आहे तोही आला. (मला माहीत होतं की मी बांगलादेशचा नव्हतो कारण असतो तर मी बंगाली बोललो असतो; हिंदी नाही. याला दुजोरा मिळाला जेव्हा मला शोध लागला की दोन्ही देश रेल्वेने अलीकडेच जोडले गेले होते.)

हे मोठं अवाढव्य क्षेत्र होतं - ९६२३०० किलोमीटर्स व्यापणारं, भारताच्या एक चतुर्थांश पृष्ठभागापेक्षा मोठं! या क्षेत्राच्या मर्यादेत ३४५ मिलियन लोक राहत होते. जरी मी या कसरतीतून मनातल्या भावना बाहेर ठेवण्याचा प्रयत्न करत होतो तरी यातून माझे चार कुटुंबीय शोधता येणं शक्य आहे का नाही, याचा विचार न करणं मला जमत नव्हतं.

माझी आकडेमोड अंदाजपंचे असल्यामुळे ढोबळ होती. जरी शोध घेण्यासाठी माझ्या पुढ्यात अजूनही खूप मोठं क्षेत्र होतं, तरी मला वाटलं की ते पहिल्यापेक्षा मर्यादित झालं होतं. गवताच्या गंजा इकडेतिकडे फेकून त्यात एक सुई शोधण्याऐवजी मी ती थोड्या आटोक्यात असलेल्या भागात शोधणार होतो आणि जर हा भाग रिकामा आढळला तर बाजूला ठेवून देणार होतो.

या शोध घ्यायच्या क्षेत्रातून रेल्वे मध्यबिंदूपासून वर्तुळाच्या परिघाच्या रेषेपर्यंत काही सरळसोट जात नव्हते. गोलगोल फिरून हजारेक मैलांपेक्षा जास्त अंतर तोडत, सीमारेषेला पोहोचेपर्यंत मार्गात बरीच वेडीवाकडी, उलटीपालटी वळणं होती व काही जंक्शनं होती, जिथे वेगवेगळे रेल्वेमार्ग एकत्र येत होते. मग मी कोलकात्यातून बाहेर निघणाऱ्या मार्गांवर काम करायचं ठरवलं, कारण माझ्या प्रवासातलं हेच एक ठिकाण होतं ज्याच्याबद्दल मला खात्री होती.

पहिल्यांदा जेव्हा मी हावरा स्टेशनवर झूम केलं व काळसर रंगाच्या छपरातून

दोरखंडाच्या धसलेल्या टोकाप्रमाणे बाहेर डोकावत असलेले फलाट पाहिले, तेव्हा मी सरळ पाच वर्षांचा असतानाच्या काळात जाऊन पोहोचलो. पहिल्याच आठवड्यात कोलकात्याच्या स्टेशनवर मी जे धाडस केलं होतं, त्याची अत्याधुनिक तंत्रज्ञान वापरून केलेली आवृत्ती मी आता सुरू करणार होतो. काहीही न ठरवता दिसेल त्या बाहेर पडणाऱ्या ट्रेन माझ्या गावाला जातात का नाही, ते मी बघणार होतो.

मी दीर्घ श्वास घेतला, एक लोहमार्ग निवडला आणि त्याबरोबर नकाशावर सरकू लागलो.

प्रगती फारच हळूहळू होणार होती. ब्रॉडबँड असूनसुद्धा लॅपटॉपवर प्रतिमा उमटावी लागे व त्याला वेळ लागत असे. प्रथम ती प्रतिमा भ्रमिष्टासारखी वागायची व हळूहळू आकाशातून उंचावरून काढलेल्या फोटोत तिचं रूपांतर होत असे. मी ओळखू शकणाऱ्या रस्त्यावर खाणाखुणा दिसतात का, मी बारकाईनं बघत असे व स्टेशनांवर जास्त लक्ष ठेवत असे, कारण त्यांच्याबद्दल मला सर्वांत जास्त स्पष्टपणे आठवत होतं.

जेव्हा मी प्रतिमेवरून प्रथम झूम आउट (zoom out) केलं, तेव्हा मला आश्चर्य वाटलं की इतके तास नकाशावर वरखाली करून व अभ्यास करूनही माझी फारच थोडी प्रगती झाली होती. पण निराश व उतावीळ होण्याऐवजी मला जाणवलं की काटेकोरपणे काम केलं तर मला जे हवं होतं ते नक्की मिळणार, यावर माझा दृढ विश्वास होता. त्या विश्वासानं मला मनातल्या मनात खूप शांत वाटलं व मी परत शोध सुरू केला. खरं तर, 'हे मला केलंच पाहिजे' असं इतकं जोरदारपणे वाटायला लागलं की बळजबरीनं आठवड्यातून बऱ्याच रात्री मी शोधकार्याकडे वळू लागलो. काम बंद करायच्या आधी मी जितकं बघितलं होतं त्यावर खुणा करून ठेवत असे. संधी मिळाली की पुढच्या वेळेस तिथपासून सुरुवात करत असे.

मला नकाशावर मालाची आवारं, वरून खालून जाणारे पूल, नद्यांवरचे पूल, जंक्शनं दिसत होती. कधी कधी मार्गाचे काही भाग सोडून देत असे पण लगेच त्यांच्याकडे बेचैन होऊन परतत असे. स्वतःला आठवण करून देत असे की जर पद्धतशीरपणे काम केलं नाही, तर मी प्रत्येक ठिकाण तपासून बघितल्याची खात्री मला वाटणार नाही. एखादं लहान स्टेशन माझ्या नजरेतून सुटण्याच्या भीतीने मी उड्या मारत पुढे जाण्याचाही प्रयत्न केला नाही. मी नकाशातल्या रेल्वेवरून अगदी काटेकोरपणे जात होतो, ज्याच्यामुळे मला वाटेवर दिसणारी प्रत्येक गोष्ट मी तपासून बघू शकत होतो. मी आखून ठेवलेल्या सीमारेषेवर पोहोचत होतो असं लक्षात आलं की मी त्याच गाडीच्या मार्गावर परत येत असे व आधीच्या जंक्शनवर जाऊन दुसऱ्या दिशेकडे वळत होतो.

मला आठवतं की अगदी सुरुवातीलाच, उत्तरेकडे जाणाऱ्या मार्गावरून मी जात

असताना एक जागा आली, जिथं नदी ओलांडायला लागत होती. ती तिथल्या गावाच्या फार बाहेर नव्हती. मी झूम करून जवळून बघितलं आणि माझा श्वासच कोंडला. तिथं धरणाची भिंत नव्हती पण ती कदाचित काढून टाकली गेली असेल का? प्रतिमा मोठी करण्यासाठी मी पटकन कर्सर प्रतिमेकडे खेचला. हा खेड्यापाड्यांचा प्रदेश बरोबर माझा होता तसा वाटतोय का? हा प्रदेश हिरवागार दिसला पण माझ्या गावाच्या बाहेरच्या बाजूला बरीच शेतं होती. पडद्यावर गावाची प्रतिमा स्पष्ट होत होती, ते मी बघत होतो. हे गाव मला फारच लहानसं वाटलं. खूपच लहान; पण ती माझ्या बालवयातली माझ्या गावाची कल्पना होती, जिच्याशी मी तुलना करत होतो आणि तिथं स्टेशनजवळ रुळांवरून जाणारा पादचाऱ्यांसाठी उंच पूल होता! पण गावाच्या भोवती असलेले हे अर्थशून्य ठिपके कसले दिसत होते? एका छोट्या गावाच्या सीमेत तीन, चार, पाच तलाव? आणि मग एकदम लक्षात आलं की ही ती जागा नव्हती. सगळ्या वस्त्या पाडून कोणी तलाव बांधत नाही. आणि अर्थातच, बऱ्याच स्टेशनात वरून जाणारे पादचारी मार्ग असणार होते, बरीच गावं जीवनदायी नद्यांच्या काठावर वसलेली असणार व रेल्वेला नद्या ओलांडून जायला लागत असणार. सगळ्या खाणाखुणा जमून येत आहेत असं मला किती वेळा वाटणार होतं आणि शेवटी माझ्या हाती काय उरणार होतं... थकलेले, चुरचुरणारे डोळे आणि आपण चुकल्याचा साक्षात्कार?

असे कितीतरी आठवडे आणि महिने गेले ज्यात मी दर दोन दिवसांनी रात्री लॅपटॉपवर तास न् तास बसत असे. मी 'कॉम्प्युटर संन्यासी' बनू नये म्हणून बायरन मला मुद्दाम इतर रात्री खऱ्याखुऱ्या जगात घालवायला लावायचा. सुरुवातीच्या काळात मी पश्चिम बंगाल व झारखंड आटपले पण ओळखीचं काही आढळलं नाही; पण त्याचा कमीत कमी अर्थ असा होता की मी कोलकात्याच्या जवळपासचा प्रदेश बाद करू शकत होतो. जरी माझ्या भारतीय मित्रांचा होरा वेगळा होता तरी मी कोलकात्याच्या जवळच्या गावाचा नव्हतो; खूप दूरवरून तिथं आलो होतो.

काही महिन्यांनंतर नशिबानं मला अशी एक व्यक्ती भेटली जिच्याशी माझं एक नवं नातं सुरू झालं. त्यामुळे माझ्यासाठी शोध घेण्याचं महत्त्व कमी झालं. एक-दोन दुरावे, पुनर्मिलन यामुळे लिसा व माझ्या नात्याची सुरुवात जरा डळमळीत होती. आता शेवटी आमचं चिरकाल टिकेल असं नातं निर्माण झालं. पण तसं होईपर्यंत मी इंटरनेटवर जो वेळ घालवत होतो, त्यातसुद्धा तसाच डळमळीतपणा, अनियमितपणा आला होता.

स्वतःच्या साथीदाराचं असं कॉम्प्युटरवरच्या नकाशांकडे गावाच्या शोधार्थ तास न् तास टक लावून बसणं एखादी मैत्रीण कसं काय स्वीकारेल, हे मला माहीत नव्हतं. परंतु लिसाला माझ्यासाठी असलेलं या शोधाचं वाढतं महत्त्व समजलं. तिनं

या बाबतीत मला आधार दिला व सहनशीलपणाने सगळं घेतलं. इतर कुणाहीप्रमाणे तिलासुद्धा माझ्या पूर्वायुष्याबद्दल आश्चर्य वाटलं आणि मला हवी होती ती उत्तरं मी शोधावीत यासाठी प्रोत्साहन दिलं. २०१० मध्ये आम्ही दोघं एका लहान सदनिकेत एकत्र राहू लागलो. तिथं रात्रीच्या वेळी लॅपटॉपवर चालवलेला शोध मी कॉम्प्युटर गेमप्रमाणे केवळ वेळ घालवण्याचं साधन समजत होतो; परंतु लिसा म्हणते की तेव्हाही मला त्या वेडानं पछाडून टाकलं होतं. आता मागे वळून बघताना मला दिसतं की खरंच तसं होतं.

इतकी वर्षं माझी जीवनकहाणी माझ्या मनात व स्वप्नात होती, पण आता कुठं खरं काय झालं ते समजण्याच्या जवळ येत होतो, असं वाटायला लागलं होतं. मी ठरवलं की आता जर मला कुणी सांगितलं की 'मागचं विसरून पुढे जायची वेळ आली आहे' किंवा 'तुझं घर असलेलं गाव सगळ्या भारतात अशा प्रकारे सापडणं शक्य नाही' तर मी त्यांचं ऐकणार नव्हतो. लिसानं असं कधीही म्हटलं नाही. तिच्या आधारानं या कामात यश संपादन करण्याचा माझा निर्धार अजूनच दृढ झाला.

मी काय करत होतो हे मी सगळ्यांना सांगितलं नाही, अगदी माझ्या आई-वडलांनासुद्धा. मला भीती वाटत होती की ते माझ्या हेतूबद्दल गैरसमज करून घेतील. ज्या तीव्रतेनं मी शोध घेत होतो, त्याच्यात कदाचित, त्यांनी मला दिलेल्या जीवनाबद्दल किंवा त्यांनी मला जसं वाढवलं त्याबद्दलची माझी नाराजी त्यांना दिसून येईल असं मला वाटलं. मी वेळ फुकट घालवत होतो असंही त्यांना वाटायला नको होतं. त्यामुळेच जरी या शोधानं माझं आयुष्य पुरं व्यापलं होतं तरी मी ही गोष्ट माझ्याजवळच ठेवली. डॅडबरोबर पाच वाजता काम संपवून मी बरोबर ५.१० ला घरी येऊन लॅपटॉपवर बसत असे- हळूहळू रेल्वेवर पुढे सरकत, ते नेत होते त्या शहरांचा अभ्यास करत. हे असं बरेच महिने चाललं होतं. मी असं म्हणत असे की कितीही वर्षं लागली, जरी दहा वर्षे लागली तरी जर तुम्ही नेटानं काम करत राहिलात तर, म्हणतात तसं सुक्या गवताच्या गंजीत शेवटी सुई सापडणारच!

हळूहळू मी भारताचे बरेच भाग शोधातून वगळून टाकले. मी उत्तर-पूर्व भागातल्या सर्व रेल्वेंचा पाठपुरावा केला व त्यात काहीही ओळखीचं सापडलं नाही. मला खात्री झाली की मी ओरिसासुद्धा वगळू शकत होतो. मी अगदी काटेकोरपणे सर्व तपासून पाहायचा निर्धार केला व किती वेळ लागला याची पर्वा न करता मी आधीच ठरवलेल्या हजार किलोमीटर परिसराच्या पलीकडे असलेल्या रेल्वेंचाही मागोवा घ्यायला लागलो. ओरिसाच्या पलीकडे दक्षिणेला पाचशे किलोमीटर खाली, पूर्व समुद्रकिनारी असलेला आंध्र प्रदेश मी बाद केला. झारखंड व बिहार राज्यांनीसुद्धा काही आशादायक परिणाम दिले नाहीत. मी उत्तर प्रदेशापर्यंत पोहोचलो व मला वाटलं की आता पूर्ण राज्य पिंजून काढावं लागेल.

खरं तर शेवटी शोधात खरोखर होत असलेली प्रगती अजमावण्यासाठी आधी सीमित केलेल्या प्रदेशांच्या ऐवजी एकेक राज्यच पूर्ण घ्यावं लागलं. एका मागोमाग एक राज्य बाद करून टाकणं, हेच माझं उद्दिष्ट बनलं व त्यानीच मला माझ्या शोधकार्यात पुढे नेलं.

अगदी कामात काही तेवढं महत्त्वाचं असलं किंवा एखादी जबाबदारी टाळता येण्यासारखी नसली तरच, नाहीतर मी आठवड्यातल्या सातही रात्री कॉम्प्युटरवर बसत असे. अधूनमधून लिसाबरोबर मी बाहेर जात असे, पण घरी आल्याक्षणी मी परत कॉम्प्युटरवर बसत असे. हे तिला विचित्र वाटल्यासारखं वाटून ती माझ्याकडे वेगळ्याच नजरेनं बघत असताना मी तिला पकडत असे. ती म्हणायची 'परत तू सुरू केलंस' पण मी उत्तर द्यायचो 'मला करायलाच पाहिजे ...मला माफ कर.' मला वाटतं, लिसाला माहीत होतं की माझा यातला रस आपसूकच पूर्णपणे नाहीसा होण्याखेरीज गत्यंतर नव्हतं. त्या काळात मी दूरचा होऊन जायचो. या आमच्या अजूनही नव्या असलेल्या नात्यात लिसाला एकटं वाटण्याचा हक्क होता. पण आम्ही त्यातून मार्ग काढला आणि काही प्रमाणात, तिच्याशी मला जे खूप महत्त्वाचं होतं त्याबद्दल बोलण्यानं आमचे संबधं सुदृढ झाले. जेव्हा आम्ही या सगळ्याचा माझ्यासाठी काय अर्थ होता याबद्दल बोलत असू, तेव्हा ते दिसून येत असे. मला नेहमीच स्पष्टपणे बोलता येत नसे, विशेष करून जेव्हा मी माझ्या अपेक्षा आटोक्यात ठेवण्याचा हा एक आकर्षक प्रयत्न आहे व तो स्वतःसाठी केलेला अर्थपूर्ण शोध नव्हे, असं स्वतःला पटवून द्यायचा प्रयत्न करत होतो तेव्हा. लिसाशी बोलताना कधीकधी मला हा शोध का महत्त्वाचा होता याची माझ्या मनातली खरी कारणं बाहेर पडत असत. मी माझं घर शोधत होतो कारण मला हे प्रकरण एकदाचं मिटवायचं होतं. स्वतःला आणखी चांगलं समजून घेण्यासाठी मला माझा भूतकाळ समजावून घ्यायचा होता. तसंच मला आशा होती की मी माझ्या भारतीय कुटुंबीयांशी परत संबध जोडू शकेन व त्यांना सांगू शकेन की नेमकं काय झालं. तिला याचा द्वेष वाटत नव्हता. ती समजून घेऊ शकत होती; पण माझ्याच भल्यासाठी तिला माझ्या कॉम्प्युटरवर टक लावून बसण्यावर बंदी घालावीशी वाटत असे.

लिसा म्हणायची, तिला वाटणारी सगळ्यात मोठी भीती ही होती, की जर मला हवं ते सापडल्यावर मी भारतात परत जायचं ठरवलं आणि ती जागा चुकीची निघाली तर काय होईल? किंवा माझे कुटुंबीय तिथं नसतीलच तर? मी होबार्टला परत येऊन पुन्हा पछाडल्यासारखं कॉम्प्युटरवर शोध सुरू करणार का? मी त्या प्रश्नांना उत्तरं देऊ शकत नव्हतो. मी अयशस्वी होण्याचा विचारच करू शकत नव्हतो.

२०१० संपायला आलं तोपर्यंत मी शोधाबद्दल कमालीचा आग्रही झालो होतो. आमच्या नवीन घेतलेल्या ADSL2+ ब्रॉडबँड कनेक्शनच्या वेगामुळे प्रतिमा ताज्यातवान्या

(रिफ्रेश) करणं व आत बाहेर झूम करणं अतिशय वेगवान झालं. परंतु मला अजून सावकाशपणे काम करणं जरुरीचं होतं. घाई केली तर काही बघायचं राहून तर गेलं नाही म्हणून मी सदैव काळजी करत राहिलो असतो. तसंच पडद्यावर दिसणाऱ्या चित्रात माझ्या आठवणी ओढूनताणून बसवण्याचा प्रयत्न मला करायचा नव्हता.

२०११ येईपर्यंत मी भारताच्या मध्यभागात छत्तीसगढ व मध्य प्रदेशावर जास्त लक्ष देत होतो. या भागांचा मी बरेच महिने पद्धतशीरपणे व न थांबता अभ्यास करत होतो.

अर्थात, अशाही वेळा यायच्या जेव्हा मी करत होतो त्याच्या शहाणपणाबद्दल व सुज्ञपणाबद्दल मला शंका यायची. दिवसभर काम करून उरल्यासुरल्या हिमतीनं व इच्छाशक्तीनं मी रात्र रात्र रेल्वेकडे टक लावून, माझ्या पाच वर्षांच्या मनाला ओळखता येतील अशा जागा शोधत बसत असे. ही किचकट व तेच तेच परत करायला लावणारी अशी कसरत होती आणि मला त्यात अडकून पडल्यासारखं, जगाकडे एका लहानशा खिडकीतून बघत असल्यासारखं वाटायचं. लहानपणी ज्या दिव्यातून गेलो होतो त्याबद्दलच्या हृदय पिळवटून टाकणाऱ्या पडसादापासून स्वतःची सुटका करून घेऊ शकत नाही, असं वाटून कधीकधी मला गुदमरून जायला होत असे.

आणि मी अशाच मनःस्थितीत असताना मग एक दिवस मार्च महिन्यात साधारण पहाटे एक वाजण्याच्या सुमारास निराश होऊन मी सुक्या गवताच्या गंजीत काही विचार न करता उडी मारली आणि सगळंच बदललं.

Courtesy of ISSA, Kolkata

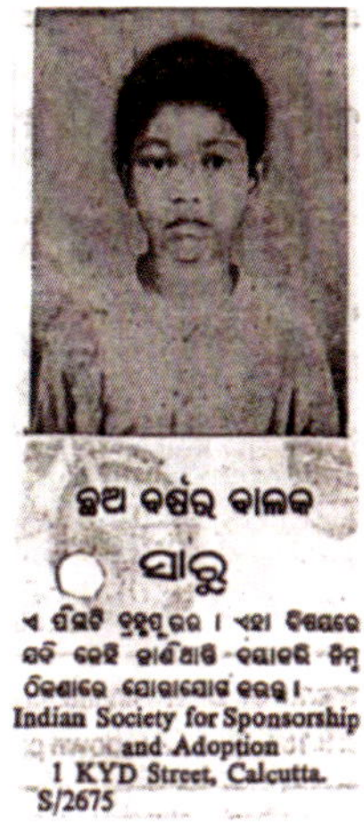

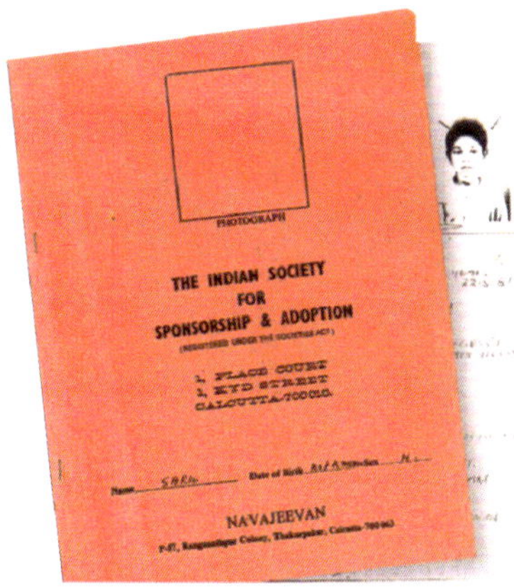

१९८७ मध्ये कोलकत्त्याच्या रस्त्यावरून पकडून नेल्यावर मी 'इंडियन सोसायटी फॉर स्पॉन्सरशिप अँड अॅडॉप्शन' (इस्सा) यांनी चालवलेल्या नवजीवन अनाथाश्रमात दोन महिने राहिलो. लाल टी-शर्ट घातलेला मी (वर डाव्या बाजूला) आणि माझी मैत्रीण अस्रा व मी जाळ्या लावलेल्या पोर्चमध्ये उभे (डावीकडे), 'इस्सा'ने मी हरवल्याची वर्तमानपत्रात दिलेली जाहिरात (वर उजवीकडे). माझं घर ते शोधत होते तिथपासून बरंच लांब होतं हे त्यांना माहीत नव्हतं.

माझे नवे आई-वडील ब्रायर्ली यांनी बनवून पाठवलेलं लाल पुस्तक, जे मला त्यांची व नव्या घराची ओळख करून देण्यासाठी 'नवजीवन' मध्ये दाखवलं गेलं.

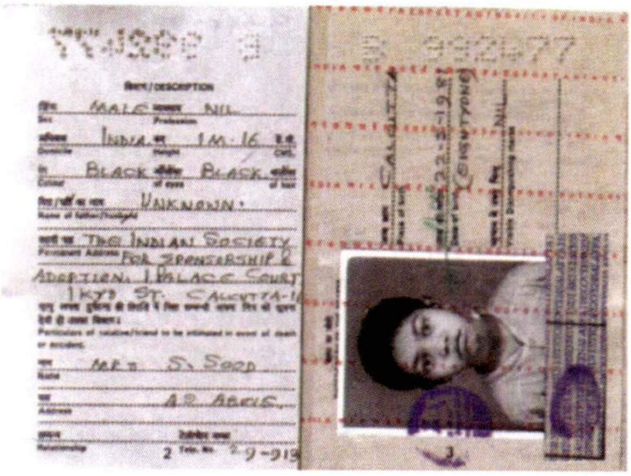

ज्यावर माझी नव्यानं शोधून काढलेली जन्मतारीख (२२ मे १९८१) होती, तो पासपोर्ट घेऊन मी ऑस्ट्रेलियाला गेलो. इतर दत्तक मुलं, अधिकृत अधिकारी व मिसेस सूद सोबतीला होत्या. अस्रा व मी मिसेस सूदच्या मांडीवर. हा माझा पंचतारांकित हॉटेलमध्ये राहण्याचा पहिला अनुभव.

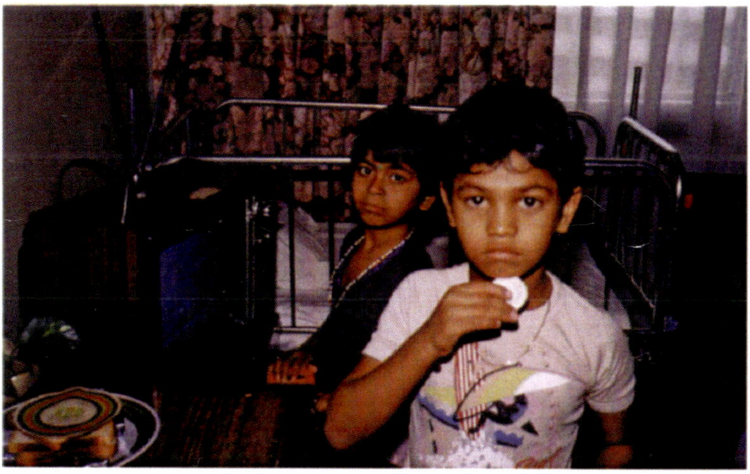

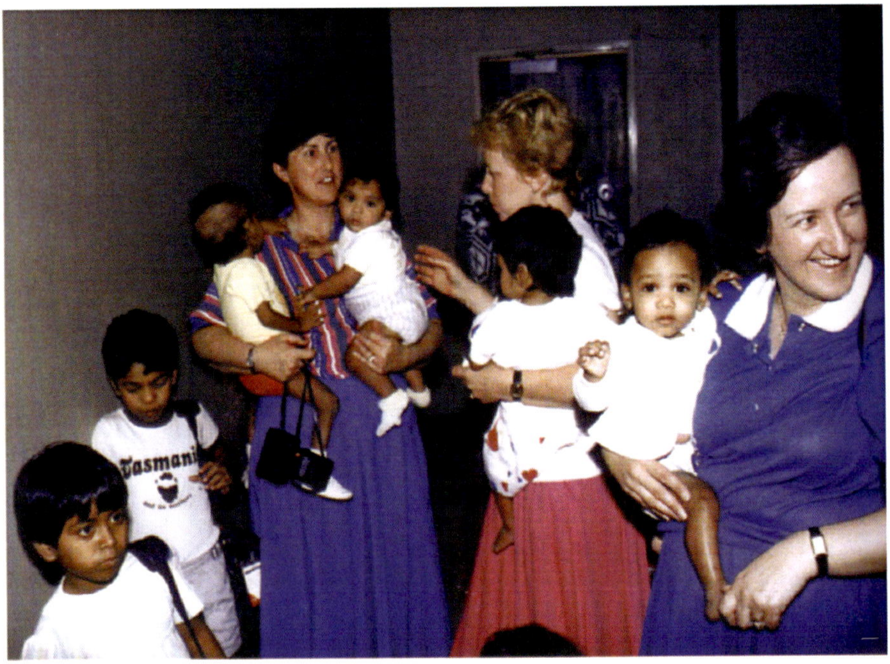

टॅस्मेनियाचा टी–शर्ट घालून मेलबर्नच्या टलामरीन (Tullamarine) एअरपोर्टवर मी पोहोचलो व सोबत आलेल्या व्यक्तींबरोबर आणि इतर दत्तक मुलांबरोबर व्हीआयपी दालनाकडे गेलो, जिथे आमचे नवे आई-वडील आमची वाट बघत होते. मम व डॅडनी मला एक पुस्तक व क्वाला बेअर देऊन स्वागत केलं. माझ्या हातात मी विमानात दिलेल्या चॉकलेटचा उरलेला तुकडा तसाच धरून ठेवला आहे.

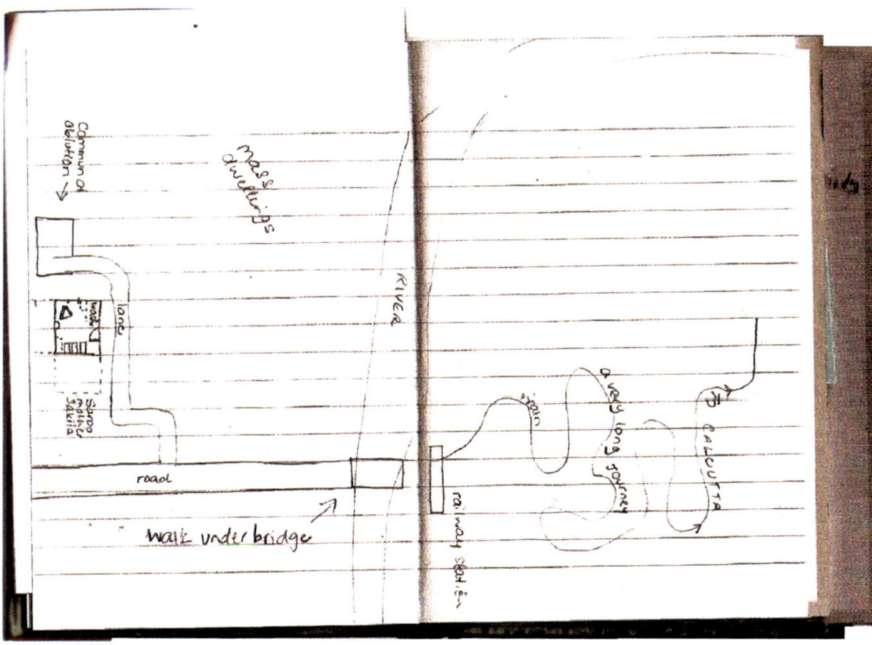

माझ्या आयुष्यातला पहिला नकाशा. माझ्या खोलीतल्या भिंतीवरच्या भारताच्या नकाशासमवेत मी वाढलो (माझ्या आगमनासाठी तयार केलेली माझी खोली या चित्रात दिसते) आणि सात वर्षांचा असताना मी कसा हरवलो त्याची गोष्ट पहिल्यांदा सांगितल्यावर, माझ्या मॉमने तिच्या वहीत काढलेला माझ्या गावाचा नकाशा.

होबार्ट (Hobart) मध्ये माझ्या नव्या कुटुंबाबरोबर माझं आयुष्य चांगलं चाललं होतं, त्यात नंतर दत्तक घेतलेला माझा धाकटा भाऊ मंतोष आला. वर तो माझ्या 'नवजीवन' मधल्या दत्तक घेतलेल्या मैत्रिणीबरोबर, अस्राबरोबर, बसला आहे. अस्रा व्हिक्टोरियावरून आम्हाला भेटायला येत असे. इतर मुलांप्रमाणे मलाही 'रॉक स्टार' बनण्याची इच्छा होती.

मला माझ्या लहानपणीच्या गावाचं नाव माहीत नव्हतं. बरीच वर्षे 'गुगल' वरून शोध घेतल्यावर मला प्रथम सापडले बुरहानपूर रेल्वे स्टेशन व तिथला ओळखीचा पाण्याचा मनोरा (एकदम वर). मी तिथूनच ट्रेनमध्ये चढलो होतो, जिने मला देशाच्या एका टोकापासून दुसऱ्या टोकापर्यंत प्रवास घडवला. त्याच रेल्वेलाइनवर थोड्या वर असलेल्या माझ्या गावाचा आराखडा.

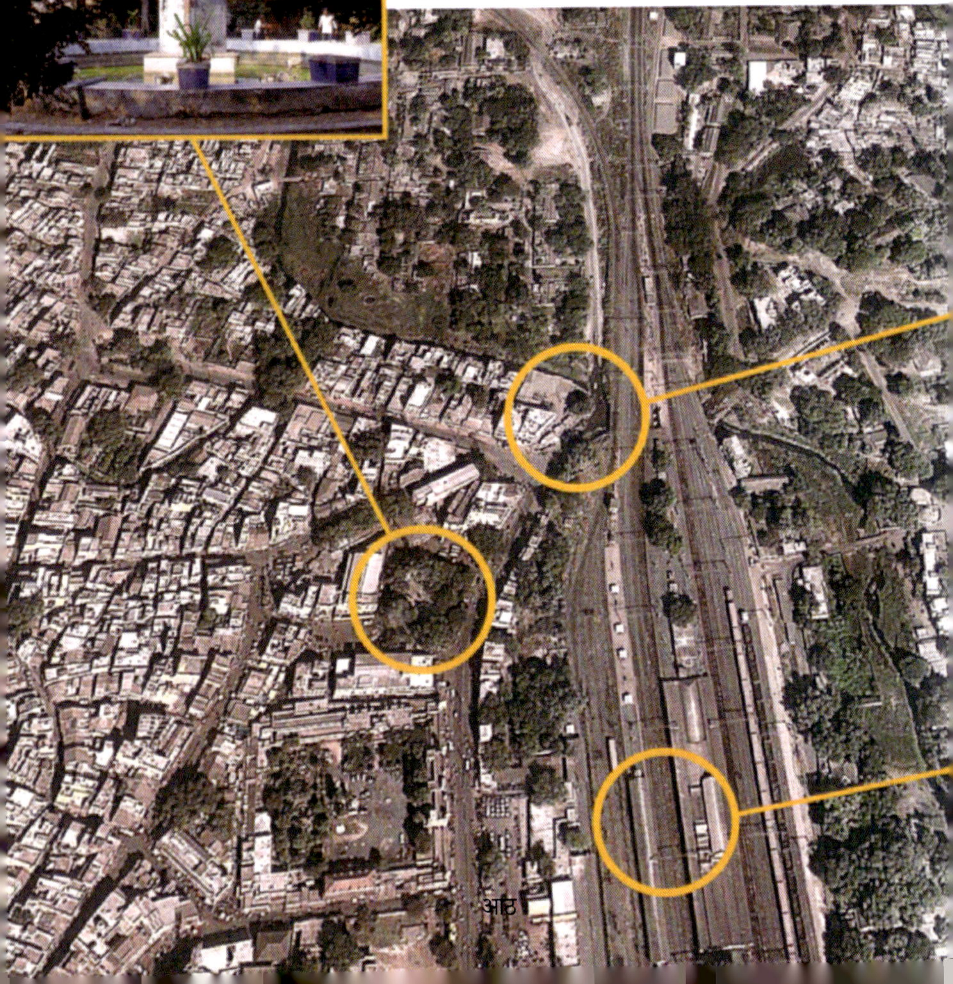

माझ्या शोधाचे परिणाम म्हणून सॅटेलाइटवरून दिसणाऱ्या प्रतिमांपासून ते मी भारतात परत येऊन माझ्या मार्गाचा मागोवा घेण्यापर्यंत; माझ्या गावाच्या दक्षिण हद्दीबाहेर असलेला रेल्वे पुलाजवळचा बांध (समोर, डाव्या बाजूला वर); बागेतलं कारंजं, रेल्वेखालून जाणारा रस्ता व रेल्वेस्टेशन (समोर); गावातल्या गरीब वस्तीतलं (आता सोडून दिलेलं) आमचं घर जिथं मी वाढलो (वर). घराचा पुढचा दरवाजा आज माझ्यापेक्षा लहानसा दिसतो.

माझी आई कमला व मी सव्वीस वर्षांनी एकत्र आलो. तिचं सध्याचं साधंसुधं घर (समोर, खाली) आम्ही पूर्वी राहत होतो त्यापासून अगदी जवळच कोपऱ्याला वळल्यावर होतं. मी एक दिवस परत येईन या आशेनं ती त्याच वस्तीत राहिली.

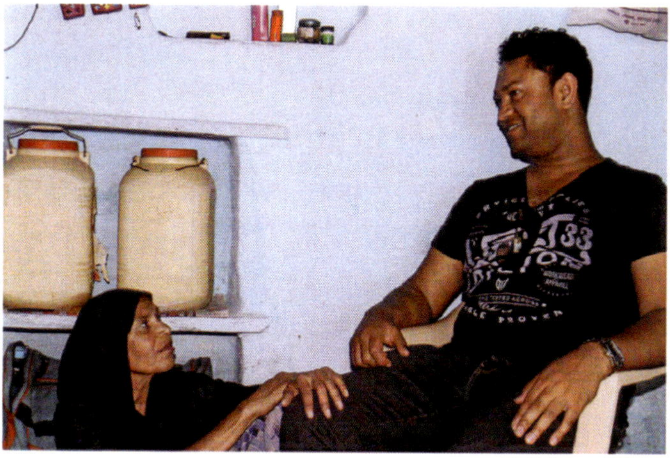

माझ्या कुटुंबीयांशी झालेली माझी पुनर्भेट,
हा एक भारावून टाकणारा अनुभव होता.
माझा मोठा भाऊ कल्लू व माझी बहीण शकिला
मला भेटण्यासाठी घरी परत आले;
पण दुःखद गोष्ट म्हणजे
माझा सगळ्यात मोठा भाऊ,
गुड्डू मात्र आमच्यात असू शकत नव्हता.

ज्या ट्रेनच्या डब्यात मी अडकलो होतो तो साधारण वरच्यासारखा होता; पण त्या काळी दुसऱ्या दर्जाच्या डब्यातले बाक लाकडाचे होते, त्यावर कापसाच्या गाद्या नव्हत्या. मी बुरहानपूरहून कोलकत्त्याला कोणत्या मार्गाने गेलो होतो, हे मला खात्रीने कधीच कळणार नाही; पण आता मी तोच प्रवास एक प्रौढ व्यक्ती म्हणून प्रथम श्रेणीच्या तिकिटावर केला.

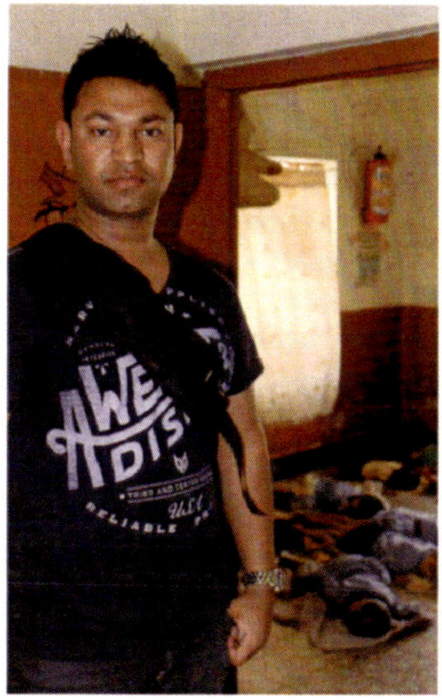

कोलकत्त्यात मला सरोज सूद (एकदम डाव्या बाजूला बसलेल्या) त्याच इस्साच्या ऑफिसमध्ये भेटल्या, जिथून त्यांनी माझं दत्तक विधान पंचवीस वर्षांपूर्वी पार पाडलं होतं. 'इस्सा'च्या फाइलमधल्या नोंदी : 'आम्ही सरूला विचारलं की आम्ही त्याच्यासाठी दुसरं कुटुंब शोधलेलं आवडेल का आणि तो लगेचच तयार झाला.' शेजारच्या खोलीत (वर, उजवीकडे) अनाथ मुलं जमिनीवर चटईवर झोपली आहेत.

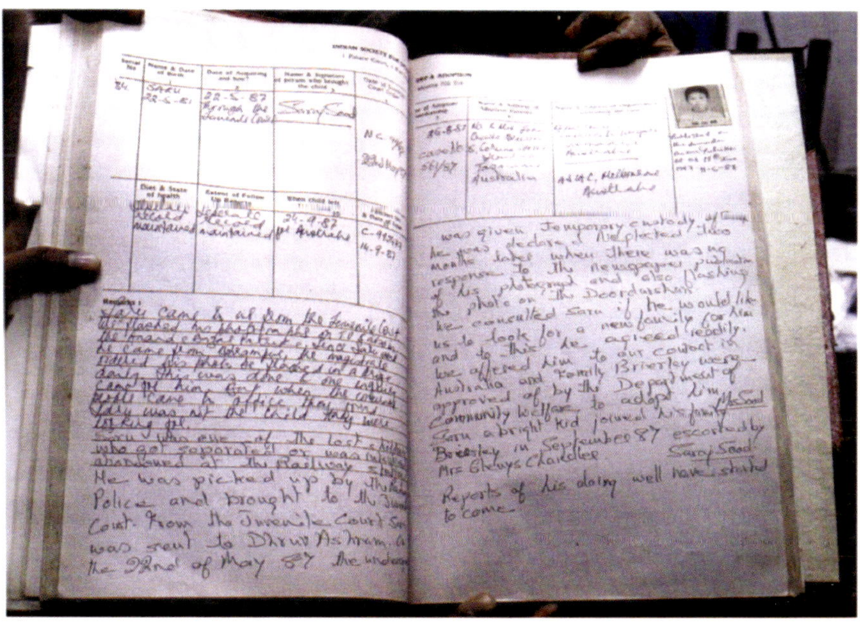

इतक्या मोठ्या व गजबजलेल्या हावरा स्टेशनमध्ये एक लहान मूल कसं दुर्लक्षित राहू शकेल, हे कळणं अगदी सोपं आहे (एकदम वर). वर डाव्या बाजूला लिलुआ बालगृहाचे - जिथे मला रस्त्यावरून पकडल्यानंतर प्रथम पाठवलं गेलं होतं - भीतिदायक लोखंडी दरवाजे व भिंती. आता हा अनाथाश्रम फक्त स्त्रिया व मुलींसाठी आहे. मला आतले फोटो घेण्याची परवानगी नव्हती.

रस्त्यावर येऊन पडल्याच्या पहिल्या आठवड्यात मी आगळ्यावेगळ्या लाल भिंतीच्या हावरा स्टेशनच्या इमारतीपासून लांब भरकटलो नाही. हावरा स्टेशन, हावरा ब्रिजवरून (वर). हावरा ब्रिज हे एक स्मारक आहे. काही आठवडे मी हुगळी नदीच्या काठावर जगण्याचा प्रयत्न करत असताना ती मला सतत धोक्याची सूचना देत असे.

माझी दोन्ही कुटुंबं जी मला सुदैवाने लाभली आहेत (एकदम वर). मम व डॅड (जॉन व सू ब्रायर्ली) आणि माझा भाऊ मंतोष. (खाली) पाठीमागे माझा भाऊ कल्लू व त्याची बायको नसीम, त्यांची मुलगी नोरीन, माझी आई आणि बहीण शकिला. पुढे, डावीकडून शकिलाचा मुलगा आयान आणि कल्लूची मुले शैल व समीर.

गाव सापडलं!

३१ मार्च २०११ला मी नेहमीप्रमाणे कामावरून घरी आलो, माझा लॅपटॉप चालू केला, 'गुगल अर्थ' उघडलं आणि शोधाचं एक नवं सत्र सुरू करण्यासाठी कोचावर आरामशीर बसलो. लिसा कामावरून आल्यावर तिच्याबरोबर जेवण्यासाठी फक्त थोडा वेळ काम थांबवलं. मी त्या वेळी कॉम्प्युटरच्या स्क्रीनवर मध्य-पश्चिम भाग तपासून बघत होतो. तिथली माझ्या शोध क्षेत्राच्या सीमारेषेजवळची 'प्रवास करणारी' ट्रेन पकडली. ब्रॉडबँड असूनसुद्धा सगळं हळूहळू चाललं होतं. माझं काम अनंत काळ चालल्यासारखं वाटत होतं. काही स्टेशनं बघितली पण नेहमीप्रमाणे झूम आउट केल्यावर लक्षात आलं की खूपच लहान क्षेत्र तपासून झालं होतं. खेडीपाडी माझ्या धुळकट गावापेक्षा जरा जास्तच हिरवी दिसताहेत असं मला वाटलं. पण मला माहीत होतं की भारतात एका टोकाकडून दुसरीकडे जाताना खेड्यापाड्यांचा रंग नेहमी बदलत जातो.

मी एका मार्गाचा एका जंक्शनपर्यंत काही तास पाठपुरावा केला व 'फेसबुक' बघण्यासाठी थोडा वेळ थांबलो. माझे डोळे चोळले, आळोखेपिळोखे दिले आणि कामाला परत सुरुवात केली.

परत झूम करण्याआधी मी जंक्शनमधून निघणारी पश्चिमेकडची रेल्वेची रेष कुठे जात आहे ते बघण्यासाठी नकाशाला जरा सहजच झटकन फिरवलं. डोंगर, जंगल, नद्या बाजूनं जाताना पाहिल्या. एकंदर साधारण नेहमीसारखीच चेहरेपट्टी असलेला, न संपणारा डोंगराळ प्रदेश वाटला. तितक्यात माझं लक्ष एका मोठ्या खोल, निळ्या जलाशयाला मिळणाऱ्या नदीकडे वेधलं गेलं. जलाशयाचं नाव 'नल दमयंती सागर' होतं. हा घनदाट झाडीनं घेरलेला दिसला व याच्या उत्तरेला डोंगर होते. थोडा वेळ मला या अनपेक्षित, माझ्या शोधाशी निगडित नसलेल्या छोट्या

शोधमोहिमेत मजा वाटली. ही जणू करमणूक म्हणून केलेली डोंगरातली भटकंती होती, पण मोठ्या प्रमाणातली. नाही म्हटलं तरी खूप रात्र झाली होती आणि मी इतक्यात झोपायला जाणारच होतो.

देशाच्या या भागात रेल्वे असल्यासारखं काही दिसत नव्हतं. म्हणूनच मला या भागात आराम होता. पण मला जाणवलं की मी नकळत माझ्या अंतर्मनानं रेल्वे शोधत होतो. गावं आणि शहरं इकडेतिकडे विखुरलेली दिसत होती आणि माझ्या मनात विचार आला की इथले लोक रेल्वेशिवाय कसा प्रवास करत असतील – कदाचित ते फार येत-जात नसतील. पुढे पश्चिमेला सुद्धा लोहमार्ग नव्हते. मग डोंगराळ भागाचं रूपांतर सपाट शेतजमिनीत झालं आणि शेवटी मला रेल्वे स्टेशन दाखवणारी निळी खूण दिसली. स्टेशनची खूण शोधण्याची मला इतकी सवय झाली होती की ती बघितल्यावर मला हायसं झालं. मी ते लहानसं आडबाजूला असलेलं स्टेशन तपासलं. स्टेशनच्या दोन-तीन इमारती, अनेक लोहमार्ग जात असलेल्या एका बऱ्यापैकी मोठ्या रेल्वेरेषेजवळच होत्या. सवयीनुसार मी त्या दक्षिण-पश्चिमेला वळणाऱ्या मार्गावरून जाऊ लागलो. लगेचच मला दुसरं स्टेशन दिसलं. जरा मोठं व रुळांच्या एकाच बाजूला फलाट असलेलं पण त्याच्या दोन्ही बाजूला थोडीफार शहरी वस्ती होती. म्हणूनच तिथं वरून जाणारा पूल होता आणि तो... जवळ तो मोठा पाण्याचा मनोरा होता का? श्वास रोखून मी नीट बघण्यासाठी त्यावर झूम केलं. नक्कीच, ती म्युनिसिपालटीची पाण्याची टाकी होती. फलाटाच्यासमोर आणि रुळांच्या वर दोन्ही बाजूंना पसरणाऱ्या पादचारी मार्गापासून फार लांब नव्हती. मी शहराच्या बाजूस सरकलो आणि अविश्वसनीय अशी काहीतरी गोष्ट पाहिली – स्टेशनच्या बाहेर असलेल्या चौकाभोवती घोड्याच्या नाल्याच्या आकाराचा रस्ता! फलाटावरून मी जो गोलाकार रस्ता पाहत असे तो हा तर नसेल? मी बघितलं की तो लोहमार्ग एका मोठ्या शहराच्या उत्तर-पश्चिमेच्या बाजूला स्पर्शून जात होता. मी स्टेशन दाखवणाऱ्या खुणेवर नाव बघण्यासाठी क्लिक केलं– त्याचं नाव होतं 'बुरहानपूर'

माझ्या हृदयाचे ठोकेच थांबले – 'बुरहानपूर'!

मी ते शहर ओळखू शकलो नाही कारण मी ते कधी पाहिलेलंच नव्हतं – मी कधी फलाट सोडून बाहेर गेलोच नव्हतो. मी परत त्यावर झूम केलं आणि गोलाकार रस्ता, पाण्याचा मनोरा, वरून जाणारा पादचारी रस्ता परत तपासून बघितलं आणि सगळं मला आठवत होतं त्याच जागी होतं. त्याचा अर्थ असा होता की त्याच लोहमार्गावर जरा वरच्या बाजूला माझं गाव, 'गिनस्टले' मिळू शकेल.

घाबरत घाबरत ती प्रतिमा लोहमार्गाच्या उत्तरेला हलवण्यासाठी मी कर्सर ओढला. जेव्हा मी बघितलं की रूळ एका बांधकामाच्या कडेला असलेली खिंड

ओलांडून जात होते, तेव्हा माझ्या हृदयाची धडधड एकदम वाढली – मला एका झटक्यात आठवलं की मी व माझा भाऊ ज्या ट्रेनमधून गेलो होतो ती स्टेशनात येऊन थांबण्याआधी तशाच एका खिंडीवरच्या लहानशा पुलावरून आली होती. मी घाईघाईने पूर्वेला, मग उत्तर-पूर्वेला हिरवी शेतं, घनदाट झाडीवाले डोंगर, लहान नद्या असलेल्या सत्तर किलोमीटरहून जास्त अशा मोठ्या प्रदेशावर झूम केलं. अध्येमध्ये जलसंचित हिरव्या शेतांचे तुकडे असलेल्या कोरड्या सपाट जमिनीवरून, एखाद-दुसऱ्या खेड्यावरून जाऊन मी एका मोठ्या नदीवरच्या पुलावर आलो. मग मला गावाच्या हद्दीबाहेरचा भाग समोर दिसला. धरणाच्या दोन्ही बाजूंच्या भिंतींमुळे नदीचा प्रवाह पुलाखालून जाताना अगदीच कमी झाला होता. ही जर बरोबर जागा असली तर याच नदीत पुलाच्या थोडं पुढे मी लहान असताना खेळत असे.

आणि आता ते सर्व मला सूर्यप्रकाशाप्रमाणे स्वच्छ दिसत होतं कारण जेव्हा सॅटलाइटनं (satellite) त्यावरून जाऊन प्रतिमा टिपली असेल, तेव्हा तिथं लख्ख उजेड असणार.

लॅपटॉपच्या स्क्रीनकडे टक लावून, मला असं वाटतं की, मी अनंतकाळ बघत राहिलो. मी जे स्क्रीनवर बघत होतो ते माझ्या डोक्यात होतं त्याच्याशी तंतोतंत जुळत होतं. मला सरळ विचार करता येईनासा झाला. मी आनंदाच्या धुंदीनं जितका गारठून गेलो होतो तितकाच पुढे जायलाही घाबरत होतो.

सावकाश आणि साशंकपणे पुढचं पाऊल उचलायला शेवटी मला स्वतःवर बळजबरी करावी लागली. अधीर होऊन अविचारानं काही निर्णय घेतला जाऊ नये म्हणून मी स्वतःला शांत करण्याचा प्रयत्न केला. गेल्या चोवीस वर्षांत पहिल्यांदा गिनस्टले जर खरंच माझ्या पुढ्यात होतं तर माझ्या आठवणीतला नदीपासून जवळच असलेल्या स्टेशनाचा रस्ता मला नक्कीच सापडायला हवा होता. मी कर्सर हलवायला पुन्हा सुरुवात केली. हळूहळू नकाशावर मी ओढ्याच्या बाजूनं डावी उजवी वळणं घेत, शेताच्या बाजूनं, पुलाखालून आणि मग स्टेशनकडे जाणाऱ्या रस्त्याचा मागोवा घेऊ लागलो. मी निळ्या निशाणावर क्लिक केलं आणि स्टेशनचं नाव स्क्रीनवर झळकलं : 'खांडवा रेल्वे स्टेशन'.

त्या नावाचा मला काहीच बोध झाला नाही.

माझ्या पोटात पीळ आला. असं कसं असेल? 'बुरहानपुर' - मी आठवणीत ठेवण्याचा प्रयत्न केलेलं 'ब' गाव सापडल्यापासून सगळं कसं बरोबर दिसत होतं. पण जर पूल व नदी बरोबर असले तर गिनस्टले कुठे होतं? मी निराश न होण्याचा प्रयत्न केला. मी लहान असताना स्थानिक रेल्वे स्टेशनावर व आसपास बराच वेळ घालवला होता. मग मी मला काय-काय आठवत होतं त्याची यादी तपासली – तीन फलाट, त्यांना जोडणारा वरून जाणारा छत असलेला पादचारी पूल व उत्तर

टोकाकडे रुळांखालून जाणारा रस्ता; परंतु या नेहमी स्टेशनजवळ सापडणाऱ्या गोष्टींच्या नुसत्या अस्तित्वापेक्षा, त्या एकमेकांपासून कशा व कुठे होत्या ते जास्त ओळख पटवून देणारं होतं. पण मग सगळं जमून आलं. मला रेल्वेखालून जाणाऱ्या रस्त्याजवळच्या बागेतलं कारंजंसुद्धा आठवलं व ते मिळतं का बघितलं. आणि अर्थात ते होतं; पण जरा अस्पष्ट दिसत होतं. बागेतल्या मध्यावरच्या साफसूफ जागेत, भोवताली झाडं असलेल्या कारंज्याचा गोल आकारही मला आढळून आला, असं मला वाटलं.

इथपासून मला माझं घर होतं तिथं जाण्याचा मार्ग माहीत होता. कधीही विसरला जाऊ नये म्हणूनच मी तो मनातल्या मनात घोळवत राहिलो होतो. मी कारंजापासून लोहमार्गाखालून जाणाऱ्या रस्त्यावरून जाऊ लागलो. मग मी लहान असताना चालत होतो त्या रस्त्यांवरून व गल्ल्यांवरून गेलो. अगदी जसं होबार्टमध्ये रात्री बिछान्यावर पडल्यापडल्या मी त्या रस्त्यांवरून चालत आहे अशी कल्पना करत असे व घरी जाऊन माझ्या आईला 'मी बरा आहे' म्हणून सांगत आहे, असं चित्र उभं करत असे, तसंच. मी पुढे गेलो हे कळायच्या आतच मी माझ्या लहानपणच्या ओळखीच्या वस्तीकडे खाली बघायला लागलो होतो. आता मात्र माझी खात्री झाली.

तरीसुद्धा 'गिनस्टले' सारखं काहीही नकाशावर दिसत नव्हतं. मला हे असं विचित्र पुढचं वर्षभर वाटत राहिलं आणि नंतर मला त्याची सवय होऊन गेली. माझ्या मनाचा काही भाग निःशंक होता आणि काही भाग साशंक होता. ही जागा बरोबर आहे याची मला खात्री होती; पण तशी मला 'गिनस्टले' या नावाचीसुद्धा खात्री होती. 'खांडवा' या नावाने माझ्या काहीच आठवणी जागृत होत नव्हत्या. कदाचित 'गिनस्टले' 'खांडव्या'चा एक भाग होता किंवा उपनगर होतं. तसंही असू शकत होतं. मी नकाशावर आम्ही राहत होतो त्या गल्ल्याबोळातून जाऊन बघितलं. मी होबार्टमध्ये राहत असताना जशी प्रतिमा माझ्या डोळ्यांसमोर येत असे तितकी जरी ही प्रतिमा स्पष्ट नव्हती, तरी मला खात्री वाटली की मला माझ्या लहानपणीच्या घराचं आयताकृती छप्पर दिसत होतं. अर्थात, मी ही जागा वरून उंचावरून कधीच बघितली नव्हती; पण इमारतीचा आकार तसाच होता व ती जिथं असायला हवी होती तिथंच होती. मी त्या रस्त्यावरून थोडा वेळ घिरट्या घातल्या. आश्चर्यचकित होऊन मी मनात सगळं सामावून घ्यायचा प्रयत्न करत होतो. मग मात्र मी माझी मनातली खळबळ आवरू शकलो नाही.

मी लिसाला हाक मारली, 'मला माझं गाव सापडलं आहे. तुला येऊन बघायलाच पाहिजे.' तेव्हा माझ्या लक्षात आलं की मध्यरात्र झाली होती– जेवणाचा वेळ सोडता मी कॉम्प्युटरवर न थांबता सतत सात तास बसलो होतो.

लिसानं जांभई देत कोपऱ्यातून डोकं बाहेर काढून बघितलं. ती तिच्या झोपायच्या कपड्यातच होती. तिला नीट जागं व्हायला एकच मिनिट लागला. पण तशा अर्धवट झोपेतही तिला समजलं की माझ्या मनात खूप खळबळ उडाली होती. 'तुला नक्की खात्री आहे का?' तिनं विचारलं. 'हेच ते, हेच ते' मी उत्तर दिलं. माझी खात्री झाली होती की 'हेच माझं गाव आहे.'

आठ महिन्यांचा जोरदार शोध यासाठी करायला लागला होता आणि 'गुगल अर्थ' डाउनलोड केल्यानंतर पाच वर्षांनी परिणाम मिळाला होता.

लिसाच्या तोंडावर हास्य पसरलं. तिनं मला घट्ट मिठी मारली व म्हणाली "हे मस्त झालं. तू जिंकलास, सरू."

एक रात्र झोपेविना गेली. मग मी डॅडना त्यांच्या कचेरीत भेटायला गेलो. त्यांच्यासाठी ही बातमी अगदीच अनपेक्षित होती. मला त्यांना ती पटवून द्यावी लागणार होती. बातमीला थोडं गांभीर्य यावं म्हणून त्यांना जे सांगणार होतो त्याची मी माझ्या डोक्यात तालीम केली; पण शेवटी मी चेहरा करारी करून एवढंच म्हणालो "डॅड, मला वाटतं मला माझं गाव सापडलं."

त्यांनी स्वतःच्या कॉम्प्युटरवर काम करायचं थांबवलं आणि म्हणाले "खरंच? नकाशावर?" ते साशंक होते हे मी समजू शकत होतो. "तुला खात्री आहे?"

या अशा असंभाव्य शोधाला असा प्रतिसाद साहजिकच होता. काय झालं होतं? इतक्या वर्षांनी मी कुठून आलो याची मला अचानक आठवण कशी काय झाली? माझी नक्की खात्री पटली होती व ते कसं शोधून काढलं हे मी त्यांना सांगितलं. तरीसुद्धा ते थोडे साशंकच राहिले- बहुधा माझा अंदाज चुकीचा ठरला तर होणाऱ्या त्रासापासून मला वाचवण्यासाठी असावं. सावध असणं मी समजू शकतो; पण माझी इच्छा होती की त्यांनी माझी खात्री पटली होती हे समजून घ्यावं व त्यांनासुद्धा खात्री पटावी.

पाठीमागे वळून बघितलं तर, डॅडचा माझ्यावर विश्वास बसावा असं तेव्हा मला तीव्रतेनं वाटत होतं. याचं एक कारण असं होतं की त्यांना सांगणं ही माझ्या भारतभेटीच्या प्रवासाची सुरुवात होती. लिसा अर्थातच या शोधात व माझं गाव शोधून काढण्याच्या माझ्या आशावादात नेहमीच माझ्याबरोबर होती; परंतु डॅडना सांगण्यानं माझा शोध खराखुरा ठरला होता. शोधाच्या या परिणामाचं पुढे काहीतरी करणं क्रमप्राप्त होतं, हेही तितकंच खरं होतं. पुढे काय करायचं ते काही ठरलेलं नव्हतं. पण सगळ्यांना या बातमीत सहभागी करून घेतल्यामुळे मला कळून चुकलं की ही माझ्या पुढच्या जीवनप्रवासाची सुरुवात होती, शेवट नाही. त्या क्षणापासून हे स्पष्ट झालं की, जरी मला आणखी काही सापडलं नव्हतं तरी ही घटना आमचं सगळ्यांचंच आयुष्य बदलून टाकणारी होती.

ममला सांगणं ही आणखी एक पायरी होती. तिला माहीत होतं की मला माझं भारतातलं घर शोधून काढायची इच्छा होती व मी इंटरनेटवर त्याबद्दलचे धागेदोरे शोधत होतो. पण इतक्या जोरदारपणे शोधत होतो हे तिला माहीत नव्हतं. मी ही बातमी सांगून तिला अस्वस्थ करेन याची मला विशेष भीती होती. ममचा दत्तक घेण्यावर व यामुळे जे कुटुंब तयार झालं होतं त्यावर इतका गाढ विश्वास होता, की या बातमीचा तिच्यावर काय परिणाम होईल, याची मला चिंता होती.

मग त्या रात्री आम्ही सगळे जण आमच्या घरी जमलो. आमच्यापैकी प्रत्येक जण जरा मानसिक तणावातच होता. माझ्यापुरतं सांगायचं तर ज्या 'गुगल अर्थ'च्या प्रतिमांनी माझं घर सापडल्याची खात्री पटवून दिली होती, त्या प्रतिमा सगळ्यांना दाखवायला मी उत्सुक होतो. पण त्यांचा प्रतिसाद असातसाच होता. पक्षासारखं वरून पाहिलेल्या दृश्यातून, सगळ्यात जास्त लोकसंख्या असलेल्या देशातून, पाच वर्षांचा असतानाच्या आठवणीतल्या खाणाखुणांच्या बळावर मी मला हवं होतं ते खरोखर शोधून काढलं होतं, ही कल्पनाच अविश्वसनीय होती. काही नाही तर एक मोठं आश्चर्यच होतं. मी त्यांना खांडवा स्टेशनच्या दक्षिण टोकावर दोन्ही बाजूंना भिंत असलेलं धरण, लोहमार्ग, आणि स्टेशनकडे जायला मी जो लोहमार्गाच्या खालून जाणारा रस्ता वापरत होतो, तो दाखवला. अगदी मी लहान असताना ममला वर्णन करून सांगितलं होतं तसंच!

मला वाटतं, मनातल्या मनात आम्ही सगळे जण या शोधाचा आमच्या भविष्याशी काय संबंध असेल, हाच विचार करत होतो. माझ्या मनाला प्रश्न पडला, त्यांना नेहमीच वाटत आलं असेल का, की एक असा दिवस कधीतरी उगवेल जेव्हा त्यांच्या मुलावर भारत परत हक्क सांगेल व ते त्याला मुकतील?

माझा शोध साजरा करण्यासाठी आयोजित केलेलं आमचं जेवण जरा निःशब्दपणेच पार पडलं. आमच्या मनात बरेच प्रश्न उभे होते.

त्यानंतर मी घरी परत आलो तेव्हा जरा साशंकित उत्साहानंच माझ्या कॉम्प्युटरकडे वळलो. कदाचित मी वाहवून गेलो असेन किंवा मला माहीत होतं त्याची शहानिशा करण्याचे कदाचित अन्य मार्गही असू शकतील असं वाटलं म्हणून असेल. मी दुसऱ्या अशा एका साधनाकडे वळलो जे मी शोध सुरू केला तेव्हा उपलब्ध नव्हतं – ते होतं 'फेसबुक'. मी त्यात 'खांडवा' शोधलं. आणि 'खांडवा : माय होम' या गटाचं (group) नाव प्रकटलं. मी त्या गटाच्या ॲडमिनिस्ट्रेटरला मेसेज पाठवला :

मला कुणी मदत करू शकेल का? मला वाटतं की मी खांडव्याचा आहे. मी गेल्या चोवीस वर्षांत खांडवा पाहिलेलं नाही किंवा खांडव्याला भेट दिलेली नाही. मला सहजच विचारायचं होतं की सिनेमाजवळचं मोठं कारंजं अजून आहे का?

सगळ्यात विशेष खूण म्हणून ते कारंजंच मला सुचलं. ज्या बागेत ते होतं ती

एक लोकांची भेटण्याची, वर्दळीची जागा होती. त्या गोलाकार कारंजाच्या मधोमध असलेल्या चौथऱ्यावर पायाची मांडी घालून बसलेला एका माणसाचा पुतळा होता. तो माणूस कोण होता हे मला कधी समजलंच नाही. पण गावातली काही भयानक दिसणारी धार्मिक वृत्तीची माणसं (ज्यांना साधू म्हणतात हे आता मला माहीत आहे) त्या कारंजाच्या थंड पाण्यात अंघोळ करत असत, पण दुसऱ्या कुणाला करू देत नसत. मला आठवतं एकदा मी व माझे भाऊ एका भयंकर उकाड्याच्या दिवशी कारंजात शिरलो आणि त्यांच्यापासून दूर पळताना माझा पाय तारेच्या कुंपणात अडकून मी जखमी झालो होतो. ती जागा माझ्या आठवणीतलीच होती हे सिद्ध करण्यासाठी आणखी काही गोष्टी असल्या तरी, मी तिथं राहत होतो व त्यानंतर काय काय पाडलं गेलं असेल कुणास ठाऊक? पण इथवर पोहोचल्यावर काय करायचं याचा मी विचारच केला नव्हता. हे मूर्खासारखं वाटेल पण मला वाटलं होतं की मला 'गिनस्टले' नाव असलेलं गाव सापडलं की मग संपलं. माझं गाव सापडलं की मला कळेलच. पण मला वाटलं होतं त्याप्रमाणे बाकी काहीच झालं नव्हतं. हेही गाव माझ्या शोध क्षेत्राच्या सीमेबाहेर होतं आणि इतक्या योजनाबद्ध व पद्धतशीरपणे शोध घेऊनसुद्धा मला ते केवळ अकस्मात अपघातानं सापडलं होतं. पण हे असं सापडणं माझ्या एकंदर आयुष्याला साजेसंच होतं. माझं विधीलिखित जीवावर बेतलेले प्रसंग, योगायोगानं घडलेल्या घटना व नशिबाचा आश्चर्यकारक वरदहस्त, यांनी गुंफलेलं कोडं आहे.

आणखी एक रात्र अस्वस्थपणे घालवायच्या तयारीनं मी झोपायला गेलो.

मम व डॅडचा सावधानीचा इशारा बरोबरच होता. दुसऱ्या दिवशी उठल्याबरोबर सर्वांत प्रथम मी कॉम्प्युटर चालू केला व बघितलं तर 'खांडवा फेसबुक' पानावर मी पाठवलेल्या कारंजाबद्दलच्या प्रश्नाला प्रतिसाद आला होता :

आम्हाला अगदी खात्रीनं सांगता येत नाही... सिनेमाच्या जवळ एक बाग आहे पण कारंजं काही फार मोठं नाही... सिनेमा बरीच वर्षं बंद आहे... आम्ही काही फोटो इथे लावू... तुम्हाला आणखी काही गोष्टी आठवतील अशी आशा करतो...

या प्रतिसादाने माझी हवाच काढून टाकली. वाहवून गेल्याबद्दल व सगळ्यांना फार लवकर सांगून टाकल्याबद्दल मी स्वतःला शिव्या दिल्या. या ठिकाणाहून काही उत्तर येईपर्यंत मी का नाही थांबलो? तरीही मी शांत राहण्याचा प्रयत्न केला. जरी मी अशा तऱ्हेच्या उत्तराची अपेक्षा करत नव्हतो, तरी हे सर्वथा फेटाळून लावण्यासारखंही नव्हतं. मी ॲडमिनिस्ट्रेटरचे आभार मानले व गोंधळलेल्या मनःस्थितीत कामाला गेलो. कामात लक्ष घालणं कठीण जात होतं; कारण तो नकाशा व त्या आठवणी माझ्या मनात पिंगा घालत होत्या. हे माझं दिवास्वप्न होतं का? मी माझा वेळ फुकट घालवला होता का?

त्यादिवशी नंतर किंवा दुसऱ्या दिवशी ममनं मला सांगितलं की मी सहा वर्षांचा असताना तिच्या वहीत आम्ही दोघांनी बरोबर काढलेला नकाशा तिनं पाहिला व त्यात पूल, नदी व स्टेशन यांची मांडणी मी दाखवलेल्या 'गुगल अर्थ' च्या नकाशातल्यासारखी नव्हती; परंतु हे असं मला चुकीची जागा सापडली होती म्हणून झालं होतं की सहा वर्षांचा असताना मला अचूक नकाशा काढायला जमत नव्हतं म्हणून? तिनं माझ्या झोपायच्या खोलीत असलेला भिंतीवरचा नकाशा काढून बघितलं. तिनं माझ्या व माझ्या भावाला वाढवण्याच्या संबंधित सर्व गोष्टी जपून ठेवल्या होत्या. तिला नकाशावर 'बुरहानपूर' व 'खांडवा' दोन्ही दाखवलेले पाहून आश्चर्य वाटलं. तिच्या म्हणण्याप्रमाणे ती गावं कोलकात्यापासून खूपच लांब होती व मी इतक्या अंतराचा प्रवास केला असण्याची तिला शंका होती. ते देशाच्या एका टोकापासून पार दुसऱ्या टोकाकडे गेल्यासारखं होतं.

सगळ्यात पहिल्या गोष्टीनं मला धक्का दिला ती म्हणजे हा नकाशा माझ्या टेबलाच्या बाजूच्या भिंतीवर संपूर्ण काळ टांगलेला होता. मला जर माहीत असतं कुठं बघायचं, तर... त्यांच्यामागचं गुपित न समजता मी त्या नकाशातल्या नावांकडे किती वेळा बघितलं असेल? मला आता आठवत नाही की 'बुरहानपुर' किंवा नकाशावरची त्यासारखी नावं, लहान असताना माझ्या लक्षात तरी आली होती की नव्हती. लक्षात आली असली तरी मी ती कोलकात्यापासून खूप लांब होती म्हणून उडवून लावली असणार, हे उघड आहे. आणि दुसरी गोष्ट होती की ते कोलकात्यापासून मला वाटलं त्यापेक्षा बरंच लांब होतं. पण इतकं लांब होतं का? मी समजत होतं त्यापेक्षा ट्रेन जास्त जलद धावत होत्या का? का मी मला वाटलं होतं त्यापेक्षा बराच जास्त वेळ ट्रेनमध्ये होतो?

विचारांच्या कोलाहलात दोन दिवस गेले. मी नकाशात व आठवणीत अडकून गेलो होतो. ज्या गोष्टींबद्दल मला खात्री होती त्या गोष्टी मला जे सापडत होतं त्यात विरघळून जात होत्या. मला नेहमी ज्याची भीती वाटत होती ती गोष्ट आता घडत होती का? मला वाटत होतं, मला माहीत आहे तेही हळूहळू झिजून या शोधामुळे नष्ट होईल आणि मग माझ्याकडे काहीच उरणार नाही का? माझे आई-वडील, लिसा व मी या अचानक लागलेल्या शोधाबद्दल फारसं बोललो नव्हतो. मला कळत नव्हतं की निराश होण्यापासून ते माझा बचाव करायला बघत होते की मी आणखी भक्कम पुरावा त्यांना द्यायला हवा होता. मी 'खांडवा' गटाकडून पुढच्या उत्तराची वाट पाहत थांबलो होतो आणि त्या वेळात मला त्यांना उघडपणे प्रश्न विचारायचं सुचलं.

'मला कुणी खांडव्याच्या वर उजव्या बाजूला असलेल्या शहराचं किंवा उपनगराचं नाव सांगू शकेल का? मला वाटतं ते 'ग' पासून सुरू होतं. ते कसं लिहायचं मला

माहीत नाही पण 'गिनस्टले'? या शहराच्या एका बाजूला मुसलमान व दुसऱ्या बाजूला हिंदू वस्ती आहे. असं चोवीस वर्षांपूर्वी होतं. आता कदाचित बदललं असेल.'

याला उत्तर यायला आणखी एक दिवस लागला. पण जे आलं ते हृदयाचे ठोके थांबवणारं होतं :

'गणेश तलाई'

माझ्या लहानपणीच्या चुकीच्या उच्चाराच्या जितकं जवळ असू शकण्याची आशा ठेवू शकत होतो, तितकं हे नाव जवळचं होतं.

माझ्या उत्साहाच्या भरात मी मम व डॅडना आता काही शंका उरली नाही, असं लगेच सांगितलं. ते अजून साशंक होते; पण त्यांनी मान्य केलं की आता सगळं जुळून येत होतं. मला 'बुरहानपुर', 'खांडवा' सापडलं होतं आणि आता सगळ्यात महत्त्वाचं 'गणेश तलाई' सापडलं होतं - 'गणेश तलाई' हा असा भाग जिथं मी राहत होतो, जिथं माझं कुटुंब अजून राहत असेल व माझं काय झालं म्हणून काळजी करत असेल.

शोध लागल्यानंतरच्या दिवसांत काय करायचं ते माझं ठरलं नव्हतं. मी पुरता भारावून गेलो होतो. एकीकडे मला मिळालेल्या यशानं मी इतका आनंदित होतो की दुसरं काही सुचणं कठीण होतं. दुसरीकडे या आनंदाच्या भावनेखाली खचवून टाकणारी एक प्रकारची अनिश्चितता होती. यामुळे झालं काय की मी ही बातमी फक्त लिसा; माझे कुटुंबीय व माझ्यातच ठेवली. मी चुकीचा ठरलो तर? मी जर माझ्या चुकीच्या निदानाच्या जोरावर सगळ्यांना उगीचच खळबळवून सोडत असलो तर? मी स्वतःला मूर्ख तर ठरवत नाही नं? माझ्या लॅपटॉपवर मी पुन्हा पुन्हा खांडव्याचे रस्ते तपासून आणखी काही नव्या खुणा किंवा दुजोरे मिळतात का ते बघत होतो. काय खरं असू शकेल, हा विचार मला हतबल करून टाकत होता. मी व मंतोष लहान असताना आमच्या कुटुंबीयांबरोबर भारतात जाण्याचं ठरवताना वाटल होतं तसंच आताही चिंताक्रांत वाटत होतं आणि ती चिंता संशयाच्या रूपानं प्रकट होत होती.

मला ती जागा सापडल्यापासून मी माझ्या अपेक्षा दाबून ठेवत होतो. मी स्वतःला पटवून देण्याचा प्रयत्न करत होतो, की माझं कुटुंब इतक्या वर्षांनंतर तिथं राहत नसेल. माझी आई किती वर्षांची झाली असेल याचा मी विचार करत होतो. मला त्याची खात्री नव्हती; पण भारतात आयुष्यमान फार दीर्घ काळाचं नसणार. ती तर एका मजुराचं खूप खडतर आयुष्य जगली होती. माझी बहीण शकिला बरी असेल का? आणि कल्लू? गुड्डूला त्या रात्री बुरहानपूर स्टेशनवर काय झालं असेल? माझ्या हरवण्याबद्दल तो स्वतःला दोष देत असेल का? आम्ही परत भेटलो

तर त्यांच्यापैकी कुणी मला ओळखेल का? मी त्यांना ओळखू शकेन का? ही चार माणसं, पंचवीस वर्षांपूर्वी कुठं राहत होती हे माहीत असलं तरी अवाढव्य भारतात ती तुम्हाला शोधून काढणं कसं शक्य आहे? नक्कीच ते अशक्य आहे.

या नवीन शक्यतांचा मेळ घालण्याचा मार्ग शोधताना माझं मन आशा आणि नाकबुली याच्यांमध्ये टोलवलं जात होतं.

खात्री करण्यासाठी एकच उपाय होता. ही जागा बरोबर आहे किंवा नाही हे मला तिथे गेल्याशिवाय खात्रीपूर्वक समजणार नव्हतं. मी बघितली तर मला नक्की कळेल. त्यानंतर जर माझी पूर्ण खात्री झाली तर माझे बूट काढून माझ्या पायाखालच्या जमिनीला स्पर्श करायला मला आनंदच होईल व मी त्या रस्त्यांवर, वाटांवर चाललो होतो तो काळ आठवायला आवडेल. याच्यापुढे जाऊन तिथं अजून कोणकोण राहत असेल, याबद्दल मी विचार करू शकत नव्हतो.

माझ्या आई-वडलांना माझ्या भारतभेटीविषयी काळजी वाटणार, हे मला माहीत होतं. त्यांनी मला दत्तक घ्यायचं ठरवलं तेव्हापेक्षा मी आता मोठा झालो होतो. पण त्याचा अर्थ असा नव्हता की ज्या भावनांमुळे त्यांना आमची आधीची भारतभेट रद्द करावी लागली होती, त्या भावना आमच्या तरुण वयात चेतवल्या जाणार नाहीत. आणि जर ती जागा चुकीची ठरली तर त्याचा माझ्यावर काय परिणाम होणार होता? मी तिथं राहून परत बरोबर जागा शोधणार होतो? मी पूर्णपणे निराश होईन का?

मी काही वेळ खांडव्याबद्दल आणखी माहिती काढण्यात घालवला. मी जगाच्या अर्ध्या अंतरावर इतक्या लांब असूनसुद्धा मला खांडवा चांगलं ओळखीचं झालं. ते मुख्यत्वे हिंदू असलेल्या मध्य प्रदेशातलं अडीच लाख लोकसंख्या असलेलं एक प्रादेशिक शहर होतं. एक शांत भाग म्हणून व तिथल्या कापूस, गहू व सोयाबीन शेतीबद्दल आणि जलशक्तीवर चालणाऱ्या वीज प्रकल्पासाठी ते प्रसिद्ध होतं. माझं कुटुंब अतिशय गरीब होतं व या सगळ्याशी त्यांचा काही संबंध नव्हता. म्हणून हे सगळं वर्णन माझ्यासाठी नवं होतं. भारतातल्या बऱ्याच शहरांप्रमाणे या शहराला पण इतिहास होता. काही हिंदू संतांची नावं या शहराशी जोडलेली होती. इथं वाढलेल्या बॉलिवूडमधल्या तारकांचा या शहराला अभिमान होता. हे जरी पर्यटकांच्या फिरण्याच्या वाटेवर नव्हतं तरी हे मोठं रेल्वे जंक्शन आहे, जिथं मुंबई-कोलकात्त्याला जोडणारा पूर्व-पश्चिम लोहमार्ग दिल्लीहून गोवा/कोचीला जाणाऱ्या लोहमार्गाला मिळतो. आता समजलं, की दोन्ही गावं सारख्या आकारमानाची असूनही खांडवा स्टेशन बुरहानपूर स्टेशनापेक्षा मोठं का होतं.

या गावाचे काही व्हिडीओ मी यू-ट्यूब वर पाहिले, पण या चित्रांवरून जास्त काही सांगणं कठीण होतं. फितीचा काही भाग रेल्वे स्टेशनाजवळचा भुयारी रस्ता दाखवत होता. हा 'तीन पुलीया' नावानं ओळखला जात होता असं दिसून आलं.

रेल्वेवरून जाणारा पादचारी पूल तिन्ही फलाटांना जोडण्यासाठी वाढवलेला दिसत होता. तरी अजूनही माझ्या गावासारखंच दिसत होतं.

मी मम व डॅडकडे माझ्या भारतभेटीचा विषय काढण्याचं धैर्य करेपर्यंत बरेच आठवडे गेले. तरीपण मी त्या विषयाबाबत गोलमोल बोलत राहिलो. मी त्यांना विचारलं की त्यांनी स्वतः अशा परिस्थितीत काय केलं असतं. ते म्हणाले की तिकडे जायलाच लागेल, प्रत्यक्ष भेट दिल्याशिवाय खात्री कशी होणार? लिसालाही तसंच वाटलं आणि अर्थातच, त्या सगळ्यांना माझ्याबरोबर भारतात यायचं होतं.

माझ्या मनावरचा ताण गेल्यासारखं वाटलं आणि मन हळवं झालं; परंतु भारतात एकटं जाण्याची मला गरज होती.

एकटं जाण्याबद्दल मला इतक्या तीव्रतेनं वाटत होतं, त्याची अनेक कारणं होती. थोड्या फार प्रमाणात, माझ्या हातून चूक होण्याच्या शक्यतेची मला अजूनही भीती वाटत होती. जर आम्ही– मम, डॅड व लिसा एखाद्या आड रस्त्याला येऊन उभे राहिलो व आम्ही कुठे आहोत ते माहीत नाही हे मला कबूल करायलाच लागलं तर? मला मोठा तमाशाही करायचा नव्हता. एक तर आम्ही सर्व जण 'गणेश तलाई'वर अवतरलो तर कदाचित सगळ्यांचं लक्ष आमच्याकडेच जास्त जाईल व दुसरं म्हणजे त्यामुळे कोणत्या प्रकारचे तणाव निर्माण होतील, याबद्दल कुणाला काय सांगता येणार होतं?

खरं तर हा माझ्यासाठी मोठाच प्रश्न होता. मला वाटत होतं की मी 'गणेश तलाई' मधल्या पोलिसांचा, हॉस्पिटलचा फोन नंबर आधी शोधून काढून माझ्या कुटुंबीयांबद्दल माहिती किंवा त्यांचे वैद्यकीय दस्तऐवज मिळवू शकत होतो. काही नाही तर माझ्या कुटुंबाचं नाव देऊन काहीतरी चौकशी करू शकलो असतो. तशी काही ती मोठी वस्ती नव्हती आणि सगळे एकमेकांना ओळखत असणार; परंतु मला भीती वाटली की उगीचच बातमी आधीच फुटेल, संधिसाधू लोक येऊन पुढे उभे राहतील व खोटेनाटे दावे करतील. काही जणांना एक पाश्चिमात्य, तुलनेनं श्रीमंत व पैसे उधळणारा मुलगा 'आपला' असण्याची कल्पना आवडेल व काही संभाव्य 'आया' त्यांच्या खूप दिवसांपूर्वी हरवलेल्या मुलावर दावा करण्यासाठी पोलिस स्टेशनवर येऊन ठाकल्या तर आश्चर्य वाटायला नको; मग मी तिथं पोहोचल्यावर मला जे लोक पाहिजेत ते लोक सापडवणं कठीण होऊन बसलं असतं. आधी फार सूचना न देता किंवा मोठा लवाजमा बरोबर न नेता गेलो तर मला कुणाचंही लक्ष न वेधता गावात जाणं तुलनेनं सोपं होईल आणि माझं स्वतःचं मत बनवता येईल, असं मला वाटलं.

शिवाय या बेभरवशाच्या देशात काय होईल (कदाचित भीतिदायकही) हे सांगता येत नव्हतं आणि तसं काही झालं तर त्या काळात मला इतरांची काळजी करायला लागावी, हे मला नको होतं किंवा त्यांच्यामुळे माझं लक्ष विचलित व्हायला

नको होतं. मी एकटा असलो तर केवळ समोरची सत्य परिस्थिती व माझा तिला प्रतिसाद, इतकंच मला हाताळावं लागेल.

शेवटी माझा युक्तिवाद या सगळ्यापेक्षा अगदी सोपा होता : हा माझा जीवनप्रवास होता, जो आतापर्यंत मी स्वतः केला होता, अगदी ट्रेनमध्ये घालवलेल्या वेळापासून ते इंटरनेटवर उशिरा रात्र रात्र घालवेपर्यंत. मी एकट्यानंच तो पुरा करणं मला अगदी रास्त वाटत होतं.

लिसा ते समजू शकत होती याबद्दल मी तिचा आभारी आहे. पण माझे आई-वडील मात्र माझ्यासोबत येण्याबाबत आग्रही होते. बाबांनी वचन दिलं की ते माझ्या वाटेत येणार नाहीत व मला जे स्वतः करणं जरुरीचं असेल ते ते करू देतील किंवा ते नुसते मला आधार देण्यासाठी बरोबर आले व काही अडीअडचणीत मदत केली तर? ते हॉटेलात राहतील पण वेळ पडली तर हाताशी असतील. ते म्हणाले 'माझ्यामुळे तुला कामाचा वेग कमी करावा लागणार नाही.' जरी कितीही सदिच्छेने व काळजीपोटी त्यांनी प्रस्ताव मांडला असला तरी मी माझा विचार पक्का केला होता.

तरीसुद्धा 'गणेश तलाई' सापडल्यापासून जवळजवळ अकरा महिन्यांनी मी भारतात जाण्यासाठी विमानात बसलो. माझ्या लहानपणच्या ऑस्ट्रेलियाच्या प्रवासाव्यतिरिक्त कुठेही जाण्याचा हा माझा पहिलाच मोठा प्रवास होता. प्रवासाच्या नेहमीच्या तयारीबरोबर आणखी इतरही प्रशासकीय प्रश्न सोडवायचे होते – नागरिकत्वाचा मामलासुद्धा निस्तरायचा होता. मी जेव्हा भारतातून आलो तेव्हा माझा पासपोर्ट मी भारतीय नागरिक होतो, असं दाखवत होता. पण बाकीची माहिती बरोबर नव्हती. त्याच्यावर माझा जन्म कोलकात्याला झाला होता असं लिहिलेलं होतं, पण ते चुकीचं होतं. भारतीय अधिकाऱ्यांना तेव्हा काहीतरी लिहिणं भाग होतं म्हणून त्यांनी तसं लिहिलं होतं. आता मी ऑस्ट्रलियन नागरिक होतो आणि माझं भारतीय नागरिकत्व संपलं होतं. पण अधिकृतपणे मी ते सोडून दिलेलं नव्हतं. अशा बारीकसारीक प्रशासकीय गोष्टींनी पुढे सरकायला वेळ घेतला.

परंतु या सगळ्यामागचं खरं कारण होतं की मीच गोष्टी पुढे ढकलत होतो. मी दाखवत नव्हतो किंवा स्वतःशीसुद्धा कबूल करत नव्हतो; पण मी या भेटीबद्दल कमालीचा चिंताक्रांत होतो. मला बरोबर ठिकाण सापडलं होतं का नव्हतं अथवा तिथं भेटण्यासाठी आता कुणी उरलं असेल का नाही, हेच नुसते प्रश्न नव्हते. भारतात परत जाण्याच्या शक्यतेनं उजाळा मिळणाऱ्या माझ्या वाईट आठवणींशीसुद्धा मला सामना करायचा होता. कसं हाताळणार हे सगळं मी, याचा मी विचार करत होतो.

तरीपण कुणालाही बरोबर नेण्याचे प्रस्ताव नाकारत मी माझं तिकीट काढलं व स्वतःच्या मनाची तयारी करायला सुरुवात केली. अनपेक्षित कोपऱ्यातून मदतीचे

हात पुढे आले. ज्या लसटोचणींची गरज होती त्या घ्यायला मी दवाखान्यात गेलो तेव्हा डॉक्टरांनी माझ्या भारताला जाण्याचं कारण विचारलं. एरवी मी माझी कथा माझ्या जवळच्या मित्रांपुरती व माझ्यापुरती ठेवत असे; परंतु आता माझं गाव सापडल्यावर त्याबाबत मी जरा मोकळेपणानं बोलू लागलो. का कुणास ठाऊक; पण मी भारतात कशासाठी चाललो होतो ते त्यांना मी प्रथम थोडसं, मग आणखी सांगून टाकलं. त्यांना धक्काच बसला. मी माझी तपशीलवार कहाणी सांगितल्याबद्दल त्यांनी माझे आभार मानले. मी नंतरच्या लसटोचणीसाठी गेलो तोपर्यंत इतरांनासुद्धा माझी कहाणी माहिती झाली होती व बऱ्याच हितचिंतकांचं लक्ष माझ्याकडे जायला लागलं. मला छान वाटत होतं की हा गटसुद्धा जाण्याआधी बरेच आठवडे माझ्याबरोबर होता व माझी मनःस्थिती चांगली राहायला त्यामुळे मदत झाली.

शेवटच्या दिवशी विमानतळावर मी, लिसा व ममनी एकत्र कॉफी घेतली आणि पुढे काय काय होऊ शकतं याची परत चर्चा केली. त्यांनी मला काय व्हायला हवं याचा जास्त विचार करण्याऐवजी जे होईल ते स्वीकारायला सांगितलं. त्यावरून स्वतःची अस्वस्थता लपवण्याचा माझा प्रयत्न चांगला वठला नाही, असं वाटतं. मग आईनं ज्याच्यावर स्कॅन केलेला माझा लहानपणीचा फोटो छापलेला होता तो कागद मला दिला. भारतात मी पंचवीस वर्षांपूर्वी होतो. माझ्या कुटुंबीयांनासुद्धा कदाचित मला ओळखायला मदत लागणार होती. मी निघण्याआधी ही फारच विचारपूर्वक दिलेली भेट होती. बाकी इतकी तयारी करूनसुद्धा मी याचा विचार केला नव्हता याचं मला आश्चर्य वाटलं. पण माझ्या मनःस्थितीचं हे बोलकं प्रतीक होतं.

तरी पण सगळ्यांचा निरोप घेत मी थोडा रेंगाळलो. विमानात प्रवेश करणारा मी शेवटचा प्रवासी होतो. ममनं माझ्याकडे पुन्हा एकदा खचलेल्या नजरेनं बघितलं आणि माझ्या मनातल्या काळज्या परत जिवंत होऊ लागल्या. मी करत होतो ते बरोबर होतं ना? माझ्यावर प्रेम करणारे लोक इथं माझ्याबरोबर असताना मला माझा भूतकाळ उकरून काढायची काही जरूर होती का?

जरी मी खचून गेलो होतो, तरी अर्थातच, उत्तर 'होय' असंच होतं. जरी मला ते नंतर विसरून जायचं असलं तरी मला मी कुठून आलो ते शोधून काढायला हवंच होतं. मी ज्या जागेचं स्वप्नं पाहत होतो ती मला निदान बघायची तरी होती.

आणि मी विमानात चढलो.

माझ्या आईशी भेट

११ फेब्रुवारी २०१२ ला मी मध्य प्रदेशातल्या सगळ्यात मोठ्या इंदोर शहरात उतरलो. लहानपणी सोडून गेल्यापासून प्रथमच माझे पाय भारताच्या भूमीला स्पर्श करत होते. मी तिथं पहाटेच्या अंधारात पोहोचलो. हाती घेतलेल्या माझ्या कामाचं महत्त्व व स्वरूप लक्षात आलं आणि माझ्या हृदयाची धडधड वाढू लागल्याचं मला जाणवलं.

भारतानं माझं काही म्हणावं तसं स्वागत केलं नाही. माझ्या पहिल्यावहिल्या अनुभवांमुळे मला पक्कं कळून चुकलं की मी इथं परका होतो. मी जरी 'घरी' आलो होतो तरी हा देश माझ्यासाठी अनोळखी होता. माझी बॅग विमानतळावरच्या सामानाच्या पट्ट्यावर आलीच नाही. मी तिथल्या अधिकाऱ्याला ती कुठं मिळेल असं विचारलं असता त्यानं, मला वाटतं, हिंदीत उत्तर दिलं. पण त्यातला एकही शब्द मला समजला नाही. तो अधिकारी इंग्रजी येत असलेल्या कुणाला तरी आणायला गेला. भाषा न येणं ही गोष्ट एरवी लहानशी वाटते; पण जेव्हा अनेक वर्षं हरवला गेलेल्या, भावनावश प्रवास करून घरी परत येणाऱ्या माणसासाठी ती गोष्ट जास्तच मोठी वाटते. कोण काय बोलतं ते न समजणं आणि आपण काय बोलतो ते दुसऱ्याला समजावू न शकणं, हे परत हरवण्यासारखंच असतं.

खांडव्याला जाण्याआधी एक रात्र मी हॉटेलात राहणार होतो. विमानतळावरून हॉटेलमध्ये नेण्यासाठी मागे लागणाऱ्या अनेक टॅक्सीचालकांशी, त्यांच्या बेसुमार मागण्यांबद्दल वाटाघाटी करणं मला जमलं नाही. शेवटी मी विमातळावरच्या सौजन्यसेवेची बस घेतली. विमानतळावरून बाहेर पडेपर्यंत सूर्य तळपायला लागला होता आणि एकविसाव्या शतकातल्या भारतातला गांगरून टाकणारा रस्त्यावरचा गोंधळ मला प्रथमच बघायला मिळाला.

प्रथमतः, हे सर्व बरचसं मला माहीत असलेल्या पंचवीस वर्षांपूर्वीच्या भारतासारखंच दिसलं. आजूबाजूच्या रस्त्यांवर काळी जंगली डुक्करं खाणं शोधत फिरताना मला दिसली. रस्त्यांच्या कोपऱ्यांवर झाडंही तीच होती. आणि प्रत्येक जागी नेहमी आढळणारी लोकांची प्रचंड गर्दी! गरिबीचं प्रदर्शन अजूनही उघडपणे मांडलेलं होतं. पण मला आठवत होतं त्यापेक्षा एकूण सगळं बरंच घाण दिसत होतं. ते बघूनच मला धक्का बसला. लोकं रस्त्याच्या बाजूलाच नैसर्गिक विधी उरकत होते. सगळीकडे कचरा पसरलेला होता. हे असं मी राहत होतो त्या वस्तीत पाहिल्याचं मला आठवत नव्हतं. कदाचित मला होबार्टमधल्या स्वच्छ, मोकळ्या जागांची सवय झाली होती आणि त्यामुळे सगळं जास्तच घाणेरडं दिसत होतं.

मी हॉटेलमधून बाहेर आलो तेव्हा मला सर्वप्रथम तीव्र जाणीव झाली ती रस्त्यावरच्या प्रचंड वाहतुकीच्या सतत येणाऱ्या आवाजाची आणि सांडपाण्याच्या पाईपातून व गटारातून येणाऱ्या सल्फरच्या घाणेरड्या वासाची. माझ्या लक्षात आलं की इतक्या वर्षांनी खांडवासुद्धा वेगळं दिसत असेल. थोड्या तासांच्या जेमतेम झोपेनंतर मी दुसऱ्या दिवशी तिकडे जाण्यासाठी एका टॅक्सी व ड्रायव्हरची सोय केली.

खांडवा दोन तासांवर होतं आणि तेवढ्या अंतरासाठी, आधीचे बडबडे ड्रायव्हर विमानतळावर माझ्याकडून जेवढे पैसे मागत होते, त्याच्या अर्धेच पैसे मी खांडव्याला जाण्यासाठी या ड्रायव्हरला दिले. त्यांनी मला जाणीव करून दिली, माझ्यात जी काही थोडी चलाखी पूर्वी होती ती आता नाहीशी झाली होती. पण कदाचित स्वतःच्या सुरक्षिततेसाठी थोडे जास्त पैसे द्यावे लागणं जरुरी असावं. सगळ्यांना माहीत असलेली भारतीय बेजबाबदार वृत्ती लक्षात घेतली तरीसुद्धा माझा बुटका, बारकुड्या ड्रायव्हर प्रमाणाबाहेर वेड्यासारखी गाडी चालवत होता. त्यानं माझं रक्त आणखीनच सळसळायला लागलं. इंदोरपासूनचा रस्ता डोंगर व दऱ्यातून जातो, पण मला अगदीच थोडं सृष्टीसौंदर्य आढळलं. अध्येमध्ये आम्ही सिगारेट व चहा प्यायला थांबलो. मी क्वचितच सिगारेट ओढतो; पण माझ्या मनोधैर्याला आता त्याची गरज होती. खांडव्याला माझ्या पुढ्यात काय मांडून ठेवलं असेल या विचारानं मी अधिकच चिंताग्रस्त होत होतो. जीवघेणी ही भेट हवी तशी लवकर संपणार नव्हती.

आकाश अगदी स्वच्छ होतं. भर उन्हात आम्ही खांडवा शहराच्या बाहेरच्या बाजूकडे येत होतो. माझ्या लक्षात आलं की ते मला आता ओळखता आलं नाही आणि त्या विचारानं मी गार पडलो. या भागाला एक धुळकट, काळपट औद्योगिक रूप आलं होतं, जे मला आधी पाहिलेलं आठवत नव्हतं. अचानक, हॉटेलमध्ये जाण्याऐवजी मी सरळ स्टेशनवर जायचं ठरवलं. आता गोष्टी रेंगाळत ठेवायच्या नव्हत्या. मी माझ्या 'टॅस्मेनिया' मधल्या घरी लॅपटॉपवर जो मार्ग आखला होता तो बरोबर आहे का नाही, ते लवकरात लवकर ठरवण्याचा

तो सोप्यात सोपा मार्ग होता. आम्ही दिशा बदलली व स्टेशनकडे वळलो. रस्ते अगदी अरुंद होते व वाहतूक हळूहळू सरकत होती. तो रविवार होता. लोक घरातून बाहेर पडले होते व रस्त्यावर सर्वत्र अनेक लोक होते. मी लहान होतो तेव्हा इकडे रिक्षांपेक्षा जास्त करून घोडे व गाड्या होत्या; पण आता रस्ते मोटारी व मोटरसायकलींनी तुंबले होते.

माझ्या मोबाइलवर जीपीएस सेवा उपलब्ध होती व त्यावर मला रस्त्याचा नकाशा मिळाला असता; पण फोनची बॅटरी कमी झाली होती. त्यामुळे मला माझ्या स्मरणशक्तीला धक्का देऊन कामाला लावायचं होतं. म्हणून मी ड्रायव्हरला मला जसं आठवत होतं त्याप्रमाणे रस्ता सुचवत होतो आणि मला वाटत होतं तिथंच स्टेशन मिळालं. कदाचित ड्रायव्हरला रस्ता माहीत होता पण मला खूश ठेवण्यासाठी तो काही बोलला नसेल; पण मला उत्साही वाटलं खरं.

स्टेशन मला आठवत होतं त्यापेक्षा वेगळं दिसलं; पण मी कुठे होतो ते मला लगेच कळलं. तिथून खांडव्यात कुठंही कसं जायचं, ते मला माहीत होतं. मी कुठे होतो ते मला कळलं होतं आणि माझ्या घरापासून मी फार लांब नव्हतो.

माझा आनंद गगनात मावेना.

आता मात्र थकव्यानं मला घेरलं होतं. मी एक दोऱ्या तुटलेली कळसूत्री बाहुली असल्यासारखं मला वाटलं. माझ्या मनोधैर्याच्या शक्तीनं आत्तापर्यंत आणि त्याआधीसुद्धा मला टिकवून धरलं होतं; पण आता मी बरोबर जागी पोहोचलो होतो तर मला यापुढे जाण्याचं त्राण राहिलं नव्हतं. मी ड्रायव्हरला मला हॉटेलला घेऊन जायला सांगितलं. उद्या रस्त्यावरून चालत जावं, असा मी विचार केला.

जसजशी टॅक्सी रस्त्यावरून सरकत होती तसतसे मी रस्ते माझ्या आठवणींशी तपासून पाहत होतो. मला आठवत होतं की ही जागा पूर्वी हिरवीगार होती, औद्योगिकदृष्ट्या इतकी विकसित नव्हती आणि रस्त्यावर इतका कचरा नक्कीच नव्हता. मी कल्पना केली होती त्यापेक्षा इमारती खूपच दुरवस्थेत होत्या. पूर्वी ट्रेनच्या रुळाखालच्या रस्त्यावरून जात असताना बंद जागेत कोंडलं गेल्यासारखं वाटायचं, त्याबद्दलच्या आठवणी, आता तसंच जाताना उसळून आल्या. लहान असताना मी इथं नक्कीच खेळलो होतो.

'हॉटेल ग्रँड बरॅक' त्याचं नाव सुचवतं त्याप्रमाणे एके काळी ब्रिटिश मिलिटरीच्या सैनिकांना राहण्यासाठी बांधलेल्या इमारतींपैकी एक होती. मला वाटतं माझ्या ड्रायव्हरला मी बक्षीस न देऊन नकळत दुखावलं असावं. ऑस्ट्रेलियात राहिल्यामुळे अगोदर ठरवल्यापेक्षा जास्त पैसे देण्याची मला सवय नव्हती. माझी चूक कळायच्या आधीच मी हॉटेलमध्ये शिरलोसुद्धा होतो. मी सगळ्या औपचारिक बाबी पूर्ण करून आत गेलो खरा; पण सांस्कृतिक संघर्षाची सतत जाणीव होत होती.

मला लागलेल्या वेगवेगळ्या शोधांनी आणि लांबच्या प्रवासानं मी पार थकलेलो होतो. हॉटेलच्या खोलीत मी माझी बॅग खाली टेकवली, एअरकंडिशनर व पंखा चालू केला आणि बिछान्यावर कोसळलो.

परंतु, मी इतका दमलेला होतो की माझं मन स्वस्थ बसू शकत नव्हतं. कदाचित मी फार उदास झालो होतो आणि विचार करत होतो की मी काय करतोय? विमानात बसून कधीही न संपणारा प्रवास केला, मग आणखी दोन तास मोटारीत कोंबून घेऊन काढले. आता पुढे कामाला लाग! रविवार आहे, दोन वाजले आहेत आणि स्वत:चं घर शोधून काढण्यासाठी खूप दूर वरून आला आहेस. मी माझी धोपटी व पाण्याची बाटली उचलली आणि माझ्यात एकदम उत्साह संचारल्यासारखा वाटला.

हॉटेलच्या बाहेर उभं राहिल्यावर मला प्रथम कुठे जायचं माहीत नव्हतं. प्रत्येक रस्ता व गल्ली वेगवेगळ्या दिशेला जात होती. मग माझ्या मोटारीने घेतलेल्या मार्गावर मी परत गेलो. लवकरच मी लोहमार्गाला समांतर असलेल्या रस्त्यावर चालत होतो व शहराच्या मधल्या भागाकडे टांगा टाकत चालू लागलो.

रस्ते तसे मला साधारणपणे माहीत होते; तरी मी नक्की कुठे होतो हे मी सांगू शकत नव्हतो. इतकं सगळं बदललेलं होतं की मला खात्री वाटत नव्हती. माझ्या मनात परत शंकाकुशंका येऊ लागल्या. भारतातल्या लहान-मोठ्या शहरातली रेल्वे स्टेशनं अशी किती वेगवेगळी असणार आहेत? आणि अशी किती लहान मोठी शहरं भारतात आहेत? मी चूक केली असेल का? परंतु माझ्या पायांना मार्ग माहीत असल्यासारखा दिसत होता व स्वयंचलित असल्याप्रमाणे ते चालत होते. दोन खंडांतल्या वेळातल्या फरकामुळे येणारा थकवा (jetlag), शीण आणि या स्वप्नवत आंतरिक अनुभवामुळे मी माझी प्रगती त्रयस्थाप्रमाणे बाहेरून न्याहाळत होतो, असं मला वाटलं. 'शांत राहा व अपेक्षा कमीत कमी ठेव' हा माझ्या ममचा सल्ला मी पाळू शकत नव्हतो. उपजतपणे सुचणारे आंतरिक विचार, आठवणी, शंकाकुशंका आणि मानसिक खळबळ या सगळ्यातून मी एकदम जात होतो.

थोड्या वेळाने मी एका हिरव्या रंगाच्या मशिदीजवळ आलो. बाबांची मशीद! मी ती विसरलोच होतो. ती मला आठवत होती तशीच दिसली – आता जास्त खराब झालेली आणि लहान, पण साम्य खूप दिलासा देणारं होतं. मी बरोबर मार्गावर आहे असं मला परत वाटायला लागलं. मी तरीसुद्धा पाहिलेल्या प्रत्येक गोष्टीबद्दल कठोर शंका घेत होतो – ही अशीच दिसत होती का? ही बरोबर आहे का? मी बरोबर आहे का?

शेवटी मला वाटलं की 'गणेश तलाई'च्या मध्यावर जाण्यासाठी मी डाव्या बाजूला वळावं. तिथं मला दिसत होतं ते बरोबर वाटत नव्हतं. मी लटपटायला

लागलो व माझी गती मंदावली. इथं बरीच घरं दिसत होती. बरीच बांधकामं झाल्यासारखी दिसत होती. इथं लोकांची खूप गर्दीही दिसत होती. परिस्थिती बदलते, लोकसंख्या वाढते असं म्हणत मी स्वतःला शांत करण्याचा प्रयत्न केला. पण समजा नव्या इमारतींसाठी जुन्या इमारती पाडल्या गेल्या असल्या तर कदाचित माझंही घर पाडलं गेलं असेल! त्या विचारानं माझा थरकाप झाला आणि मी घाईघाईनं चालत राहिलो ते एका मोकळ्या मैदानाच्या छोट्या भागाकडे येईपर्यंत. हा भाग मी जिथे खेळत असे तसा दिसला.

मी ते ओळखलंही आणि नाही ओळखलं. जागा तीच होती पण वेगळी दिसत होती. मग मला एकदम काय वेगळं होतं ते लक्षात आलं : गावात वीज आली होती. सगळीकडे खांब आणि तारा दिसत होत्या. मी इथं वाढत होतो तेव्हा आम्ही घरात मेणबत्त्या लावत होतो, जेवण बनवायला लाकडं किंवा केरोसीनच्या चुली वापरत होतो. आता शहर रस्त्यांवरच्या विजेच्या तारांच्या जाळ्यात लपेटलं होतं आणि सगळी जागा बंदिस्त व कामात व्यग्र दिसत होती, पूर्ण बदलून गेली होती.

आता जागेची व इमारतींची ओळख पटवून घेण्यापेक्षा मी आणखी काय काय बदललं असेल याचा जास्त विचार करायला लागलो होतो, अशी मला शंका यायला लागली. मी मुद्दामच स्वतःला माझ्या भारतीय आई व कुटुंबाचा विचार करू देत नव्हतो आणि आता मी ते अजून राहत असावेत अशा ठिकाणी येत होतो. कितीही प्रयत्न केले तरी मनात वेगवेगळ्या भावनांचा डोंब उसळून वर येत होता.

तरी मी विचार पुढे ढकलत होतो. मी ठरवलं की आम्ही हिंदू वस्तीत राहत होतो, त्या पहिल्या घरापासून सुरुवात करणं सगळ्यात योग्य होतं.

मी एका रस्त्यावरून जाताजाता एका अरुंद वेड्यावाकड्या गल्लीत शिरलो आणि दुसऱ्या टोकाला एक बाई कपडे धुताना दिसली. मी गल्लीत खालपर्यंत बघितलं आणि तिथं धावत बागडत असल्याच्या आठवणी उफाळून आल्या. मी टक लावून बघत असलो पाहिजे; कारण ती बाई माझ्याशी बोलली. मी तिला अनोळखी, खेळताना घालायचे पाश्चिमात्य कपडे घातलेला, कदाचित श्रीमंत परंतु स्थानिक न दिसणारा असा वाटलो असणार. मला वाटतं तिनं हिंदीत विचारलं – 'मी मदत करू का?' मला 'नको' एवढाच प्रतिसाद देण्याचं माहीत होतं आणि मी उलटा वळून तिकडून निघालो.

त्यानंतर मात्र मी जे अटळ होतं ते आणखी पुढे ढकलू शकत नव्हतो. आता माझ्या प्रवासातल्या अंतिम क्षणाला तोंड देणं मला भाग होतं. आमच्या भागातल्या हिंदू मुसलमान वस्त्या वेगळे करणारे रस्ते ओलांडून जायला मला फक्त काही मिनिटं लागली. ज्या जागी आमचं पडायला आलेल्या विटांचं घर होतं असं मला आठवत

होतं, तिथं पोचेपर्यंत माझं हृदय टांगणीवर होतं. मला काय दिसणार याचा विचार करायच्या आतच मी त्या घराच्या पुढ्यात येऊन उभा राहिलो होतो.

मला ते कितीतरी लहान दिसलं; पण निःसंशयपणे तेच होतं.

लोक ती घरं सोडून गेलेले होते हे स्पष्ट होतं. मी नुसताच टक लावून बघत राहिलो.

खडबडीत विटांच्या भिंती ओळखीच्या वाटल्या पण जमिनीच्या जवळ भिंतींना खाली निकृष्ट दर्जाचं काँक्रीटचं प्लॅस्टर केलेलं होतं आणि चुना लावला होता. कोपऱ्यातल्या खोलीकडे जाणारा दरवाजा बरोबर त्याच ठिकाणी होता पण मोडलेला होता. ऑस्ट्रेलियात तेवढ्या आकाराची खिडकी असते. दरवाजातल्या फटींमधून मला फारसं दिसत नव्हतं. म्हणून कोपऱ्यावरच्या एकुलत्या एका जेमतेम तीस सेंटिमीटर स्क्वेअरच्या खिडकीतून मी बघितलं. माझी आई, बहीण, भाऊ व मी आम्ही सगळे (जरी सर्व जण एकाच वेळी नाही तरी) या छोट्याश्या अंधाऱ्या जागेत एकत्र राहत होतो, यावर माझा विश्वासच बसेना. ती जागा कदाचित तीन स्क्वेअर मीटर असेल. लहानशी शेगडी अजून तिथं होती; पण बरेच दिवस कुणी वापरलेली दिसत नव्हती. पण पाण्याचा माठ गेला होता. वस्तू ठेवायला एकच फळी होती तीसुद्धा आधार देणाऱ्या भिंतीवरच्या पट्टीतून बाहेर येऊन लोंबकळत होती. बाहेरच्या भिंतींतल्या विटा पडल्या होत्या. त्यातून सूर्यकिरण आत येत होते. शेणामातीची जमीन जी माझी आई झाडून स्वच्छ ठेवत असे, ती आता न वापरल्यामुळे धुळीने भरली होती.

मी बघत असताना एक बोकड तिथं दरवाजाजवळ पडलेलं सुकं गवत चघळत होतं. त्याला माझ्यावर कोसळलेल्या आपत्तीची काहीच पर्वा नव्हती. मी स्वतःला सांगत आलो होतो की भारतात मी विमानानं जाईन खरा, पण माझं कुटुंब इतक्या वर्षांनी सुरक्षित व पहिल्याच जागी सापडेल अशी आशा मी ठेवू शकत नव्हतो. तरी मला घर सापडल्यावर त्यांचं तिथं नसणं, हे पचवणं कठीण होतं. अशी आशा न ठेवण्याचा कितीही चांगला प्रयत्न केला तरी गुप्तपणे मला राहून-राहून वाटायचं की मला जेव्हा घरी जायचा मार्ग सापडेल तेव्हा ते तिथं माझी वाट बघत थांबलेले असतील. मी भांबावून बोकड खात उभं होतं ते बघत होतो. निराशेनं मी पूर्ण पोखरला गेलो होतो.

नंतर काय करायचं याची मला जराही कल्पना नव्हती. माझा शोध संपला होता.

पहिल्यांदाच काय करायचं याचा मनात काहीही आराखडा तयार नव्हता आणि मी नुसताच बघत उभा होतो. इतक्यात एक भारतीय बाई लहान बाळाला घेऊन शेजारच्या दरवाजातून बाहेर आली. ती माझ्याशी हिंदीत बोलली; पण मला समजलं की ती मला 'काही मदत करू शकते का' असं विचारत होती. मी उत्तर दिलं 'मी

हिंदी बोलत नाही, इंग्लिश बोलतो.' ती जेव्हा म्हणाली 'मी इंग्लिश बोलते पण थोडं थोडं' तेव्हा मी माझ्या खचलेल्या स्थितीतून उडालोच. मी पटकन म्हणालो, 'हे घर...' आणि माझ्या कुटुंबीयांची नामावळी सांगितली 'कमला, गुड्डू, कल्लू, शकिला आणि मी सरू.' त्या बाईनं काही प्रतिसाद दिला नाही म्हणून मी परत सगळी नावं सांगितली आणि ममनं मी निघायच्या आधी दिलेला फोटोचा कागद काढून दाखवला. मग तिनं जे मला सांगितलं ते मात्र ऐकणं मला जड गेलं. ती म्हणाली, ''या नावांचं कुणी आता इथं राहत नाही.''

ती बोलत होती तितक्यात दोन माणसं काय चाललं आहे ते बघायला आमच्या जवळ आली. त्यातला दुसरा माणूस बहुतेक तिशीचा असावा व त्याला इंग्लिश चांगलं बोलता येत होतं. त्यानं फोटो बघितला, मला थांबायला सांगितलं आणि गल्लीत चालत निघून गेला. काय होतं आहे याचा मला विचारही करायला वेळ मिळाला नाही. ज्या रस्त्यांवर पर्यटक कधीही फिरकत नाहीत, तिथं आलेल्या एका परदेशी माणसाला व काय चाललं होतं ते उत्सुकतेनं बघायला आणखी लोक आमच्या बाजूला जमायला लागले होते.

थोड्याच मिनिटांत तो माणूस परत आला आणि तो जे शब्द बोलला ते मी कधीच विसरू शकणार नाही. तो म्हणाला, ''मी तुम्हाला तुमच्या आईकडे घेऊन जाणार आहे.''

जशी काही अधिकाऱ्यानं एखादी घोषणा करावी तसं तो हे इतक्या सरळ आणि रोखठोकपणे बोलला की मी ते लगेचंच स्वीकारलं. तो काय म्हणाला ते माझ्या डोक्यात शिरलं तेव्हा मी त्यांनी सांगितल्याप्रमाणे त्यांच्यापाठोपाठ जवळच्या गल्लीतून चालू लागलो. मग मात्र माझ्या अंगावर काटा उभा राहिला आणि माझं डोकं गरगरायला लागलं. थोड्याच क्षणांपूर्वी गेल्या पंचवीस वर्षांनी हे असंच व्हावं ही माझी आशा मी सोडून दिली होती. हा अनोळखी माणूस असाच बाजूने चालला होता आणि त्याला माझी आई कुठे आहे ते माहीत असावं, हे खरं असू शकेल? हे फारच असंभवनीय आणि भराभर होत होतं. इतक्या दिवसांनी गोष्टी फारच आश्चर्यजनक गतीनं घडत होत्या. पंधरा मीटर गेलो नाही तोच, एका प्रवेशद्वारापाशी उभ्या असलेल्या तीन बायकांच्या समोर तो थांबला. त्या सगळ्या माझ्याकडेच बघत होत्या. 'ही तुमची आई' तो म्हणाला. मला इतका तडाखा बसला की मी त्यातली कोणती, हेही विचारू शकलो नाही. मला तर शंका आली की तो माझी गंमत करत होता.

मला दुसरं काहीच करणं शक्य नव्हतं. मी एकीमागून दुसरीकडे बघत राहिलो. पहिली 'ती' नक्कीच नव्हती. मधल्या बाईमध्ये काहीतरी ओळखीचं वाटत होतं. तिसरी अगदीच अनोळखी दिसली. मधली बाईच 'ती' होती.

ती अगदी सडपातळ आणि छोटीशी वाटली. तिच्या पांढऱ्या केसांचा पाठीमागे खेचून आंबाडा घातला होता. तिने भडक पिवळी फुलं असलेले कपडे घातले होते. तिच्याकडे परत बघितल्याक्षणीच, इतक्या वर्षांनासुद्धा तिच्या चेहऱ्याच्या हाडांची ठेवण मी ओळखू शकलो. आणि त्याच क्षणाला तिनंही मला ओळखलं.

आम्ही एकमेकांकडे आणखी एक सेकंद पाहिलं. एका आईला व मुलाला एकमेकांना ओळखायला इतका वेळ लागल्याच्या दुःखानं माझ्या छातीत सुरा खुपसल्यासारखं वाटलं; पण मग मात्र आनंदाला उधाण आलं. ती पुढे आली, माझे हात पकडून आणि माझ्या चेहऱ्याकडे टक लावून अत्यंत आश्चर्यचकित होऊन बघत राहिली. तिच्या आयुष्यात जी खळबळ होत होती ती मला स्पष्टपणे समजत होती. निदान मला या क्षणाची तयारी करण्यासाठी वेळ तरी मिळाला होता; पण माझ्या आईसाठी तिचा मुलगा पंचवीस वर्षांनी परत येऊन तिच्या पुढ्यात उभा राहिला होता.

आम्ही एकमेकांशी काही बोलण्याआधीच माझी आई माझा हात धरून मला तिच्या घरी घेऊन गेली. काय चाललं आहे ते बघण्यासाठी उत्सुक लोकांची रांग लागली. तिचं घर कोपऱ्यापासून फक्त शंभर मीटर लांब होतं. आम्ही चालत असताना ती फार भावनावश झाल्यासारखी वाटली. ती स्वतःशीच हिंदीत बोलत होती, माझ्याकडे सारखी सारखी बघत होती. आनंदानं तिचे डोळे भरून आले होते. मी खूप भारावून गेलो होतो व काही बोलू शकत नव्हतो.

तिचं घर एका घाणेरड्या गल्लीत खालच्या बाजूला होतं. तेही मोडकळीला आलेल्या विटांच्या, एकमेकांना चिकटलेल्या, घरांपैकी होतं. ती घाईघाईनं मला आत घेऊन गेली आणि मुख्य खोलीतल्या तिच्या पलंगावर बसवलं. उभ्या-उभ्याच तिनं घातलेल्या कपड्यांच्या आतल्या पदरातून मोबाइल काढला. जेव्हा ती फोनवर म्हणाली, 'कल्लू, शकिला...' तेव्हा माझ्या लक्षात आलं की ती माझ्या भावंडांना फोन करत होती. तेसुद्धा इथं राहत होते? ती फोनवर खूप उत्तेजित होऊन बोलत होती, ओरडत होती, हसत होती आणि 'शेरू शेरू' नाव घेत होती. माझी आई माझं नाव घेत आहे हे कळायला मला एक क्षण लागला. माझं स्वतःचं नाव मी इतकी वर्षं चुकीचं उच्चारत होतो की काय?

बाहेर जमलेल्या लोकांच्या घोळक्याचा आता मोठा जमाव झाला होता. ते उत्तेजित होऊन एकमेकांशी आणि मोबाइल फोनवर बोलत होते. नाहीसा झालेला मुलगा परत येण्याचा चमत्कार म्हणजे मोठी बातमी होती आणि ती सगळीकडे पसरवली जात होती. आनंद साजरा करणाऱ्या व गडबड उडवून टाकणाऱ्या लोकांनी घर भरून गेलं आणि पुढच्या दरवाजाबाहेरच्या गल्लीत व आजूबाजूच्या रस्त्यांवरही गर्दी जमली.

नशिबानं, त्यातल्या काही हितचिंतकांना थोडं इंग्लिश येत होतं. या दुभाष्यांच्या मदतीनं शेवटी मी व आई एकमेकांशी बोलू शकलो. तिनं सर्वांत प्रथम मला विचारलं 'तू कुठे होतास?' लांबलचक उत्तर द्यायला बराच वेळ लागला असता म्हणून मी पटकन, कोलकात्याला कसा हरवलो व ऑस्ट्रेलियात दत्तक म्हणून गेलो त्याचं थोडक्यात वर्णन केलं. तिला ते ऐकून अचंबा वाटला, याचं मला आश्चर्य वाटलं नाही.

माझ्या आईनं मला सांगितलं की मला जो माणूस रस्त्यावर भेटला होता तो आईकडे जाऊन तिला फक्त म्हणाला 'शेरू परत आला आहे.' मग तिला त्यानं मी दिलेल्या फोटोचा कागद दाखवला व म्हणाला, 'हा मुलगा आता तरुण झाला आहे व इथे जवळच आहे आणि कमला म्हणजे तुमच्याविषयी विचारतोय.'' हे जरा मला विचित्र वाटलं; पण नंतर कळलं की बऱ्याच वर्षांपूर्वी माझ्या आईनं मुसलमान धर्म स्वीकारला होता व तिनं 'फातिमा' असं नवं नाव घेतलं होतं. मला वाटतं, माझ्यासाठी ती नेहमी कमलाच राहील.

मला जेवढं शक्य होतं त्यापेक्षा माझी आई तिच्या भावना जास्त चांगल्या प्रकारे प्रकट करू शकत होती. ती म्हणाली तिचा मुलगा परत आल्यामुळे तिला 'विजेच्या गडगडाटाप्रमाणे आश्चर्याचा तडाखा' बसला होता व तिच्या हृदयातला आनंद 'समुद्राएवढा खोल' होता.

तिनं जेव्हा माझा फोटो पाहिला तेव्हा ती थरथर कापायला लागली व ती घरातून गल्लीकडे धावली. तिच्याबरोबर ज्या दोन बायकांना ती भेटायला गेली होती, त्याही होत्या. मी जेव्हा गल्लीच्या तोंडाला आलो तेव्हा त्या तिथंच होत्या. ती म्हणाली मी तिच्याकडे यायला लागलो तेव्हासुद्धा ती कापतच होती. डोक्यातल्या गडगडाटानं ती गार पडली होती आणि तिचे डोळे आनंदाश्रूंनी भरून आले होते.

माझ्या डोक्यातसुद्धा विजेचा गडगडाट होताच. आधी प्रवासानं आलेली शिथिलता व शांतता; मग 'गणेश तलाई'च्या रस्त्यांवरून आमच्या घरी चालत जाताना वरखाली होणाऱ्या भावनांचा खेळ अनुभवल्यानंतर, आता सगळं फारच वेड्यासारख्या गोंधळात व घाईघाईनं होत होतं. सगळीकडे लोकांची आरडाओरड व हसणं चालू होतं. ते मला बघण्यासाठी घाईगर्दी करत होते. त्यांची हिंदीतली बडबड मला समजत नव्हती. माझी आई हसतही होती आणि रडतही होती. माझ्यासाठी समजायला हे जरा जास्तच होतं.

नंतर माझ्या लक्षात आलं की मी जेव्हा आमच्या जुन्या घरासमोर आलो होतो तेव्हा तिच्यापासून पंधरा मीटरच्या अंतरावर, अक्षरशः कोपऱ्यावरच होतो. जर तो माणूस आला नसता व त्यानं मला मदत केली नसती तर मी तसाच निघून गेलो असतो. बहुतेककरून, अनेकांना विचारत विचारत मला ती शेवटी सापडलीही

असती. पण ही संधी मला मिळाली नसती, तर आम्ही एकमेकांच्या इतक्या जवळ असूनही आम्हाला ते कळलंच नसतं, हा विचार आजही माझा पिच्छा पुरवतो.

लोकांच्या निरोपांचं भाषांतर होत होतं, प्रश्न विचारले जात होते आणि नव्यानं आलेल्या लोकांसाठी गोष्टी परत परत सांगितल्या जात होत्या. हे होत असताना आम्ही तर मधून-मधून टप्प्याटप्प्यानंच बोलू शकत होतो. आलेल्या मैत्रिणींशी बोलताना माझ्या आईच्या चेहऱ्यावर मोठ्ठं हसू होतं. ती माझ्याकडे नुसती बघायची किंवा मला मिठी मारायची. मिठी मारताना तिच्या चेहऱ्यावर अश्रूचे थेंब दिसून येत होते. मग परत ती फोनवर थोडा वेळ बोलत सगळ्यांना बातमी सांगत होती.

बरेच प्रश्न, अर्थात बहुतेक माझ्या बाजूनं, अनुत्तरित होते. माझ्या आईला मी त्या रात्री नाहीसा झाल्यापासून माझ्याबाबत काय झालं त्याची काडीमात्र कल्पना नव्हती. तिला इतकं काही सांगायचं होतं पण ते हळूहळू चाललं होतं. थोड्या वेळानं आम्हाला अचानक एक दुभाषी भेटली. ही शेरील नावाची बाई काही घरं सोडून राहत होती. तिचे वडील ब्रिटिश होते आणि ती कशी कुणास ठाऊक; पण 'गणेश तलाई' मध्ये राहत होती. मी शेरीलचा खूप ऋणी आहे. तिच्यामुळे मला माझ्या आईला खूपच गोष्टी समजावून देता आल्या. नंतर मी तिला तपशीलवार सगळं सांगू शकेन, असा विचार करून आत्ता या गोंधळात मी तिला फक्त मुख्य गोष्टी सांगितल्या - ट्रेनमध्ये अडकलो होतो, कोलकात्याला जाऊन पोहोचलो, मग दत्तक घेतला गेलो व ऑस्ट्रेलियात वाढलो. मी इतक्या वर्षांनी परत आलो होतो, हे माझ्या आईला फारच आश्चर्यकारक वाटलं होतं. मी इतक्या दूरवरच्या ऑस्ट्रेलियाहून आलो होतो हे तर तिच्यासाठी अनाकलनीय होतं.

अगदी पहिल्या भेटीतसुद्धा तिनं मला सांगितलं की ज्या आई-वडलांनी मला ऑस्ट्रेलियात वाढवलं होतं, त्यांची ती फार कृतज्ञ होती आणि त्यांना मला त्यांचा मुलगा म्हणायचा हक्क आहे, कारण त्यांनी मला लहानाचा मोठा केला होता. आता मी जसा आहे तो त्यांनीच घडवला आहे. माझ्याविषयी तिला एकच इच्छा होती ती म्हणजे मला मिळणं शक्य होतं तितकं सगळ्यात चांगलं आयुष्य मिळावं. तिचे हे शब्द अतिशय हेलावून टाकणारे होते. तिला कळलं नसेल पण तिचे शब्द मला 'नवजीवन' अनाथाश्रमात मी लहान असताना ब्रायर्ली लोकांचा दत्तक घेण्याचा प्रस्ताव स्वीकारायचा का नाही ठरवत होतो त्या दिवसांकडे घेऊन गेले. तिनं मला काहीही किंतु मनात न ठेवता मी बरोबर निर्णय घेतला असं वाटू दिलं. ती हे पण म्हणाली की तिला माझा अभिमान वाटत होता आणि तेच तर आपल्या आईकडून ऐकायला कुणाचेही कान आसुसलेले असतात.

ती ज्या मोडकळीला आलेल्या घरात राहत होती, ते काही प्रमाणात आम्ही पूर्वी सोडून आलेल्या घरापेक्षा आणखीनच ढासळलेलं दिसत होतं. विटांचा चुरा व्हायला

लागल्यामुळे पुढच्या भिंतीत फटी पडलेल्या दिसून येत होत्या. दोन-तीन मीटरच्या खोलीत जिथं ती एका पलंगावर झोपत होती व ज्याच्यावर तिनं मला बसवलं होतं, तिथं पुढ्यातच पावसाचं पाणी शेजारच्या न्हाणीघरातल्या खोलगट भांड्याकडे वळवण्यासाठी छतापासून खाली लोंबवलेली लोखंडी पत्र्याची पन्हाळी होती. न्हाणीघरात भारतीय पद्धतीचा संडास व धुणंभांड्यासाठी पाण्याचं पिंप ठेवलं होतं. ते घर असं बांधलं गेलं होतं की पावसाचं पाणी आत येत असणारच. ते बघून मला कसंतरी वाटलं. पाठीमागे एक जरा मोठी खोली होती तिचा स्वयंपाकघर म्हणून वापर केला होता. कुतूहलानं येणाऱ्या लोकांसाठी घर लहान पडत होतं, जरी ते आमच्या जुन्या घरापेक्षा मोठं होतं. काही नाहीतर या घरात जमीन खडी व सिमेंट यांच्या मिश्रणाची होती, शेणामातीची नव्हती. घर एकदम धक्कादायक स्थितीत होतं, परंतु 'गणेश तलाई'च्या संदर्भात याचा अर्थ असा होता की आई सांपत्तिकदृष्ट्या एक पायरी वर चढली होती. मला माहीत आहे की यासाठी तिला खूप कष्ट करावे लागले असणार. बाकीच्या लोकांकडून मला कळलं की आता ती घरांची झाडपूस करायचं काम करत होती, कारण बांधकामाच्या जागी डोक्यावर दगड उचलून नेणं तिच्या वयामुळे अशक्य होतं. तिनं मला सांगितलं की तिचं आयुष्य कष्टांचं होतं तरी ती आनंदात होती.

पुढचे काही तास लोक येतच राहिले. गजाच्या खिडकीशी आणि दरवाजात गर्दी करून, रंगात येऊन गप्पा मारत होते, कुटाळक्या करत होते. माझ्या आईनं आल्यागेल्या लोकांचा दरबार भरवला होता जणू. माझ्या शेजारी बसून, माझा हात धरून, मला मिठी मारत जमलेल्या घोळक्यांशी बोलत होती. मध्येच फोन घेण्यासाठी उठत होती.

शेवटी, दोन विशेष पाहुणे एकमेकांच्या पाठोपाठ आत बोलावले गेले– माझा भाऊ कल्लू व बहीण शकिला. शकिला तिचा नवरा व मुलांबरोबर आली तेव्हा आमची आई मला धरून रडत होती. शकिलालासुद्धा एकदम रडू कोसळलं. मी तिला मिठी मारायला उठलो. कल्लू फटफटीवरून एकटाच आला. मला बघून त्याला धक्काच बसला. त्याला काय वाटत होतं ते मला जाणवलं. आम्ही एकमेकांना त्याच क्षणी ओळखलं. पण एकमेकांनी आपल्या भावाला मोठा झालेला पहिल्यांदाच बघितलं. माझ्या भावंडांपैकी कोणालाच इंग्लिश शिकण्याची जरूर भासलेली नव्हती, त्यामुळे शेरीलच्या मदतीनं थोडंसं संभाषण होण्याआधी ही पुनर्भेटसुद्धा एकत्र रडण्यात, हसण्यात व बोलून दाखवलं नाही तरी आश्चर्य व्यक्त करण्यात गेली. हा प्रसंग थोडा आंबटगोड होता; कारण इतका जवळ असूनही मी असा मूलभूतपणे त्यांच्यापासून दुरावलेलो होतो.

पण गुड्डूचं काय? मला ज्या गोष्टी ऐकायच्या होत्या त्यांच्या यादीत त्याच्या गोष्टीचा क्रमांक सगळ्यात वर होता. त्या रात्री बुरहानपूरला काय झालं? तो

त्याबद्दल बरेच वेळा विचार करतो का? सगळ्यात आधी मला त्याला हे सांगायचं होतं की मी त्याला कशाबद्दलही दोष देत नव्हतो. मला खात्री होती की हा अपघात होता. आणि आता तर शेवटी मला परत येण्याचा मार्ग सापडला होता.

तेव्हाच सबंध दिवसातली सगळ्यात कठीण बातमी मला सांगण्यात आली. खरंच, मी आजपर्यंत ऐकलेल्यातली ती सर्वांत कठीण बातमी होती. मी माझ्या आईला त्याच्याबद्दल विचारलं तेव्हा ती मोठ्या दुःखानं म्हणाली, 'तो आता नाही.'

मी हरवलो त्या रात्री गुड्डूसुद्धा परत आला नाही. माझ्या आईला नंतर कळलं की तो रेल्वे अपघातात गेला. तिचे दोन मुलगे एकाच रात्री हरवले होते. तिनं हे कसं सहन केलं असेल, तेच मला कळत नाही.

या भेटीमध्ये मला एकच इच्छा होती ती म्हणजे गुड्डूला, एकदा का होईना, पण भेटण्याची. कारण मीच त्याला मला बुरहानपूरला न्यायला लावलं होतं आणि म्हणून मला त्याची खूप आठवण येत होती. तो गेला हे हादरवून टाकणारं होतं.

नंतर मला त्या रात्रीबद्दल आणखी कळलं आणि माझ्या आईला तेव्हा आम्हाला काय झालं असावं वाटलं, तेही समजलं. सर्वांत आधी मी गुड्डूबरोबर निघून गेलो होतो म्हणून ती त्रासली होती; कारण शकिलाला सांभाळण्यासाठी तिला माझी गरज होती; परंतु ज्या भारतात मी आयुष्याला सुरुवात केली तिथं ऑस्ट्रेलियासारखं नव्हतं की एखादं मूल तासभर जरी सापडलं नाही तर धोक्याची घंटा वाजते. माझी आई कितीतरी दिवस बाहेर असायची आणि मुलंसुद्धा कुणाच्याही देखरेखीशिवाय घराच्या आतबाहेर जात असत. म्हणून तिला सुरुवातीला काही विशेष वाटलं नाही. पण एक आठवडा गेल्यानंतर मात्र तिला काळजी वाटू लागली. गुड्डूचं बरेच आठवडे घराबाहेर असणं काही विशेष नव्हतं; पण त्यानं मला इतके दिवस बाहेर ठेवणं मात्र तिला बेजबाबदारपणाचं वाटलं होतं. कल्लूनं इकडे-तिकडे जात असताना आम्हाला पाहिलं नव्हतं आणि आम्ही बुरहानपूरला होतो का नाही, हेही माहीत नव्हतं. मग मात्र आईला जे वाईटात वाईट होऊ शकलं असतं त्याची शंका वाटू लागली. तिनं खांडव्यात व बुरहानपुरात कुणी आम्हाला पाहिलं होतं का म्हणून चौकशी करायला कल्लूला सांगितलं. पण कुणीच आमच्याबद्दल काही ऐकलेलं नव्हतं.

आम्ही बेपत्ता झाल्यावर काही आठवड्यांनी, कदाचित एका महिन्यानंतर एक पोलीस घरी आला. मी सगळ्यात लहान व कमकुवत असल्यामुळे माझी आई माझ्याबद्दल काळजी करत होती. तिला वाटलं की तो माझा काही पत्ता लागल्याची बातमी घेऊन आला असेल; पण नाही. तो आला होता गुड्डूबद्दल सांगायला. तो म्हणाला गुड्डू रेल्वे अपघातात गेला होता. त्यानं गुड्डूच्या शवाचा फोटो तिला दाखवला. गुड्डूचं प्रेत रुळांच्या बाजूला बुरहानपूरच्या बाहेर एक किलोमीटर अंतरावर सापडलं होतं आणि तो पोलिस तिला अधिकृतपणे प्रेताची ओळख पटवायला

सांगत होता. मी तिला विचारलं की, तो गुड्डू होता याची तिला नक्की खात्री होती का. तर तिनं हळूच मान हलवली. तिच्यासाठी हा अजूनही दुःखदायक विषय होता म्हणून बाकीचा तपशील मी कल्लूला विचारला. चौदा वर्षांचा गुड्डू, चालत्या गाडीतून पडून चाकाखाली आला असणार किंवा रुळाच्या बाजूला कशात तरी अडकला असणार. त्याचा अर्धा हात तुटला होता व एक डोळा गेला होता. एका आईला आपल्या मुलाला असं बघावं लागणं, ही किती भयानक गोष्ट आहे, याची कल्पनाच करता येत नाही.

मला गुड्डूच्या कबरीला भेट द्यायची होती, पण माझ्या कुटुंबीयांनी मला सांगितलं की ते शक्य नव्हतं. त्याची कबर होती त्या कब्रस्तानावर घरं बांधण्यात आली होती. घर बांधणाऱ्यांनी बांधकाम सुरू करण्याआधी मेलेल्या माणसांचे अवशेष हलवलेसुद्धा नव्हते. मालक किंवा घर बांधणाऱ्यांना माहीत करून घ्यायचं नव्हतं अथवा त्यांना त्याची पर्वा नव्हती. हे ऐकणं सोपं नव्हतं. असं वाटलं की माझ्यापासून माझ्या भावाला दूर नेलं गेलं होतं, तसंच मीही त्याच्यापासून दूर गेलो होतो. काहीही मागमूस न ठेवता मी अदृश्य झालो होतो. माझ्या मनाच्या कोपऱ्यात कुठंतरी मला समजलं की माझ्या नाहीशा होण्यानं माझ्या कुटुंबीयांना काय वाटलं असेल. आमच्याकडे गुड्डूचा एखादा फोटोही नव्हता, कारण कुटुंबाचा फोटो काढणं आम्हाला परवडत नव्हतं. तो आमचा एक भाग होता जितका आम्ही त्याच्या जीवनाचा भाग होतो आणि आता राहिल्या होत्या फक्त त्याच्या आठवणी!

जवळ जाऊन बसण्यासाठी गुड्डूची कबरसुद्धा नसावी, यामुळे मी किती त्रासलेलो होतो हे पूर्णपणे माझ्या कुटुंबीयांना समजलं की नाही याची मला खात्री नाही. त्यांच्यासाठी गुड्डूचं मरण ही बऱ्याच वर्षांपूर्वी झालेली घटना होती; पण माझ्यासाठी ते त्याच दिवशी झालं होतं. त्याच्या जाण्याचा मी नीट शोक करायचा राहिला असंच मला ऑस्ट्रेलियाला परत आल्यावर वाटत राहिलं. बुरहानपूर स्टेशनवर त्यानं शेवटी मला सांगितलं होतं की तो परत येईल. कदाचित तो कधीच परत आला नसेल किंवा आला असेल पण त्याला दिसलं असेल की मी तिथून गेलो होतो. कसंही असलं तरी मला त्याला भेटायची आशा होती. आता मात्र मला त्या रात्री काय झालं ते कधीच कळणार नाही. काही गूढ गोष्टींचा उलगडा आता कधीच होणार नाही.

माझ्या कुटुंबीयांना वाटलं होतं की, माझंही तसंच काहीतरी किंवा आणखी काही भयंकर झालं असेल. त्यांची खात्री नव्हती की मी जिवंत होतो का मेलो होतो. मला कल्लूसाठी जास्त वाटलं. त्यानं दोन भाऊ गमावले आणि एकदम घरातला कर्ता पुरुष झाला. आमच्या समाजात त्याबरोबर जबाबदाऱ्या येतात. आईइतकीच कुटुंबाच्या देखभालीसाठी जबाबदार व्यक्ती म्हणून आता त्याच्याकडेही बघितलं जाणार होतं. एका तरुण मुलाच्या खांद्यावर ही फार मोठी जबाबदारी होती.

मला माझ्या वडलांबद्दलही थोडसं समजलं. ते अजून जिवंत होते; पण खांडव्यात राहत नव्हते. त्यांच्या दुसऱ्या बायकोबरोबर ते भोपाळला राहायला गेले होते. भोपाळ, मध्य प्रदेशची राजधानी व युनियन कार्बाइडमध्ये १९८०च्या सुरुवातीला झालेल्या दुर्घटनेमुळे प्रसिद्धी मिळालेलं शहर, साधारण दोनशे किलोमीटर उत्तरेला आहे. आम्हाला वाऱ्यावर सोडून दिल्यामुळे सगळं कुटुंब त्यांच्यावर रागावलं होतं म्हणून माझी त्यांच्याबद्दलची उत्सुकता मला थोपवून धरावी लागली.

पहिल्या दिवशीच्या या सगळ्या गोंधळात आणि सोहोळ्यात शेरील मला म्हणाली की, काही लोक माझ्या आईला विचारत होते की मी तिचा मुलगा असल्याची तिला कशी खात्री होती. मी लफंगा असू शकत होतो. या घटनेने आम्ही वाहवून गेलो असू, कारण आम्हाला ते खरं असावं असं खूप वाटत होतं व त्यामुळे आम्ही दोघही चुकलो असण्याचीही शक्यता होती. माझी आईनं उत्तर दिलं की एका आईला तिचं मूल कुठंही ओळखता येतं. तिनं मला पाहिल्याक्षणीच तिची खात्री झाली होती की मी तिचाच मुलगा आहे. पण त्याची पक्की खात्री करण्याचा एक मार्ग होता. तिनं माझं डोकं हातात धरून स्वतःच्या पुढ्यात खाली ओढलं. मी लहानपणी एका कुत्र्यापासून पळून जात असताना रस्त्यावर पडलो होतो तेव्हा झालेली जखम तिला बघायची होती. उजव्या बाजूला माझ्या भुवईच्या जरा वर ती होती. तिनं त्याकडे बोट दाखवलं व हसून सांगितलं की, मी तिचा मुलगा होतो.

माझ्या आईचं घर हितचिंतकांनी संध्याकाळपर्यंत भरलं होतं. शेवटी मला जायला हवं होतं. मी पूर्ण थकलो होतो. माझ्या डोक्याचे व हृदयाचे फुटून तुकडे पडण्याची वेळ आली होती. एकमेकांना समजतील असे जरी बोलायला काही जास्त सामाईक शब्द नव्हते तरीसुद्धा सगळ्यांचा निरोप घेताघेता वेळ लागला. एकमेकांकडे दीर्घ काळ बघणं झालं आणि अनेक आलिंगनं झाली. मला वाटतं की सगळ्यांच्या मनात एकच प्रश्न होता – दरवाजातून एकदा बाहेर पडल्यावर मी परत येणार होतो का? मी वचन दिलं की मी उद्याच परत येईन. शेवटी माझ्या आईनं मला जाऊ दिलं. मी कल्लूच्या फटफटीवर बसून वेगान निघून जाताना ती बघत राहिली. आम्हाला बोलता नाही आलं; पण मी 'ग्रँड बॅरॅक'ला पोहोचल्यावर कल्लूचे आभार मानले. तो बुरहानपूरला परत जाण्यासाठी आणखी एका तासाच्या प्रवासासाठी निघाला. नशिबाचा विचित्र खेळ बघा. मी त्याच ठिकाणी कितीतरी वेळ गुड्डूला शोधण्यात घालवला होता.

मी माझ्या हॉटेलमधल्या खोलीत परत आलो. माझं आयुष्य एका दुपारनंतर सगळं कसं बदलून गेलं होतं, त्याचा मी विचार करत होतो. मला माझं कुटुंब सापडलं होतं. मी आता अनाथ राहिलो नव्हतो. जो शोध इतके दिवस माझ्यासाठी खूप महत्त्वाचा होता, तो आता संपला होता. मी आता काय करायचं, याचा मला विचार पडला.

मी गुड्डूचा खूप विचार करत होतो. त्याला काय झालं असेल याचा विचार करणं कठीण होतं. गुड्डूनं ट्रेनमध्ये खूप काम केलं होतं त्यामुळे त्याला ट्रेनमध्ये चढण्या-उतरण्याचा खूप सराव होता. तो ट्रेनमधून असा सहजच पडेल यावर माझा विश्वास बसणं कठीण होतं. याचं दुसरं काही कारण असू शकेल का? कदाचित परत आला असेल व मी तिथून गेलो होतो हे लक्षात आल्यावर मला शोधायला गेला असेल. तिकडे इतर बरीच मुलं होती ज्यांच्याबरोबर माझ्या भावांच्या वेळोवेळी मारामाऱ्या व्हायच्या. कदाचित त्याच्या डोक्यात आलं असेल की त्यांनीच मला काही केलं असेल आणि त्यानं त्यांच्याबरोबर भांडण सुरू केलं असेल? सगळ्यात वाईट शक्यता होती ती म्हणजे त्याला मला एकट्याला सोडल्याबद्दल दोषी वाटलं असेल आणि घाबरून जाऊन मला शोधून काढण्यासाठी काहीतरी बेजबाबदारपणे केलं असेल किंवा डोक्यात विचार चालू असल्यामुळे तोल जाऊन तो ट्रेनमधून पडला असेल.

त्याला वाटलं असेल की मी घरी गेलो. पण तिकडे जाऊन त्यानं कधी विचारलं नाही. मी जर दुसऱ्या गाडीत चढलो नसतो तर गुड्डू ठरवल्याप्रमाणे घरी परत आला असता आणि आजही जिवंत असता, हा विचारही माझ्या मनात आल्याशिवाय राहिला नाही. बौद्धिकदृष्ट्या विचार केला तर त्याच्या प्रारब्धाची जबाबदारी मी घेऊ शकत नव्हतो; पण हा वाईट विचार मनातून काढून टाकणं कठीण होतं. इतर वेळी मला वाटायचं की प्रत्येक प्रश्नाचं उत्तर मिळू शकतं आणि तुम्हाला तो प्रश्न प्रयत्न करून सोडवता येऊ शकतो. पण या वेळेस मला समजलं की माझ्या भावाच्या बाबत काय झालं, या प्रश्नाचं उत्तर मला कधीच मिळणार नव्हतं.

झोपण्याच्या आधी होबार्टमधल्या घरी मम व डॅडना मी मेसेज पाठवला :

> मला ज्या प्रश्नांची उत्तर हवी होती ती मिळाली आहेत. आता सगळेच प्रश्न सुटले आहेत. आपण ऑस्ट्रेलियात आहोत तितकंच माझं इथलं कुटुंब खरंखुरं आणि अस्सल आहे. माझ्या आईनं तुझे व डॅडचे आभार मानले आहेत. माझे भाऊ, बहीण व आई समजून आहेत की तू व डॅड आता माझे कुटुंब आहात आणि त्यांना कुठल्याही रीतीनं यात ढवळाढवळ करायची नाही. मी जिवंत आहे याचाच त्यांना आनंद आहे व त्यांची तेवढीच इच्छा आहे. मी आशा करतो की तुम्हाला समजतंय की तुम्ही माझ्यासाठी सर्वप्रथम आहात व ते कधीच बदलणार नाही. Love you!

मला झोप लागणं कठीण होतं, यात आश्चर्य काहीच नव्हतं.

पुनर्संबंध

कल्लू दुसऱ्या दिवशी सकाळी फटफटीवरून आला आणि मला परत आमच्या घरी घेऊन गेला. मी खरंच परत येईन यावर कदाचित आईचा विश्वास बसला नसावा. आदल्या दिवशी केलं होतं तितक्याच उत्साहानं तिनं आजही माझं स्वागत केलं.

मला आणायला यायच्या आधीच कल्लूनं त्याच्या बायकोला व मुला-मुलीला घरी पोहोचवलं होतं. त्यांच्याशी त्यानं माझी ओळख करून दिली. खरं नाही वाटणार पण ते चौघं बुरहानपूरहून फटफटीवरून प्रवास करून आले होते. आदल्या दिवशीच, मी शकिलाच्या दोन मुलांचा मामा झालो होतो हे कळलं, तेव्हा मी खूश झालो होतो आणि आता माझ्या भाचीला व तिसऱ्या भाच्याला भेटायलाही मला खूप आवडलं.

काही वेळ सगळं शांत होतं. आमचं चहा घेणं, मधूनच एकमेकांकडे बघून स्मितहास्य करणं चाललं होतं; पण लवकरच शेरीलच्या व इतर दुभाष्यांच्या मध्यस्थीनं एकमेकांना आपापल्या गोष्टी ऐकवणं आणि सतत येणाऱ्या पाहुण्यांचं स्वागत करणं, पुन्हा सुरू झालं. हे असंच पुढचे चार दिवस चाललं होतं. लवकरच शकिला आपला नवरा व मुलांबरोबर दोन तासांचा प्रवास करून पोहोचली. तिचं घर हरद्याला, शंभर किलोमीटर लांब उत्तर-पूर्वेला होतं.

माझ्या कुटुंबीयांनी माझ्या बायको-मुलांबद्दल विचारणं अटळ होतं. मला कुणीच नव्हतं हे ऐकून त्यांना खूप आश्चर्य वाटलं. मला वाटतं मी जर भारतात वाढलो असतो तर एव्हाना मलाही माझं कुटुंब असतं; पण मला निदान एक मैत्रीण तरी होती हे ऐकून त्यांना बरं वाटलं. तरी माझ्या आईला ही मैत्रिणीची कल्पना समजली असावी, असं मला वाटत नाही.

दुसऱ्या दिवसापर्यंत स्थानिक प्रसारमाध्यमांनी, एक हरवलेला मुलगा 'गणेश तलाई'त तरुणपणी अचानक येऊन प्रकट झाल्याचं ऐकलं. त्यांच्या पाठोपाठ

राष्ट्रीय माध्यमंसुद्धा टीव्ही कॅमेरे घेऊन हजर झाली. त्यांचं (जास्त करून दुभाष्यांच्या मदतीनं) प्रश्न विचारणं सतत चालू होतं. माझी कहाणी मी परत परत इतक्या वेळा सांगितली की मला ती शेवटी दुसऱ्या कुणाच्या तरी बाबतीत घडली होती, असं वाटायला लागलं.

प्रसारमाध्यमांनी यात रस घ्यावा याचं मला खरंच आश्चर्य वाटलं. माझं परतणं इतकी गडबड उडवून देईल हा विचारही माझ्या मनाला कधी शिवलेला नव्हता आणि माझ्या मनाची यासाठी काडीचीही तयारी नव्हती. आधीच भावनिकदृष्ट्या कठीण असलेली परिस्थिती आणखीनच कठीण वाटू लागली. पण यातही मला काहीतरी आश्चर्यकारक वाटलं. भारतात एक बिलियन लोक राहतात. इथं कितीतरी मुलं रस्त्यावर भटकत असतात आणि कुणालाही त्यांची पर्वा नसते. हा देश म्हणजे एक मोठा सावळा गोंधळ आहे व फार निष्ठुर आहे, असं कोणालाही बघून वाटू शकेल. तरीसुद्धा इथं 'गणेश तलाई' मध्येच नाही तर सर्व देशभर लोक, त्यातला एक हरवलेला मुलगा आपल्या कुटुंबाशी दीर्घ काळानंतर परत जोडला जातो या घटनेनं आनंदानं धुंद झाले होते.

आणखी माणसं मला बघण्यासाठी गर्दी करायला लागली तसं जमावाचं एका मोठ्या सार्वजनिक उत्सवात- रस्त्यावर लोकांच्या गाण्याबजावण्यात आणि नाचण्यात- रूपांतर झालं. माझ्या परतण्यानं सगळ्या वस्तीला प्रेरणा व ऊर्जा मिळाली. जणू काही माझं परत येणं हेच सिद्ध करत होतं की आयुष्यात वाईट दिवस आले तरी त्यांना तुमच्या आयुष्याचा कब्जा घेऊ देऊ नका. कधी कधी चमत्कार घडतात.

मला वाटतं की आमचं एक असं कुटुंब आहे जे आपल्या भावनांना पोटात इतका दाब वाढेपर्यंत धरून ठेवतं की शेवटी त्या मुक्त करण्याखेरीज पर्याय राहत नाही. जो काही वेळ आम्हाला इतरांशिवाय घालवायला मिळत होता त्यात जितकं आम्ही आनंदानं रडत होतो तितकंच खूप काळ गमावल्याचं दुःख होऊन रडतही होतो. मी आता तीस वर्षांचा, कल्लू तेहतीस आणि शकिला सत्तावीस वर्षांची होती. मी शकिलाला शेवटचं बघितलं तेव्हा ती एक लहान बाळ होती व मला तिला सांभाळायला लागत होतं आणि आता तिला स्वतःची दोन सुंदर मुलं होती.

मला काहीतरी आठवलं आणि मी शेगडीतून एक कोळसा काढला व तिला दाखवला. ती हसली. ती जेव्हा एक-दोन वर्षांची होती तेव्हा मला ती कोळसा खात, तोंडाला काळं फासलेलं अशी सापडायची. भूक लागली की ती बहुधा कोळसा खात असेल, पण मग तिला त्याची चटक लागली. (यामुळे तिच्या पचन शक्तीवर फार वाईट परिणाम झाला व या दुखण्याला कसं बरं करायचं याचं खास ज्ञान असलेल्या बाईकडे आम्हाला तिला न्यायला लागलं. नशिबाने यामुळे तिचं काही कायम स्वरूपाचं नुकसान झालं नाही.) आम्ही आता हे हसण्यावारी नेऊ शकत होतो

म्हणजे आम्ही त्या दिवसांपासून आज कुठवर पोहोचलो होतो बघा!

शकिला व कल्लू नशीबवान होते की त्यांना शाळेत जायला मिळालं. मी व गुड्डू गेल्यामुळे आमच्या आईला त्यांना शाळेत पाठवणं कसंबसं परवडलं होतं. शकिला शिक्षिका झाली. तिला हिंदी व उर्दू लिहित-वाचता येतं (पण इंग्लिश नाही). शकिलानं मला सांगितलं की आदल्या दिवशी जेव्हा आमच्या आईनं तिला फोन केला, तेव्हा तिचा या बातमीवर विश्वास बसला नाही. तिला वाटलं की यात कुणीतरी मुद्दाम घोटाळा करत होतं किंवा खोड काढत होतं; पण माझ्या आईचा दृढ विश्वास आणि तिनं केलेलं कागदावरच्या माझ्या लहानपणीच्या फोटोचं वर्णन ऐकून तिचं मन हे मानायला तयार झालं. या चमत्काराबद्दल देवाचे आभार मानून तिने आम्हाला भेटण्यासाठी लगेचच ट्रेन पकडली. तिनं माझ्यावर नजर टाकली मात्र आणि मी तिचा सांभाळ करायचो त्या 'हरवलेल्या' काळात ती ओढली गेली. तिला लगेचच कळून चुकलं की तो मीच होतो.

कल्लूचंसुद्धा चांगलं चाललं होतं. तो एका कारखान्यात मॅनेजर होता आणि शाळेची बस चालवून आपल्या उत्पन्नात भर घालत होता. तेव्हा एकाच पिढीत माझ्या कुटुंबीयांचा व्यवसाय दगड वाहून नेणाऱ्या कामगारापासून शिक्षक व मॅनेजरचा झाला होता. कुटुंबातल्या जीवितहानीचा हा थोडा कडू/गोड परिणाम आहे म्हणायला हरकत नाही, की उरलेली मुलं स्वतःला गरिबीतून वर काढू शकली. पण कल्लूचं आयुष्य काही सोपं गेलं नव्हतं. मी व गुड्डू नाहीसे झाल्यावर त्याचं आयुष्य कसं गेलं असेल याबद्दलचा माझा अंदाज खरा ठरला. तो घरातला एकुलता एक पुरुष राहिला होता, याचं त्याला मोठं ओझं वाटलं होतं. मी नाहीसा झाल्यानंतर जरी त्याला शाळेत घातलं होतं तरी मोटार चालवणं शिकण्यासाठी त्यानं शाळा मध्येच सोडून दिली होती, या आशेनं, की मग त्याला बरं काम मिळेल. आम्हाला गमावल्याच्या दुःखानं त्याची पाठ कधीच सोडली नव्हती. 'गणेश तलाई'च नाही तर खांडवासुद्धा सोडून त्यानं बुरहानपूरला जायला हेच दुःख कारणीभूत ठरलं. त्यानं मला सांगितलं की त्याच्या हिंदू असण्याबद्दलही त्याच्या मनात तेव्हा प्रश्न उभे राहिले होते. पण त्याला शेवटी वाटलं की देव मला परत आणून एक दिवस 'न्याय देईल.' माझ्या परत येण्याचा त्याच्यावर खोल परिणाम झाला. कदाचित त्याला वाटलं असेल की मी परत येण्यामुळे त्याच्या इतक्या दिवसांच्या मनातल्या जखमा हळूहळू भरून येऊ लागतील व जबाबदारीचं ओझं वाटून घेतलं जाईल.

माझ्या गायब होण्यानंतर माझ्या कुटुंबाला काय काय अडचणी आल्या त्याबद्दल आम्ही सर्व जास्त बोललो. शकिलानं तर कबूल केलं की, 'मुलं एक दिवस परत नाही आली तर,' या विचारानं तिला तिच्या मुलांना शाळेत पाठवायला भीती वाटायची. पण अर्थात, त्यावर आम्ही खूप हसलोसुद्धा. जेव्हा मला शोध लागला की माझं ठेवलेलं नाव

'शेरू' म्हणजे हिंदीत 'सिंह' होतं, तेव्हा मला मजा वाटली. मी हरवल्यापासून त्याचा चुकीचा उच्चार करत होतो आणि आता आयुष्यभर मी 'सरू'च राहणार.

मला दिसून आलं की खुद्द 'गणेश तलाई' मध्ये असल्यामुळे माझ्या तिथल्या आयुष्याच्या बऱ्याच आठवणी जागवल्या गेल्या आणि माझ्या कुटुंबीयांशी बोलून तर जास्तीच! त्यातल्या बऱ्याचशा समजायला मी तेव्हा फार लहान होतो. त्या दिवशी आणि पुढच्या काही दिवसात मला ज्या गोष्टी कळल्या त्यांनी मला माझ्या आधीच्या आयुष्यातल्या काही रिकाम्या जागा भरायला मदत झाली. माझं आधीचं आयुष्य, छोट्या गावातल्या अनेक मिलियन भारतीयांसाठी नेहमी असतं, तसंच होतं. मला माझ्या जन्मदात्या आईनं कसं आयुष्य घालवलं, ते समजायलासुद्धा मला मदत झाली. कठोर आयुष्याला तोंड देताना प्रतिकूल परिस्थितीवर मात करून टिकून राहण्याची जी कुशलता तिनं दाखवली, त्याचं मला जास्तच कौतुक वाटतं.

माझ्या आईचं कुटुंब रजपूत लढवय्या जातीतलं होतं. तिचे वडील पोलीस होते. विश्वनिर्मिती केलेल्या हिंदू देवीवरून तिचं नाव कमला ठेवलं गेलं. मला ती सुंदर होती असंच आठवतं आणि जरी तिच्या आयुष्यातली बरीच वर्षं कष्टांत आणि दुःखात गेली होती, तरी मला अजूनही ती सुंदरच वाटते.

माझे वडील तिच्याहून बुटके, रुंद छातीचे व त्यांचा चेहरा चौकोनी होता. आणि तरुण वयातही त्यांचे केस थोडेसे पांढरे होते. मुसलमान रिवाजाप्रमाणे ते नेहमी पांढऱ्या कपड्यात असायचे. ते बांधकामाचे कंत्राटदार होते. जेव्हा त्यांचं लग्न झालं तेव्हा ते चोवीस व माझी आई अठरा वर्षांची होती.

आता मला माझे वडील आम्हाला फार का भेटत नसत, याबद्दल बरंच काही कळलं आहे. जेव्हा मी साधारण तीन, गुड्डू नऊ व कल्लू सहा वर्षांचे होतो व माझी आई शकिलाच्या वेळेस गरोदर होती, तेव्हा माझ्या वडलांनी जाहीर केलं की त्यांनी दुसरी बायको केली होती. मुस्लिम कायद्याखाली त्यांना तसं करण्याची परवानगी होती. तिच्याबरोबर राहण्यासाठी ते आम्हाला सोडून जाणार होते. माझ्या आईला माझ्या वडलांनी जाहीर करेपर्यंत त्यांच्या या दुसऱ्या लग्नाबद्दल काहीच कल्पना नव्हती. तिला हा मोठा धक्काच होता. एका बांधकामाच्या ठिकाणी माझ्या वडलांची या नव्या बायकोशी ओळख झाली होती. ती एक मजूर म्हणून काम करायची, विटा आणि दगड डोक्यावर घमेल्यात घालून इकडून तिकडे पोहोचवायची. माझी आई माझ्या वडलांना ते राहत होते तिथं जाऊन कधी कधी भेटायची; पण त्यांच्या दुसऱ्या बायकोला तिचा फार मत्सर वाटायचा व ती तिला निघून जायला सांगायची. माझ्या आईची खात्री झाली की तीच माझ्या वडलांना आम्हाला भेटू देत नव्हती. ते कधीही आम्हाला भेटायला घरी आल्याचं मला नक्कीच आठवत नाही.

मुस्लिम कायद्याखाली, नवऱ्यानं सोडून दिल्यामुळे माझ्या आईला घटस्फोट

मिळाला असता; पण तिनं घटस्फोट घेण्याचं नाकारलं. जरी ते आता तिच्याबरोबर राहत नव्हते किंवा तिला त्यांचा आधार नव्हता तरी ती वडलांचीच लग्नाची बायको म्हणून राहिली.

जे काही झालं, त्यानं ती अतिशय व्यथित झाली होती. तो अस्वस्थ करणारा काळ झंझावाती वादळाप्रमाणे तिचं आयुष्य उद्ध्वस्त करून गेला होता. कधीकधी ती इतकी वेंधळून जायची की तिला आकाश कुठे संपतं आणि जमीन कुठे सुरू होते, याचंही भान राहायचं नाही. तिला मरावंस वाटायचं. आम्ही सगळ्यांनी मिळून विष घेऊन किंवा जवळच्या लोहमार्गावर पडून राहून गाडीखाली मरून जाण्याचा विचार ती करत होती.

त्याच वेळी तिनं आम्हाला 'गणेश तलाई'तल्या मुसलमान वस्तीतल्या एका रिकाम्या घरात हलवायचं ठरवलं. तिला वाटलं की तिचं हिंदू कुटुंब तिला परत त्यांच्यात घेणार नाहीत; परंतु मुसलमान वस्तीतली लोक तिच्या त्या परिस्थितीतही तिला मदत करण्यासाठी तयार होती. तिला असंही वाटलं असावं की तिच्या मुलांना वाढायला त्या श्रीमंत वस्तीतलं वातावरण जास्त चांगलं होतं. मला आठवतं तेव्हाचं धार्मिक विलगीकरण आता मात्र शिथिल झाल्याचं मला दिसून येतं. आता तशा वेगवेगळ्या वस्त्या ठळकपणे दिसून येत नाहीत.

तिकडे राहायला गेल्यानंतरसुद्धा, मी हरवेपर्यंत माझ्या आईनं मुस्लिम धर्म स्वीकारला नव्हता. भेटायला येणाऱ्या तिच्या काही मैत्रिणींप्रमाणे ती तिचा चेहरा झाकत नव्हती. लहान असताना धार्मिक शिक्षण मिळाल्याचं मला आठवत नाही तरी आम्ही कधीतरी तिथल्या बाबांच्या दर्ग्यात जात होतो; पण मला आठवतंय की एके दिवशी मला सांगण्यात आलं की मी माझ्या मित्रांबरोबर खेळायचं नाही कारण ते हिंदू होते. मला दुसरे मुसलमान मित्र शोधणं भाग होतं.

इस्लामचा माझ्या संगोपनावर झालेला परिणाम फार चांगला नव्हता– त्याला कारण सुंता. मला कळत नाही की आम्ही धर्म बदललेला नव्हता तरी मला ते का सोसावं लागलं. कदाचित माझ्या आईला वाटलं असेल की संघर्ष टाळण्यासाठी स्थानिक वस्तीतल्या पद्धती सांभाळलेल्या बऱ्या किंवा तिला जर तिथं राहायचं असेल तर हे केलंच पाहिजे असं सांगण्यातही आलं असेल. कारण काहीही असेल,पण ते मला गुंगीचं औषध न देता करण्यात आलं. म्हणूनच ही माझी सगळ्यात स्पष्ट व अगोदरची आठवण आहे.

मी इतर मुलांशी बाहेर खेळत होतो, तेव्हा एक मुलगा आला व मला घरी बोलावलं आहे असं म्हणाला. मी पोहोचलो तर बाबा आणि बाकी बरेच जण जमलेले होते. त्यांनी मला सांगितलं की काहीतरी महत्त्वपूर्ण घडणार होतं. माझ्या आईनं मला सांगितलं- 'काळजी करू नको, सगळं ठीक होईल.' मग वस्तीतल्या काही

माणसांनी (ज्यांना मी ओळखलं) मला इमारतीतल्या वरच्या एका मोठ्या खोलीत नेलं. खोलीत मध्यावर मातीचं एक मोठ्ठं भांडं ठेवलं होतं. मला चड्डी काढून त्या भांड्यावर बसायला सांगण्यात आलं. दोन माणसांनी माझे हात पकडून ठेवले आणि एक जण माझ्या डोक्याला हातांनी आधार देण्यासाठी माझ्यामागे उभा राहिला. उरलेल्या दोन माणसांनी माझं शरीर मी भांड्यावर बसलो होतो तिथे खाली धरून ठेवलं. काय होत होतं याची मला जराही कल्पना नव्हती. मी कसाबसा शांत राहू शकलो, पण फक्त आणखी एक माणूस धारधार वस्तरा हातात घेऊन येईपर्यंत. मी जोरात ओरडलो. तो कातडी कापत असताना त्या माणसांनी मला घट्ट धरून ठेवलं. खूप वेदना झाल्या; पण एका सेकंदात सगळं संपलं. त्यानं मला पट्टी बांधली. माझ्या आईनं मला बिछान्यावर नेऊन माझी शुश्रूषा केली. काही मिनिटांनी कल्लूही वरच्या खोलीत गेला आणि त्याच्याबाबतही तेच करण्यात आलं. गुड्डूला मात्र केलं गेलं नाही. कदाचित त्याचं आधीच केलं गेलं असावं.

त्या रात्री आमच्या वस्तीत मेजवानी व गाणं बजावणं करत उत्सव साजरा केला गेला; पण कल्लू व मी फक्त छपरावर बसून ऐकत होतो. आम्हाला बरेच दिवस बाहेर जायला परवानगी नव्हती आणि त्या दिवसात आम्हाला उपास करण्याची बळजबरी करण्यात आली होती. बरे होईपर्यंत आम्ही पँट न घालता नुसते शर्ट घालून बसत होतो.

माझ्या वडलांकडून काहीही पैशाची मदत नसल्यामुळे माझ्या आईला काम शोधायला लागलं. शकिलाच्या जन्मानंतर ती बांधकामाच्या ठिकाणी मजुरीला गेली, जशी माझ्या वडलांची नवी बायकोसुद्धा जात होती. नशिबाने, माझी आई कणखर होती व पडतील ती जड कामं करू शकत होती. भारतात ग्रामीण भागातल्या मजुरांना त्या वेळेस सर्वसाधारणपणे कमीच पगार होता, हे मानलं तरीसुद्धा तिला मिळणारा पगार अगदी क्षुल्लक होता. तळपत्या उन्हात, सकाळपासून संध्याकाळपर्यंत जड दगड आणि खडी वाहून नेण्यासाठी काही थोडेसे रुपये मिळायचे. साधारणतः फक्त एक डॉलर आणि तीस सेंट एवढ्या रकमेसाठी ती आठवड्यातले सहा दिवस काम करायची. गुड्डूसुद्धा कामाला जात होता. हॉटेलात बश्या धुण्याच्या कामाच्या एका दीर्घ काळाच्या पाळीसाठी त्याला अर्धा रुपयाहूनसुद्धा कमी पैसे मिळत असत.

मुसलमान वस्तीत अन्नासाठी भीक मागताना आम्हाला पूर्वी कधीही न चाखलेलं, वेगवेगळ्या प्रकारचं जेवण मिळायचं. आम्हाला कधीकधी बोकडाचं किंवा कोंबडीचं मटण मिळायचं. मला आठवतयं की उत्सव, समारंभ, लग्न किंवा काहीही साजरं होत असेल तर आम्हाला खास जेवण मिळायचं. हे सण समारंभ असे नेहमीच चालू असायचे. नेहमीच काही-ना-काही उत्सव चालू असायचे व आमची मजा असायची. आम्हाला फुकट जेवण मिळायचं.

कपड्यालत्त्यासाठी आम्ही आमच्या शेजाऱ्यांकडून त्यांच्या मुलांचे कपडे मिळायचे

ते घालत असू. नशिबाने गरम हवेत आम्हाला फार कपडेही लागत नसत. साधे सुती कपडे पुरत असत. शिक्षणाचा प्रश्नच नव्हता. नशीबवान मुलांना शाळेत येताजाताना बघत मी ज्या शाळेभोवती घोटाळत असे तिचं नाव होतं सेंट जोसेफ्स कॉनव्हेंट. खांडव्यातली मुलं अजूनही तिथं शिकायला जातात.

सगळ्यात मोठा असल्यामुळे गुड्डूला तो आमच्या जगण्यावाचण्याबद्दल जबाबदार आहे असं वाटायचं. थोडे अधिक पैसे मिळवण्यासाठी तो नेहमीच आणखी कामांच्या शोधात असायचा. त्याला सांगण्यात आलं होतं की रेल्वेच्या फलाटावर वस्तू विकल्या तर काही पैसे कमवता येतील. म्हणून तो दात घासायचे ब्रश-टूथपेस्टचे संचं प्रवाशांना विकायला लागला. बालमजूर कायद्याखाली त्याला तुरुंगात टाकण्यात आलं. स्थानिक पोलिसांना तो, कल्लू आणि मीसुद्धा संधिसाधू किंवा कदाचित भुरट्या चोऱ्या करणारे म्हणून माहीत होतो. उदाहरणार्थ, स्टेशनवर मालगाडीतून पाठवण्यासाठी रचून ठेवलेल्या तांदळाच्या किंवा काबुली चण्यांच्या गोण्यांना, चोरून न्यायला भोकं कशी पाडायची ते आम्ही हेरून ठेवलं होतं. बहुतेक वेळा आम्ही निसटून जात होतो, कधी-कधी कानपिचक्या मिळायच्या; पण आम्ही कधीच समाजाला उपद्रवकारक समजले जात नव्हतो. परंतु का कुणास ठाऊक, त्या वेळी गुड्डूला ज्या कायद्यामुळे संरक्षण मिळायला हवं होतं, त्याखालीच त्याला तुरुंगात अडकवलं गेलं.

काही दिवसांनी एका स्थानिक पोलिसानं माझ्या आईला तो कुठे आहे ते सांगितलं. ती आम्हाला सगळ्यांना बालकारागृहात घेऊन गेली. बालकारागृह म्हणजे भव्य इमारतींचं संकुल होतं. गुड्डूला सोडेपर्यंत तिथल्या अधिकाऱ्यांच्या ती विनवण्या करत राहिली. ती काय बोलली ते मला माहीत नाही, पण एवढं स्पष्ट होतं की तिला तिचा मुलगा मिळेपर्यंत ती तिथून हलणार नव्हती.

आमची आई आम्हाला एक हाती वाढवत होती. आमच्या वडलांनी आम्हाला पूर्णपणे सोडून दिलं होतं. माझ्या कुटुंबीयांनी मला सांगितलं की जेव्हा वडील आमच्याबरोबर राहत होते तेव्हा ते आक्रमक होत असत व त्यांच्या वैफल्याचा राग आमच्यावर काढत असत. अर्थात, आम्ही– एकटी बाई व चार मुलं- एका खवळलेल्या पुरुषासमोर अगदी असहाय होत असू. त्यांच्या नव्या बायकोच्या आग्रहामुळे त्यांना आम्ही नकोच होतो. आम्हाला खांडवासुद्धा सोडून जायला ते सांगत होते; पण माझ्या आईकडे सोडून जायला पैसे नव्हते, राहायला जागाही नव्हती आणि जगण्यासाठी दुसरा मार्ग नव्हता. 'गणेश तलाई'च्या पलीकडे तिला मदत करू शकणाऱ्यांचं जाळं उपलब्ध नव्हतं. सरतेशेवटी माझे वडील व त्यांची बायको आमची वस्ती सोडून खांडव्याच्या बाहेर एका खेड्यात राहायला गेले. त्यामुळे आम्हाला जरा बरंच झालं.

माझ्या आई-वडलांचं वेगळं होणं समजायला मी खूप लहान होतो. माझे वडील

आमच्याजवळ कधीच नसायचे. काही वेळा मला रबराचे पट्टे देऊन सांगितलं जायचं की त्यांनी आम्हा सर्वांसाठी नवे बूट आणले होते.

माझ्या वडलांना भेटल्याची एकच आठवण मला आहे. मी चार वर्षांचा होतो आणि आम्ही सगळे त्यांच्या घरी गेलो होतो, त्यांचं नवं बाळ बघायला. ती एक मोठी मोहीमच होती. माझ्या आईनं आम्हाला उठवून तयार केलं आणि आम्ही सगळे भर उन्हात खांडव्याच्या मध्यावर बस पकडायला गेलो. चालून-चालून व उकाड्यानं थकून गेलेल्या शकिलावर मी मुद्दाम लक्ष ठेवून होतो. बसचा प्रवास दोन तासांचाच होता; पण चालत आणि मध्ये-मध्ये थांबत गेलो यामुळे तो दिवसभराचा झाला. पुढे दुसऱ्या टोकाला आणखी एक तास चालायचं होतं. आम्ही त्या गावी पोहोचेपर्यंत रात्र झाली. आम्ही ती रात्र माझ्या आईच्या ओळखीच्या लोकांच्या घराच्या प्रवेशद्वाराशीच एकत्र काढली. त्यांच्याकडे आम्हाला द्यायला आत खोली नव्हती पण रात्री फार गरम होतं आणि म्हणून घराबाहेर काही फार वाईट नव्हतं. काही नाही तर निदान आम्ही रस्त्यावर पडलेलो नव्हतो. दुसऱ्या दिवशी सकाळी उठल्यावर आम्ही थोडं दूध व पाव खाल्ला. नंतर मला समजलं की आमची आई आमच्याबरोबर येणार नव्हती. तिला यायला परवानगी नव्हती. आम्हा चार मुलांना आमच्या आई-वडलांच्या ओळखीच्या एका माणसानं वडलांच्या घरी नेऊन पोहोचवलं.

असं सगळं असूनही किंवा काय घडत होतं ते समजत नव्हतं म्हणूनही असेल, पण वडलांना दरवाजाशी आमचं स्वागत करताना बघून मला आनंद झाला. आम्ही आत जाऊन त्यांच्या नव्या बायकोला भेटलो व बाळ बघितलं. मला तर त्यांची बायको चांगली वाटली. तिनं आमच्यासाठी छान जेवण बनवलं होतं. त्या रात्री आम्ही त्यांच्याकडेच राहिलो. पण मध्यरात्री मला गुड्डूनं हलवून जागं केलं आणि म्हणाला की तो व कल्लू पळून जात होते. मला त्यांच्याबरोबर जायचं आहे का असं विचारत होता. पण मला नुसतं झोपायचं होतं. मला परत जाग आली तेव्हा माझे वडील दरवाजावरचं जोरात खटखटवणं ऐकून दरवाजाशी आले होते. एका माणसाने माझ्या भावांना गावातून मोकळ्या जागी पळून जाताना पाहिलं होतं. त्याला काळजी वाटत होती की वाघ त्यांच्यावर हल्ला करतील.

नंतर मला कळलं की त्या रात्री गुड्डू व कल्लूनी पळून जाण्याचा प्रयत्न केला होता, कारण आमच्या कुटुंबात जे काही चाललं होतं त्यानं ते अस्वस्थ होते, त्यांना आमच्या वडलांपासून व त्यांच्या दुसऱ्या बायकोपासून दूर जायचं होतं. नशिबानं ते सकाळी सुरक्षित व सुस्थितीत सापडले.

पण एक प्रश्न सुटत होता तर दुसरा येऊन उभा राहिला. त्याच सकाळी मी रस्त्यात उभा असताना वडलांना समोरून येताना पाहिलं. बघितलं तर ते माझ्या आईचा पाठलाग करत होते व त्यांच्या पाठोपाठ काही माणसं येत होती. माझ्यापासून

थोड्याच अंतरावर माझी आई एकदम थांबली व झटकन वळून त्यांच्याकडे तोंड करून उभी राहिली. ते दोघं एकमेकांशी वाद घालत होते व रागाच्या भरात ओरडत होते. लवकरच त्यांच्या दोन्ही बाजूला आणखी काही लोक येऊन उभे राहिले. आता मला कळलं की त्यांच्या वैयक्तिक भांडणामुळे हिंदू-मुसलमान लोकात तणाव निर्माण झाला होता आणि त्याचं मोठ्या संघर्षात रूपांतर व्हायला लागलं होतं. हिंदू माझ्या आईच्या तर मुसलमान वडलांच्या बाजूने उभे राहिले. सगळ्यांचे आवाज चढू लागले आणि अपमानांची देवाणघेवाण सुरू झाली. आम्ही मुलं आईच्या बाजूला सरकलो. आरडाओरडा व धक्काबुक्कीत काय होणार हे आम्हाला समजत नव्हतं. आम्हाला धक्काच बसला जेव्हा माझ्या वडलांनी माझ्या आईच्या दिशेने एक छोटा दगड भिरकावला. तो सरळ तिच्या डोक्यावर आपटला तेव्हा मी तिच्या बाजूलाच होतो. ती एकदम खाली गुडघ्यांवरच बसली. तिच्या डोक्यातून रक्त वाहत होतं. नशिबानं, या हिंसकपणामुळे जमावालासुद्धा धक्का बसला. आणखी उत्तेजित होण्याऐवजी जमाव शांत झाला. मग आम्ही आईकडे लक्ष देऊ लागलो. हळूहळू दोन्ही बाजूचा जमाव पांगायला लागला.

आईला काही दिवस विश्रांती घेण्यासाठी एका हिंदू कुटुंबानं आम्हाला राहायला एक खोली शोधली. त्यांनी नंतर सांगितलं की एका पोलीस अधिकाऱ्यानं वडलांना पकडून नेऊन पोलिस स्टेशनवर कोठडीत एक-दोन दिवस अडकवून ठेवलं होतं.

तिच्या पाठी लागणाऱ्यांना ती धीराने सामोरी गेली, तो प्रसंग माझ्या आईने दाखवलेल्या धाडसाचं तसंच भारतातल्या गरीब बायका किती असुरक्षित असतात याचंही उदाहरण म्हणून माझ्या आठवणीत कोरला गेला आहे. खरं तर जमाव पांगला, ही निव्वळ नशिबाची गोष्ट होती. माझी आई आणि कदाचित तिची मुलंही अगदी सहज मारली गेली असती.

कदाचित मी इतकी वर्षं दूर होतो म्हणून असेल, पण मी माझ्या वडलांना तरीसुद्धा भेटायला तयार होतो. खरं तर मला त्यांच्याविषयी फार थोड्या आठवणी होत्या आणि होत्या त्यासुद्धा अनुकूल नव्हत्या. असं असतानासुद्धा असं मला का वाटावं याची कल्पना करणं कठीण आहे; परंतु माझे वडील माझ्या व्यक्तित्वाचा आणि माझ्या जीवनकथेचा भाग आहेत आणि कधीकधी कुटुंबातील कुणी भूतकाळात चुका केल्या असतील त्यांना इतरांनी पुढेमागे माफ केलं पाहिजे असं मला वाटतं; परंतु वडील बऱ्याच अंतरावर दूर राहत होते आणि त्यांना मला भेटायची इच्छा असेल की नाही हे माहीत नसल्यामुळे, मी ठरवलं की या खेपेस त्यांना भेटायचं नाही. माझ्या मनातले हे विचार मी कुणालाही त्या वेळेस बोलून दाखवले नाहीत आणि तसंही जर सगळ्यांचा पाठिंबा असेल तरच मला हे करायचं होतं. मला माहीत होतं की माझी सगळ्यांशी परत चांगली ओळख झाल्यांनतरच हा विषय गला

काळजीपूर्वक काढायला पाहिजे.

कुटुंबाबरोबर बराच वेळ घालवल्यावर आणि मी जिथं जन्माला आलो त्या जागेशी परत सबंध जुळून आल्यावर मी एका शब्दाचा विचार करू लागलो - जो शब्द सगळे जण आणि मीसुद्धा सारखा वापरत होतो, तो शब्द होता 'घर.' मला प्रश्न पडला, शेवटी मी तिथं पोहोचलो होतो का?

मला कळत नव्हतं. हरवल्यानंतर नशिबानं मी एका प्रेमळ कुटुंबात दत्तक घेतला गेलो होतो आणि नुसता वेगळीकडे राहिलो होतो असं नाही, तर भारतात राहून जसा झालो असतो त्याच्यापेक्षा मी वेगळा माणूस बनलो होतो. मी ऑस्ट्रेलियात नुसता राहत नव्हतो तर स्वतःला ऑस्ट्रेलियन मानत होतो. ब्रायर्लीचं घर म्हणजे माझ्या कुटुंबाचं घर होतं. मी माझं स्वतःच घर होबार्टमध्ये माझ्या मैत्रिणीबरोबर– लिसाबरोबर– थाटलं होतं. मी जाणून होतो मी तिथलाच होतो आणि तिथं सर्वांचा माझ्यावर जीव होता.

परंतु खांडवा व माझ्या भारतीय कुटुंबीयांना शोधून काढणं म्हणजेसुद्धा 'घरी' येण्यासारखंच होतं. इथं असणंसुद्धा मला तितकंच बरोबर वाटत होतं. इथे पण माझ्यावर सगळ्यांचा जीव होता आणि मी इथलाच आहे असं याआधी इतकं वाटलं नसेल तितकं आता वाटत होतं. याचं स्पष्टीकरण मला देता येत नव्हतं. इथं मी माझ्या जीवनाची सुरुवातीची वर्षं घालवली होती. माझ्या अंगात इथलं रक्त खेळत होतं.

जेव्हा होबार्टला परत जाण्याची वेळ आली (आणि ती फारच लवकर आली), तेव्हा सोडून जाण्याच्या वेदनेनं माझ्या हृदयात पिळवटून आलं. मी माझ्या आईला, बहीण-भावांना व त्यांच्या तरुण कुटुंबाना सांगितलं की मी लवकरच परत येईन. मला दोन 'घरं', त्यांच्या वेगवेगळ्या भावनिक संबंधांसकट होती, हे बघायला मी इथं आलो होतो; भले ती एकमेकांपासून हजारो किलोमीटर्स दूर असेनात. 'मी कोण आहे' याबद्दलचे प्रश्न सोडवण्यासाठी मी हा प्रवास सुरू केला होता, तो संपलेला नव्हता. मला काही (बरीच) उत्तरं मिळाली होती; पण मला आणखीही बरेच प्रश्न होते. त्यांची खरी उत्तरं नसतीलही, तरी ते पुन्हा-पुन्हा उभे राहत होते. एक गोष्ट स्पष्ट होती– माझ्या नशिबात भारत आणि ऑस्ट्रेलियातला- माझ्या दोन घरांमधला प्रवास अनेकदा करणं लिहिलेलं आहे.

जवळीक साधताना

भारतात असताना मला माझी मैत्रीण अस्रा, हिच्याकडून अभिनंदनाचा मेसेज आला होता. मी माझ्या कुटुंबीयांना भेटल्याची बातमी अस्राला आमच्या आई-वडलांकडून कळली होती. अगदी बऱ्याच वर्षांपूर्वी आम्ही मेलबर्नला आल्यापासून आमच्या दोन्ही कुटुंबांचे संबंध जवळचे राहिले होते. होबार्टला परत आल्यावर मी माझे सुखद अनुभव सांगण्यासाठी अस्राला फोन केला. मी जाणून होतो की ती स्वतः माझ्यासारखा प्रवास करू शकणार नव्हती कारण तिचे भारतीय आई-वडील जिवंत नव्हते. म्हणूनच ती अनाथ झाली होती. अस्राला सगळं ऐकून खूप आनंद झाला. तिनं विचारलं की माझ्या पूर्वायुष्याशी संबंध जोडण्यात यशस्वी झाल्यानंतर मी आता काय करणार होतो. मी खांडव्याला परत गेल्यापासून आयुष्यात गौप्यस्फोटांची व भावनांची इतकी वावटळ उठली होती की मला काय उत्तर देऊ ते कळलंच नाही.

माझं घर सापडेल, कदाचित माझी आई सापडेल याच्या पलीकडे कुठल्याही गोष्टींची मी कल्पना केलीच नव्हती. ते सापडवणं म्हणजे माझ्या जीवनकथेचा शेवट असं मी मानलं होतं; पण खरं तर ती नवी सुरुवात होती. आता मला दोन कुटुंबं झाली. जगातल्या दोन टोकांवरच्या आणि वेगवेगळ्या संस्कृतींतल्या या दोन्ही कुटुंबांत मी कसा बसेन, हे मला आता शोधून काढायला पाहिजे होतं.

मम, डॅड आणि लिसा यांना माझ्या परत येण्यानं बराच दिलासा मिळाला. मी भारतात असताना आम्ही रोज फोनवर बोलत होतो तरी त्यांना शंका होती की कदाचित मी त्यांना काही गोष्टी सांगत नसेन. त्यांना जास्त काळजी या गोष्टीची वाटत होती की मी परत हरवला जाईन. लिसाला माझ्या सुरक्षिततेची काळजी वाटत होती; कारण मी एका अनोळखी देशातल्या अगदी गरीब वस्तीत गेलो होतो. कोण

जाणे तिथं काय होऊ शकेल! मी ऑस्ट्रेलियात परत पोहोचल्यावरच मला कल्पना आली की त्यांच्यासाठी हे सगळं जिवाला अतिशय घोर लावणारं होतं.

सगळ्यांना माझ्या भेटीबद्दल ऐकायची इतकी उत्सुकता होती की तो काळजी करण्याचा भाग सर्व लवकरच विसरून गेले. काय घडलं होतं ते त्यांना माहीतच होतं, पण आता त्यांना संपूर्ण तपशील ऐकायचा होता. आम्ही सगळ्यांनी एकमेकांना काय काय गोष्टी ऐकवल्या, बाकीच्यांना माझ्या लहानपणीचं काय आठवत होतं, जे मला आठवत नव्हतं आणि मला परत यावसं वाटत होतं का, वगैरे सगळं त्यांना जाणून घ्यायचं होतं.

त्यांना आजमवायचं होतं की मला इथं (ऑस्ट्रेलियात) राहायचं होतं की मी भारतात परतण्याचा विचार करत होतो. मला जमलं तितकी मी त्यांना खात्री देण्याचा प्रयत्न केला की जरी भारतातल्या अनुभवामुळे माझ्यात महत्त्वपूर्ण बदल झाला असला तरी मी तोच सरू होतो; परंतु सत्य हे होतं की मी आधी जसा होतो तसं पुन्हा मनातून वाटायला मला वेळ लागला. तसंच होबार्टकडे एका गरीब भारतीय माणसाच्या नजरेतून न बघता पुन्हा माझ्या जुन्या नजरेतून बघू शकणंसुद्धा मला कठीण जात होतं.

परंतु माझ्याबाबतीत एक गोष्ट बदलली होती आणि ती लवकरच उघडपणे दिसून आली. ती म्हणजे आता माझ्याकडे सांगायला कथानक होतं आणि बऱ्याच लोकांना ते ऐकायचं होतं. होबार्टच्या 'द मर्क्युरी' या वर्तमानपत्रानं मी परत आल्याआल्याच माझ्याशी संपर्क साधला. त्यांच्या एका वार्ताहराला कशीतरी ही गोष्ट कळली व मी त्याबाबत मुलाखत द्यायला तयार झालो आणि धरणाचे दरवाजे उघडल्यावर पाणी पसरतं तशी ही बातमी सर्वत्र पसरली. मेलबर्नच्या 'द एज' व 'सिडनी मॉर्निंग हेराल्ड' पाठोपाठ आंतरदेशीय माध्यमंही आली.

या नव्यानं मिळालेल्या प्रसिद्धीसाठी आम्ही तयार नव्हतो– कदाचित कुणीच असू शकत नाही. आमचा फोन कधीकधी मध्यरात्री वाजायचा, कारण जगभरातून वार्ताहर फोन करत होते. माझ्या लक्षात आलं की माझ्यावर जे इतकं लक्ष दिलं जात होतं ते हाताळायला मला मदत लागणार होती. म्हणून मी एक मॅनेजर ठेवला. लवकरच पुस्तकांचे प्रकाशक, चित्रपट निर्माते प्रस्ताव घेऊन यायला लागले. हे सगळं स्वप्नवत होतं. मी औद्योगिक पाइप, ट्यूब व यंत्रांचे छोटे भाग यांचा विक्रेता! मी कधी प्रसिद्धीच्या शोधात नव्हतो. मी फक्त माझं गाव व माझं कुटुंब यांच्या शोधात होतो. मला माझं कथानक सांगायला आवडत होतं; परंतु मला असं वाटलं नव्हतं की माझ्यावर कधी प्रसारमाध्यमांबरोबर भेटी ठरवायची वेळ येईल आणि त्यासाठी मी कधी मॅनेजर ठेवेन. नशिबाने लिसा व माझे आई-वडील माझ्या मागे भक्कमपणे उभे होते व मला लागेल तितका वेळ याच्यासाठी घालवू देत होते. माझी गोष्ट

माध्यमांना परत परत सांगण्यानं थकायला होत होतं, तरी मला वाटलं की हे करणं माझं कर्तव्य होतं. कारण कुणालातरी यानं मदत झाली असती. जे माझ्याबाबतीत झालं ते अगदी लक्षणीय होतं. ते ऐकून ज्यांना कुणाला आपले हरवलेले कुटुंबीय शोधणं अशक्य आहे असं वाटत असेल, त्यांच्या आशा उंचावण्यास मदत होईल, असं मला वाटलं. तसंच, परिस्थिती कितीही नाउमेद करणारी असली तरी हार न मानता, प्रयत्न कधीही न सोडता, मिळेल त्या संधींचा उपयोग करून घेणं, हा माझा अनुभव निरनिराळ्या परिस्थितीतल्या लोकांनासुद्धा प्रेरणा देईल.

आता मी व्हीडिओ कॉन्फरन्सिंगद्वारा माझ्या भारतीय कुटुंबाबरोबर संपर्कात होतो. त्यांच्या एका मित्राच्या घरी इंटरनेट उपलब्ध करायची सोय होती. संपूर्ण नाही तरी अर्धवट होती, त्यांच्या बाजूला व्हीडिओ कॅमेरा नव्हता, म्हणून मी त्यांना बघू शकत नव्हतो. पण ते मला बघू शकत होते. आम्ही आमचे मोडक्या-तोडक्या भाषेत बोलत असू किंवा कधी दुभाष्याच्या मदतीनं. मी ठरवलं की मलाच माझ्या आईसाठी सगळी सोय करून द्यायला पाहिजे म्हणजे आम्हाला संपर्कात राहता येईल व जगाच्या दोन टोकांवरून एकमेकांना बघता येईल. आता सगळं कुटुंब परत जमून आलं होतं तर आमचे संबंध वाढवण्यात व माझ्या आईची, माझ्या भाचांची काळजी घेण्यातला माझा भाग मला नीट पार पाडायचा होता.

मला अजून बऱ्याच गोष्टी माहीत करून घ्यायच्या होत्या आणि आशा करत होतो की माझ्या या दुसऱ्या भारतभेटीत बरीच स्पष्टता येईल. हिवाळा येऊन ठेपला होता. तरी हवा अजून गरमच होती आणि वातावरण धूर व धुक्यांनी कोंदटलेलं. अशी हवा असली की आकाशाचा रंग भगवा व काळपट असतो आणि दिवसा व रात्रीत त्यात काही फरक पडत नाही.

मी खांडव्याला दिवाळीच्या शेवटच्या दिवसात चाललो होतो. दिवाळी म्हणजे हिंदूंचा दीपोत्सव. भारतीय संस्कृती आणि दिवाळीही मी विसरून गेलो होतो. भारतीय लोकांना सण, उत्सव खूप आवडतात. म्हणून दिवाळी रंगीबेरंगी असणार, हे मला ठाऊक होतं. दिवाळी म्हणजे सगळ्या चांगल्या गोष्टी साजऱ्या करायच्या व वाईट टाकून द्यायच्या. लोक देवी लक्ष्मीला– सुबत्तेच्या देवतेला– आवाहन करतात, तिचे गोडवे गातात, देवघरातल्या तिच्या मूर्तीसमोर आपली संपत्ती ठेवतात व तिचे आभार मानतात. नंतर मेजवानी असते, एकमेकांना भेटवस्तू दिल्या जातात. परंपरेनुसार घराघरातून छोटे-छोटे तेलाचे दिवे लावले जातात. ऑस्ट्रेलियात ख्रिसमसला करतात तशी इमारतींवर दिव्यांची रोशणाई केली जाते. वाईट प्रवृत्तींना पिटाळून लावण्यासाठी खूप फटाके उडवतात. दिवसभर मला जोरात धडाम्धूम आवाज ऐकू येत होते व रात्री आकाश फटाक्यांनी उजळून निघत होतं.

मी संध्याकाळ होताहोताच शहराच्या अरुंद रस्त्यांवर ऐन दिवाळीच्या धामधुमीत पोहोचलो. माझ्या आईनं मला आधीच सांगितलं होतं की मी तिच्याकडे केव्हाही राहू शकत होतो. पण तिलाही माहीत होतं की माझी राहणी आता पाश्चिमात्य झाली होती. मला स्वतंत्र जागा हवी व मला हव्या तशा सोयी तिची छोटीशी खोली देऊ शकत नव्हती. मी तिच्या उदार प्रस्तावाबद्दल तिचे आभार मानले आणि तिला सांगितलं की मी हॉटेलमध्ये राहून तिच्याकडे रोज येऊन भेटणं जास्त बरं पडेल. हॉटेल फार लांब नव्हतं. म्हणून मी माझ्या बॅगा 'हॉटेल ग्रँड बरॅक' मध्ये टाकल्या व टॅक्सी ड्रायव्हरला मला 'गणेश तलाई'ला माझ्या आईला व कुटुंबीयांना भेटण्यासाठी न्यायला सांगितलं.

आम्ही रेल्वेखालच्या रस्त्यावरून गेलो. खरेदी करण्यासाठी बाहेर पडलेल्या लोकांनी रस्ते फुललेले होते. ड्रायव्हरनं मला 'गणेश तलाई'तल्या देवळाच्या व मशिदीच्या जवळ असलेल्या चौकात सोडलं. देऊळ व मशीद एकमेकांच्या जवळ सहिष्णुतेनं उभे होते. मी लहानपणी राहत होतो त्या गल्लीत पाय ठेवला आणि मला घरी आल्यासारखं वाटू लागलं.

इथं यायच्या आधी मी हिंदी शिकण्याचा प्रयत्न करत होतो आणि मी थोडी प्रगतीही केली होती; परंतु कुणाशी संभाषण करायला लागलो की मात्र माझी वाट लागत होती. (मी 'यू ट्यूब' वर एका माणसाला बढाया मारताना ऐकलं आहे की तो तीन दिवसांत हिंदी शिकवतो. मी ते एकदा करून बघेन, पण मला वाटतं की हिंदी शिकण्याला तसा काही अल्प काळाचा सोपा मार्ग नाही.)

माझ्या आईनं माझं आपुलकीनं व आनंदानं स्वागत केलं. ऑस्ट्रेलियाबद्दल खरं म्हणजे काहीही माहिती नसताना (जे माहीत होतं ते केवळ क्रिकेटमुळे) तिनं माझं 'दुसरं जीवन' खूप समजुतीनं घेतलं होतं. माझ्या पहिल्या भेटीत भारत, श्रीलंका व ऑस्ट्रेलियाचे एक दिवसीय सामने चालू होते. आईनं मला सांगितलं की मी गेल्यावर जेव्हा ती ऑस्ट्रेलियाहून क्रिकेटच्या सामन्यांचं प्रक्षेपण पाहत असे, तेव्हा ती 'टीव्ही'च्या स्क्रीनवर दिसणाऱ्या गर्दीला हात लावून बघत असे. तिला आशा होती की त्या गर्दीत मी तिला दिसेन. शकिला आणि कल्लूसुद्धा त्यांच्या घरापासून प्रवास करून पुन्हा मला भेटायला आले. कुटुंबात माझं अगदी काहीही हातचं न राखता स्वागत झालं.

माझ्या आईच्या आग्रहाखातर आम्ही सगळे पाहुण्यांप्रमाणे प्लॅस्टिकच्या खुर्च्यांवर बसलो व ती माझ्या पायाशी जमिनीवर बसली. आम्हा सर्वांना एकमेकांना भेटून किती आनंद झाला होता, ते सांगायला शब्दांची गरज नव्हती; पण शेरील पुन्हा एकदा भाषांतर करायला आली आणि ते खूप छान झालं.

तरीसुद्धा बोलणं जरा सावकाश चाललं होतं. बरेच वेळा मी एका वाक्यात प्रश्न

विचारत असे. मग ते सगळे आपापसात हिंदीमध्ये जवळजवळ पाच मिनिटं बोलत राहायचे आणि मग मला बहुतेक एका वाक्यात उत्तर मिळायचं. मला वाटतं, शेरील त्यांचं बोलणं संपादित करून ते उत्तर तयार करायची. ती खूप उदार मनाची व सहनशील होती आणि तिला विनोद केलेला आवडायचा. ते फारच चांगलं झालं, कारण माझ्या आईला, शकिलाला व कल्लूला सर्वांनाच विनोदी बोलायला आवडत होतं. तो या कुटुंबाचा विशिष्ट गुण असावा बहुधा.

या दरम्यान मला स्वर्णिमा नावाची एक बाई भेटली. ती अस्खलित इंग्लिश बोलत होती. तिला माझ्या गोष्टीत इतका रस वाटला की ती आमच्यासाठी भाषांतर करायला यायला तयार झाली. मी तिला त्याबद्दल पैसे द्यायची सोय केली; पण तिनं ते परत केले. मला तिच्या आई-वडिलांकडून नंतर कळलं की तिला खरंतर फार वाईट वाटलं होतं की मी तिच्या प्रस्तावाला एक व्यावहारिक संबध समजलो होतो, मैत्रीचा नाही. तिनं दाखवलेल्या मनाच्या मोठेपणानं मी भारावून गेलो आणि नंतर आम्ही चांगले मित्र बनलो.

नंतरच्या काही दिवसांत नातेवाईक व मित्रांच्या सान्निध्यात आईच्या पुढच्या खोलीत गप्पागोष्टी, चहापाणी व खादाडी करण्यात आम्ही सगळ्यांनी कितीतरी दुपार घालवल्या. जुन्या बांबूच्या छतावरचा गंजलेला पंखा घरघर आवाज करत असे व त्यातच स्वर्णिमा भाषांतराचं काम करत होती. गेल्या सव्वीस वर्षांच्या ऑस्ट्रेलियन आहारानंतरसुद्धा माझ्या आईला मात्र वाटतं होतं की मला अजून पुरेसं अन्न मिळत नव्हतं आणि म्हणून ती मला सारखं खायला घालायचा प्रयत्न करत होती.

माझ्या 'गणेश तलाई'च्या सुरुवातीच्या आयुष्यातली सगळ्यात जोरदार आठवण म्हणजे तिने बनवलेल्या मटणाच्या रश्श्याची चव. मी बऱ्याच ठिकाणी, रस्त्यावरच्या धाब्यापासून ते महागड्या हॉटेलपर्यंत, मटणाचा रस्सा खाल्ला आहे; पण मी खात्रीनं असं म्हणू शकतो की माझ्या आईनं तिच्या पाठीमागच्या खोलीत छोट्याशा चुलीवर केलेल्या रश्शाशी त्याची तुलनाच करता येणार नाही. तिच्या मसाल्याच्या प्रमाणात व मटण शिजवण्यात काहीतरी आहे नक्की व त्याचं तंत्र तिला अगदी मस्त जमलं आहे. मटण जर चांगलं शिजलेलं नसेल तर त्याचे तंतू दातात अडकतात. मला माहीत आहे की मी असं म्हणणं म्हणजे एका मुलानं अभिमानानं आईचं कौतुक केल्यासारखं वाटेल, पण ते खरंच तसं आहे. माझ्या पहिल्या भेटीत आईनं दिलेल्या मटणाच्या रश्शाची पाककृती मी टॅस्मेनियातसुद्धा करून पाहिली; पण तिनं स्वतः बनवलेला रस्सा सगळ्यात उत्तम होतो.

मी कधी ना कधी परत येणार, याची आशा माझ्या कुटुंबानं कधीच सोडून दिली नव्हती. त्याबद्दल या भेटीत आम्ही बरंच बोललो. माझ्या आईनं गुड्डूचं प्रेत पाहिलेलं होतं. त्यामुळे तिची खात्री पटली होती की गुड्डू नक्की गेला होता. तिनं मला

सांगितलं की तिनं गुड्डूसाठी जसा शोक केला तसा माझ्यासाठी केला नाही. कारण मी मेलो असेन यावर त्यांचा विश्वासच बसत नव्हता. मी जिवंत असणार याबद्दल त्यांना कुठेतरी विश्वास वाटत होता. माझ्या परत येण्यासाठी प्रार्थना करायचं माझ्या आईनं कधी सोडलं नव्हतं. ती आमच्या समाजातल्या बऱ्याच फकिरांकडे, धर्मगुरूंकडे मदत आणि सल्ला मागायला जाऊन आली. ते इतकंच म्हणायचे की तो आहे तिथं सुदृढ आहे, आनंदात आणि चांगल्या परिस्थितीत आहे. आश्चर्य म्हणजे, मी कुठे असेन असं विचारलं तर ते दक्षिणेकडे बोट दाखवून सांगायचे की 'तो त्या दिशेला आहे'.

मला शोधण्यासाठी त्यांनी शक्य ते सगळं केलं होतं. हे मोठं अशक्य असंच काम होतं, कारण मी कुठे गेलो असेन याची त्यांना काहीच कल्पना नव्हती; पण माझ्या आईनं तिच्याजवळ शिल्लक असलेले पैसे माझा शोध घेण्यात घालवले. लोकांना माझा शोध करायला लावायला. वेळप्रसंगी स्वतः आमच्या भागात व गावागावांतून फिरून माझ्याबद्दल माहिती काढण्यात तिनं पैसे खर्च केले. कल्लू म्हणाला की त्यांनी बुरहानपूर व खांडव्यातल्या पोलिसांशी बरीच बोलणी केली. मला शोधण्यासाठी लागणारे आणखी पैसे मिळवण्यासाठी कल्लूनं जास्त वेळ कामंसुद्धा केली. पण त्यांना माझ्याबद्दल काहीच कळलं नाही.

त्यांच्याजवळ पैसे असते तरी 'मुलगा हरवला आहे' म्हणून पत्रकंदेखील त्यांना छापता आली नसती. कारण माझे फोटोसुद्धा उपलब्ध नव्हते. प्रार्थना करणं इतकंच त्यांच्याजवळ उरलं होतं.

माझ्या लक्षात येऊ लागलं की आईचा शोध घेण्याच्या ध्यासानं माझ्या आयुष्याला जसं एक प्रकारचं वळण दिलं होतं, तसंच मी जिवंत आहे या विश्वासानं तिच्या आयुष्यालासुद्धा वेगळं वळण मिळालं होतं. ती माझा शोध नाही घेऊ शकली म्हणून तिनं दुसरा चांगला उपाय शोधला– ती होती त्याच ठिकाणी राहिली. सर्वांशी बोलता बोलता मी विचार करत होतो की तिला बुरहानपूरला कल्लू व त्याच्या बायकोबरोबर राहणं शक्य होतं, तरी ती 'गणेश तलाई' सोडून का गेली नव्हती. तिनं उत्तर दिलं की मी नाहीसा झालो तेव्हा ती जिथं राहत होती, तिथंच तिला राहायचं होतं. म्हणजे मी जर कधी परत आलो तर मला ती सापडली असती. मी तर तिचा विचार ऐकून उडालोच! आणि हे खरंच आहे की जर ती दुसरीकडे लांब गेली असती तर मला त्यांना शोधून काढणं शक्यच नव्हतं. मी मेलो नव्हतो, या तिच्या मनातल्या विश्वासातली शक्ती हाच माझ्या कथानकातला सगळ्यात अविश्वसनीय भाग आहे, असं आता मला वाटतं.

मी आतापर्यंत अनेक योगायोग आणि विलक्षण गोष्टी अनुभवल्या आहेत आणि त्या मी नुसत्याच स्वीकारायला शिकलो आहे असं नाही, तर मी त्यांच्याबद्दल

ऋणी आहे. कल्लू व शकिला या दोघांनी मला सांगितलं की आम्ही लहान असताना एकत्र खेळत होतो, एकत्र अंघोळी करत होतो, तेव्हा जी मजा करत होतो व खोड्या काढत होतो, त्याबद्दलच्या त्यांच्या आठवणी त्यांनी जपून ठेवल्या आहेत. होबार्टला, सुरुवातीपासून रोज रात्री झोपण्याच्या आधी मी माझ्या भारतातल्या कुटुंबीयांचा विचार करत होतो. त्यांच्याप्रमाणे मीसुद्धा आम्ही जो काळ आनंदानं एकत्र घालवला होता त्याचा विचार करत असे. मी माझ्या आईला 'मी बरा आहे व तिचा व इतरांचा सारखा विचार करत आहे', असा निरोप पाठवायचा सतत प्रयत्न करत होतो. ते सर्व जण अजून जिवंत व ठीक असतील, अशी आशा बाळगून होतो. घट्ट भावनिक संबंध अशा प्रकारच्या समभावना एकमेकांत निर्माण करत असतील का? हे असं खूप ओढून-ताणून विचार केल्यासारखं वाटतं खरं, पण मी अशा विनाकारण घडणाऱ्या कित्येक परिस्थितीतून गेलो आहे की मला ही शक्यतासुद्धा उडवून देता येत नाही. मला तरी असं वाटतं की आमचे निरोप एकमेकांना पोहोचत होते.

शेवटी माझ्या आईनं मला सांगितलं की ती एक दिवस अल्लाकडे कुटुंबासाठी दुवा मागत होती तेव्हा माझी प्रतिमा तिच्या मनात समोर येऊन उभी राहिली आणि लगेचच दुसऱ्या दिवशी मी 'गणेश तलाई'मध्ये व तिच्या आयुष्यात चालत आलो.

या भेटीत आम्ही, मी परत आल्यापासून आमचं सगळ्यांचंच आयुष्य कसं बदलत चाललं होतं, त्याबद्दल बोललो. आईनं मला सांगितलं की बातमीला इतकी प्रसिद्धी मिळाल्यामुळे बऱ्याच कुटुंबांची इच्छा होती की त्यांच्या मुलीचं लग्न माझ्याशी व्हावं; पण तिनं मला सांगितलं की लग्नाबद्दलचा निर्णय तुझा व केवळ तुझाच असेल. मी परत तिला लिसाविषयी सांगण्याचा प्रयत्न केला. आम्ही दोघं एकत्र सुखी होतो; पण आमचा लगेचच लग्न करण्याचा विचार नव्हता. हे ऐकून ती जरा साशंक दिसली. माझ्या भावाचं व बहिणीचं लग्न होऊन त्यांना मुलं झाली होती. माझी आई म्हणाली की ती जाण्याअगोदर (किंवा तिनं म्हटल्याप्रमाणे 'देवाच्या घराचा रस्ता धरण्याआधी) मीसुद्धा तेच करावं अशी तिची इच्छा होती. ती हे जग सोडून जाण्याआधी माझी या जगात कोणीतरी काळजी घेणारं तिला हवं होतं.

शकिला व कल्लू दोघेही म्हणाले की त्यांना कधीतरी ऑस्ट्रेलियाला भेट द्यायला आवडेल; पण माझ्या आईला वाटलं की हा प्रवास करण्यासाठी तिची तब्येत फार नाजूक होती. शकिला म्हणाली की, तिला कांगारू किंवा 'सिडनी ऑपरा हाउस' बघण्यात रस नव्हता; पण ज्या घरात मी वाढलो ते तिला बघायचं होतं. त्यांना माझं ऑस्ट्रेलियन कुटुंब बघायचं होतं. ते असंसुद्धा म्हणाले की रोज ते मशिदीत त्यांच्यासाठीसुद्धा प्रार्थना करत होते.

सगळ्यात भावस्पर्शी विचार माझ्या आईनं मला सांगितला तो म्हणजे जर मला कधीही भारतात येऊन राहायचं असेल तर मला सुखी ठेवण्यासाठी माझ्यासाठी नवं

घर बांधायला तिला आवडेल व त्याच्यासाठी लागतील ते कष्ट करायला ती तयार होती. अर्थात माझा उद्देश त्याच्या अगदी उलटा होता. मला तिला 'घर' द्यायचं होतं आणि तिला सुखात ठेवायला मी काहीही करायला तयार होतो.

कुटुंबात पैशाचा विषय जरा अवघड असतो, पण मला मिळालेल्या सौभाग्यात मला त्यांना सामील करून घ्यायचं होतं. माझ्या भारतीय कुटुंबाच्या मानानं मी श्रीमंत होतो. माझ्या इतक्या वार्षिक उत्पन्नाचा ते फक्त स्वप्नातच विचार करू शकत होते. मला समजत होतं की या बाबतीत मला काळजीपूर्वक पावलं उचलण्याची गरज होती. पैशामुळे आमचं नव्यानं जोडलेलं नातं मला बिघडायला किंवा अवघड व्हायला नको होतं.

आम्ही चौघांनी आईसाठी कशा प्रकारे सोय केली तर सगळ्यांना फायद्याची होईल याच्यावर चर्चा केली. माझ्या आईला घरकामाचे महिन्याला १२०० रुपये मिळत होते. मी लहान असताना ती मिळवत होती त्यापेक्षा जास्त होते. पण तरीही (भारतातील प्रांतीय तफावत लक्षात घेऊनसुद्धा) अगदीच कमी होते. आम्ही तिच्या उत्पन्नात भर कशी घालायची ते ठरवलं. मी माझ्या भावंडांना सांगितलं की मला आईसाठी घर घ्यायला आवडेल. मग आम्ही तिला 'गणेश तलाई' सोडून शकिला किंवा कल्लूजवळ राहायला आवडेल का, याची चर्चा केली; पण तिला ती होती तिथंच राहावंसं वाटत होतं. तिनं तिचं सगळं आयुष्य काढलं होतं त्या वस्तीतच तिला राहायचं होतं. मग आम्ही तिला तिथेच दुसरं काहीतरी किंवा ती राहत होती तेच घर, सर्व डागडुजी करून घ्यायचं ठरवलं.

माझ्या वडलांचा विषय निघणं अटळ होतं. माझा भाऊ व बहीण त्यांना माफ करायला अजिबात तयार नव्हते. मी परत आलेल्या बातमीला मिळालेली प्रसिद्धी वडलांनी बघितलीच असणार, याबद्दल त्या दोघांना शंका नव्हती. जर ते आले व त्यांना कितीही पश्चात्ताप झालेला असला तरी त्यांना परत पाठवून द्यायचं, या निर्णयावर ते दोघंही ठाम होते. आम्ही लहान असताना जेव्हा आम्हाला त्यांची अतिशय गरज होती, तेव्हा ते आम्हाला सोडून गेले होते. त्या वेळेस त्यांनी जे ठरवलं त्यालाच धरून त्यांनी आताही राहावं, असं त्यांचं मत होतं. ते दोघं गुड्डूच्या मरणाबद्दलही त्यांनाच दोषी मानत होते. जर ते आम्हाला सोडून गेले नसते तर गुड्डूला असं रेल्वेगाड्यांवर धोक्याचं काम करावं लागण्याची गरज भासली नसती. त्यांच्या दृष्टीनं, आमचं भवितव्य तेव्हाच ठरलं जेव्हा आमचे वडील गरोदर असलेल्या आमच्या आईच्या पुढ्यात दुसरी बायको घेऊन आले.

जरी माझ्या कुटुंबानं त्यांच्याशी कुठल्याही परिस्थितीत संबंध न ठेवण्याची शपथ घेतली होती तरी मला मनातून तसं वाटत नव्हतं. जर त्यांना स्वतःच्या वागण्याचा पश्चात्ताप होत असेल तर त्यांना माफ करायला मी तयार होतो.

कदाचित माझा स्वतःवरचा ताबा राहिला नसेल, अशा परिस्थितीत मीसुद्धा एखादा चुकीचा निर्णय घेण्याची शक्यता होती. मला वाटतं, त्यांनी एक चुकीचा निर्णय घेतला आणि पुढचेही निर्णय त्यामुळे चुकत गेले. चूक केली म्हणून मी त्यांचा द्वेष करू शकत नव्हतो. ते माझे वडीलच राहणार होते, जरी मी त्यांना ओळखत नव्हतो. मला असं सारखं वाटत राहिलं की, माझं कुटुंबाशी झालेलं पुनर्मिलन त्यांच्याशिवाय अर्धवट राहील.

मला नेहमीच शंका होती की मला भेटण्याची त्यांना इच्छा असेल की नाही. पण माझ्या वास्तव्याच्या शेवटाला त्यांच्याशी अजूनही संपर्कात असलेल्या एका माणसाकडून मला निरोप आला. वडलांनी मी परत आल्याचं ऐकलं होतं व ते रागावले होते की कुटुंबापैकी कुणीच त्यांना कळवलं नव्हतं. त्यांना गेले काही दिवस बरं नव्हतं; पण त्यांना मला भेटायचं होतं. त्यांच्या निरोपानं माझी कोंडी आणखीनच वाढली. त्या निरोपात काही दयामाया नव्हती; पण मलासुद्धा ते आजारी असताना त्यांच्या विरुद्ध माझं मन घट्ट करणं शक्य नव्हतं. परंतु भोपाळला जाऊन येण्यासाठी पुरेसा वेळ नव्हता. त्यामुळे कुटुंबीयांना विचारण्याचा व त्यांचा होकार मिळवण्याचा प्रश्नच आला नाही. त्या भेटीचा विचार आता मला तात्पुरता सोडून द्यायला लागणार होता.

मला भेटायला बरेच दिवस एक जण उत्सुक होता व तो म्हणजे रोचक. तो एक विशीतला स्थानिक वकील होता व 'खांडवा : माय होम' या फेसबुक गटाचा ॲडमिनिस्ट्रेटर होता. तो मला हॉटेलमध्ये भेटायला आला. त्याच्या नावाशी एक चेहरा जोडला गेला, हे बरं झालं. मी बरोबर ठिकाण शोधलं होतं किंवा नाही, हे पक्कं करण्यासाठी त्याचा 'फेसबुक' वरचा गट अतिशय महत्त्वाचा ठरला होता. मी होबार्टमध्ये कॉम्प्युटरवरून मार्ग शोधत होतो, त्या होबार्टपासून खांडव्याला येण्याचा सगळ्यात चांगला मार्ग ठरवायला रोचकनी मदत केली होती. 'फेसबुक'नं मला माझ्या कुटुंबापर्यंत पोहोचवण्यात 'गुगल अर्थ' इतकीच मदत केली होती.

रोचकचे समोरासमोर आभार मानता आले, म्हणून मला आनंद झाला. माझ्या कथानकात कारंज्याचं व स्टेशनजवळच्या सिनेमाचं ठिकाण नक्की करण्यात (मी म्हणत होतो तो सिनेमा बंद पडला होता याबद्दल त्याची एकदा खात्री पटल्यावर) तो व त्याचे 'फेसबुक'वरचे मित्र भाग घेऊ शकले, याचा त्यालाही खरंच खूप आनंद झाला. दुर्दैवानं, त्या वेळेस तो मला त्या ठिकाणांचे फोटो पाठवायला विसरला होता व मीही त्याच्या मागे लागलो नव्हतो. आता रोचकला वाटलं की जर त्याला कल्पना असती की ही माहिती मी कशासाठी मागत होतो, तर तो मला आणखी मदत करू शकला असता. त्या वेळी मी काय करत होतो, ते कुणाला सांगायलाही मी लाजत होतो व धजत नव्हतो.

माझ्या घरी परत येण्याची बातमी जेव्हा फुटली तेव्हा रोचक बाहेरगावी गेला होता. पण जेव्हा त्यानं त्याच्या 'फेसबुक'च्या खांडव्याच्या गटाला १५० नवे सदस्य मिळालेले पाहिले, तेव्हा काय झालं असेल ते त्याच्या लक्षात आलं. त्यांतले अर्धे सदस्य तर भारतीयसुद्धा नव्हते.

इंटरनेटमुळे खूप लांब असलेल्या खांडव्यासारख्या प्रादेशिक भागात राहणारे लोक व जगभरातले लोक ज्या पद्धतीने जोडून येत होते, ते त्याला फार आवडत होतं. यामुळे लोकांची क्षितिजं वाढत होती व एरवी अशक्य होते असे संबध आता जोडले जात होते. काही लोक 'फेसबुक'वरच्या संबंधांची चेष्टा करतात व म्हणतात की तुम्ही खऱ्या जगातले खरे मित्र केले पाहिजेत. रोचकनं इंटरनेटवरून मला अतिशय परिणामकारक अशी मदत केली होती आणि मैत्रीसाठी याच्यापेक्षा चांगला पाया असूच शकत नाही.

जाण्याआधी रोचकनं मला एका हिंदू वचनाची आठवण करून दिली – 'सगळं विधिलिखित असतं.' नियती ठरवलेला मार्ग घेते. त्याला वाटलं की माझं घर व कुटुंब शोधणं तसंच त्यांनी मला मदत करणं, हे सर्व आमच्या प्रारब्धाचा भाग होतं.

रोचकनं मला आणखी एक शेवटची मदत केली होती. त्यानं मला बुरहानपूरला जाण्याच्या दीड तासाच्या प्रवासासाठी टॅक्सी व ड्रायव्हर मिळवायला मदत केली होती. पुढच्या प्रवासाला दुःखद आठवणींचं ओझं घेऊन सुरुवात करण्याआधी मी बुरहानपूरला एक रात्र राहणार होतो.

आता मला ट्रेन पकडायची होती.

परत जाणं

माझ्या भूतकाळातल्या वाकुल्या दाखवणाऱ्या भुतांना शांत करण्यासाठी मला आणखी एक गोष्ट करायचीच होती. मला कोलकात्याला आता एक प्रौढ व्यक्ती म्हणून जायचं होतं आणि तिकडे जाण्यासाठी मी बुरहानपूरहून ट्रेन घेणार होतो (अगदी जशी पाच वर्षांचा असताना बंदिवासात अडकून पडलेल्या व घाबरलेल्या अवस्थेत मी पकडली होती तशी) आणि कुठल्या आठवणी जागृत होतात, ते मला बघायचं होतं.

भारतामध्ये रेल्वेचं तिकीट काढणं, ही सरळ सोपी गोष्ट नाही. असतात त्या मर्यादित जागांसाठी अतिशय मारामारी असते. तुम्हाला तिकिटाबरोबर तपासून खात्री करून घ्यावी लागते म्हणजे प्रवासात तुमच्या जागेवर आधीच कुणी येऊन बसणार नाही व ती जागा संपूर्ण प्रवासात तुमचीच राहील याची हमी मिळेल. त्यात जर तुम्हाला नक्की कुठे जायचं आहे ते माहीत नसेल तर मात्र तिकीट काढणं आणखीच कठीण होऊन बसतं. म्हणून कुठल्या ट्रेननी मला पूर्वी देशाच्या एका टोकापासून दुसऱ्या टोकाला नेऊन आणलं होतं ते शोधून काढायला मला मदत लागणार होती.

स्वर्णिमा व मी खांडवा स्टेशनवर भेटलो. नुकताच तिकिटाच्या खिडकीवरची लांब रांग सोडून मी आलो होतो; कारण मला कळून चुकलं की हिंदी बोलता न आल्यामुळे मला ज्या मदतीची जरूर होती, ती तिथं मिळणं कठीण होतं. या संबंध प्रक्रियेत मला पराभव झाल्यासारखं वाटत होतं, त्यामुळे स्वर्णिमाची मदत माझ्यासाठी अमूल्य होती. बुरहानपूरमधून गाड्या फक्त उत्तर-पूर्वेला किंवा दक्षिण-पश्चिमेला जातात. आम्ही दोघांनी मिळून बघितलं की या दोन्ही दिशांनी कोलकात्याला जाणं शक्य होतं. त्यातला दक्षिणेला जाणारा मार्ग भुसावळमधून जात होता. रेल्वेचं महत्त्वाचं केंद्रबिंदू असलेल्या भुसावळमधून एक रेल्वेलाइन साधारण पूर्वेकडे देशाच्या

दुसऱ्या टोकाला जात होती. दुसरी रेल्वेलाइन उत्तर-पूर्वेकडे जाऊन शेवटी वळून पश्चिम बंगालच्या राजधानीकडे जात होती. म्हणजे उत्तर दिशेकडचा प्रवास कुठलीही ट्रेन न बदलता करणं शक्य होतं.

मी पंचवीस वर्षांपूर्वी घेतले असण्याची शक्यता होती असे हे दोन मार्ग मला दाखवण्यात येत होते, तेव्हा त्या वेळच्या आठवणींतल्या काही त्रुटी माझ्या लक्षात आल्या. एका छोट्या तपशिलात माझी चूक झाली होती. मला नेहमी वाटत आलं होतं की ट्रेनमध्ये मला जाग आली व नंतर त्याच दिवशी मी कोलकत्त्याला बारा ते पंधरा तासाच्या प्रवासानंतर पोहोचलो. सगळ्यांना मी असंच सांगत आलो होतो आणि 'गुगल' वर करत असलेल्या शोधाचा तोच पाया होता; परंतु बुरहानपूरहून कोलकात्याला तेवढ्या वेळात जाणं मुळी शक्यच नव्हतं. उत्तरेकडच्या बाजूनं हा १६८० किलोमीटर्सचा प्रवास आहे आणि भुसावळमधून गेल्यास फक्त १०० किलोमीटरर्सने कमी. हा प्रवास जवळजवळ एकोणतीस तास घेणार. मला माहीत होतं की मी बुरहानपूरला ट्रेनमध्ये रात्री चढलो. म्हणजे मी आणखी एक रात्र प्रवासात काढली असणार. मी कदाचित दुसरी संबंध रात्र झोपलो असणार किंवा बहुतेक घाबरलेल्या अवस्थेत, धसके व भीतीचे आलटून पालटून माझ्यावर येणारे हल्ले झेलता-झेलता, किती वेळ लागला याचं भानच राहिलं नसावं. कुठलाही मार्ग घेतला असला तरी मला आठवत होतं त्यापेक्षा हा प्रवास बऱ्याच वेळाचा होता, हे उघड होतं.

आता कळतयं की मी 'गुगल अर्थ'वर काटेकोर शोध घेऊनही इतका वेळ काहीच का सापडत नव्हतं. मी देशाच्या चुकीच्या भागात शोधत होतो इतकंच नाही तर पश्चिमेकडे धुंडाळत असताना मी जे क्षेत्र निवडलं होतं ते ही कोलकात्याच्या खूप जवळ होतं, कारण माझा अंतराचा अंदाज, मी कल्पना केलेल्या वेळेत किती लांबवर गेलो असणार याच्यावर आधारलेला होता. मला शेवटी बुरहानपूर सापडलं कारण मी कर्मधर्म संयोगानं ठरवलेल्या शोध क्षेत्राच्या बाहेर बघितलं म्हणून. जर मला वेळेची बरोबर कल्पना असती तर मला ते लवकर मिळालं असतं का? कदाचित नसतंसुद्धा. कारण मी ठरवलं होतं की शोध घेण्याची सगळ्यात विश्वसनीय पद्धत होती, ती म्हणजे कोलकात्यामधून बाहेर जाणारे लोहमार्ग तपासून पाहणे. तसं केलं असतं तरी मी ते तपासून पाहण्यात बराच वेळ घालवला असता आणि मला बरंच अंतर पुढे जायला लागलं असतं. मला वाटतं की ठरवलेल्या शोध क्षेत्राचा तपास पूर्ण करूनही मला यश आलं नसतं तर मी ते क्षेत्र आणखी रुंदावलं असतंच आणि पुढे जात राहिलो असतो. सरतेशेवटी मी माझ्या गावाला पोहोचलोच असतो, असं म्हणायला मला नक्कीच आवडेल.

या दोन मार्गांपैकी कुठल्या मार्गावर तिकीट आरक्षित करू, हा विचार करत

असतानाच मी बरेच दिवस गृहीत धरलेल्या आणखी एका गोष्टीला आव्हान दिलं गेलं. मला नेहमी खात्रीनं वाटत होतं की मी व गुड्डू ट्रेनमधून उडी मारून फलाटावर उतरल्यानंतर मी एका बाकड्यावर झोपून गेलो व जाग आली तेव्हा जी समोर आली त्या ट्रेनमध्ये मी चढलो. हे सर्व मी कधीही फलाट सोडून न जाता घडलं होतं. आम्ही खांडव्याहून दक्षिणेला बुरहानपूरकडे चाललो होतो म्हणजे त्या लोहमार्गावरची कुठलीही दुसरी ट्रेन दक्षिणेलाच जात असणार आणि त्या दिशेनं तुम्ही ट्रेन बदलल्याशिवाय कोलकात्याला जाऊच शकत नव्हता. मला मान्य करणं भाग आहे की एक तर ज्या फलाटावर गुड्डूनं मला सोडलं होतं, तिथून मी हललो नाही हे माझं म्हणणं चुकीचं होतं. तसं झालं असतं तर मी उत्तरेकडे जाणारी ट्रेन घेऊन सरळ कोलकात्याला पोहोचलो असतो. दुसरी शक्यता होती की कदाचित मी दक्षिणेकडे गेलो असेन व कुठेतरी ट्रेन बदलली असणार.

मी आधी म्हटल्याप्रमाणे माझ्या त्या भयानक रात्रीच्या आठवणी अगदी स्पष्ट नाहीत. कधीकधी मला वाटतं की काही गोष्टी अशा आहेत की त्या मला अंधूकपणेच आठवतात. वेळप्रसंगी त्या माझ्या डोळ्यांसमोर चमकतात. मी ट्रेन मध्ये होतो व मला बाहेर पडता येत नव्हतं, ही जरी माझी सगळ्यात ठळक आठवण असली तरी ट्रेन स्टेशनवर होती, मी उतरलो व दुसऱ्या गाडीत चढलो, अशा मोडक्यातोडक्या आठवणीसुद्धा मला आहेत, ज्या माझ्या मनात कुठेतरी हेलकावत असतात. या ट्रेनमधल्या प्रवासाच्या आठवणींपेक्षा निराळ्या आहेत, पण त्यांची मला खात्री देता येत नाही. याचा अर्थ असा होतो का की मी पहिल्यांदा दक्षिणेकडे जाणारी ट्रेन घेतली आणि प्रवास संपला म्हणून ती थांबली व चुकीच्या मार्गावर होतो हे मला कळलं आणि म्हणून परत येण्यासाठी मी ट्रेन बदलली? असं होणं शक्य होतं. म्हणजे मी भुसावळला पोहोचलो असेन व चुकून पूर्वेकडे कोलकात्याला जाणारी ट्रेन घेतली असणार.

एकदा का मी ट्रेन बदलली असण्याची शक्यता विचारात घेतली की या दोन्हीतला कुठला मार्ग मी तेव्हा निवडला असेल ते ठरवणं शक्य नव्हतं. भुसावळला ट्रेन बदलली असती तर ती मला नागमोडी वळणं घेत पूर्वेकडे घेऊन गेली असती, पण कदाचित मी यशस्वीपणे परत उत्तरेकडे बुरहानपूरला जाणारी ट्रेन घेतलीही असेल. मग वाटेत स्टेशन येईपर्यंत झोपून गेलो असेन व नंतर ट्रेन उत्तरेकडे कोलकात्याच्या वाटेकडे ओढली गेली असणार. कदाचित जी दक्षिणेकडे जाणारी ट्रेन मी सुरुवातीला घेतली होती तीच, मी झोपलेलो असताना कुठल्यातरी ठिकाणी वळून उत्तरेकडे गेली असेल. किंवा मी झोपलो होतो तो डबा दुसऱ्या इंजिनला जोडण्यात आला असेल जे इंजिन मग उत्तरेकडे गेलं असेल. मला आता मान्य करायलाच हवं की खरं काय झालं हे मला कधीच कळू शकणार नाही. ते नेहमीच गूढ राहील.

मला वाटलं की, जर मी लहानपणी केला होता तसाच तंतोतंत प्रवास मी खात्रीपूर्वक करणार नसेन तर मग मी कुठला मार्ग निवडतो हे महत्त्वाचं नव्हतं. मुख्य कल्पना होती की लांबवरचा प्रवास करून तो किती अफाट होता ते अनुभवायचं किंवा मनात रुतून बसलेल्या आठवणी मोकळ्या करून द्यायच्या, तसंच काहींवर पडदा टाकायचा. मनात हा हेतू असल्यामुळे मला वाटलं की, ट्रेनमध्ये मी बराच वेळ अडकलो होतो या माझ्या मुख्य आठवणीला धरून अगदी सरळ उत्तर-पूर्वेकडचा मार्ग मी पकडावा. अगदी प्रामाणिकपणे सांगायचं तर काही प्रमाणात या मार्गावरचं नियोजन करणं सोपं होतं व प्रवास आरामात करण्यासारखा होता. या मार्गावरची एक ट्रेन बुरहानपूरहून पहाटे निघत होती. दक्षिणेकडे जाणारी ट्रेन घेण्यासाठी मला भुसावळला रात्री उशिरा जाऊन नंतर पूर्वेकडे जाणारी ट्रेन घेण्यासाठी पहाटेपर्यंत थांबावं लागलं असतं.

जी ट्रेन मी घ्यायची ठरवली ती 'कोलकता मेल' होती व ती त्याच मार्गावरून ऐंशीच्या दशकात 'कोलकता मेल' म्हणून धावत होती. ती पश्चिम समुद्रकिनाऱ्यावरील मुंबईहून सुरू होऊन बुरहानपूरला पहाटे ५:२०ला पोहोचत होती. म्हणून तिच्याच नावाच्या पूर्वेच्या राजधानीकडे (कोलकात्याकडे) जाण्याचा तिचा प्रवास सुरू होण्याआधी मला तिथं रात्रीच पोहचण्याची गरज होती. खरंतर, पूर्वी जरी मी सरतेशेवटी उत्तर-पूर्वेच्या मार्गावर पोहोचलो होतो तरी ही ट्रेन मी लहान असताना घेतली असण्याची शक्यता नव्हती. ती बुरहानपूर स्टेशनवर अगदी दोनच मिनिटं थांबते. तेवढ्यात कंडक्टर नवीन प्रवाशांची नावं त्याच्याकडच्या यादीमध्ये तपासून घेत असे. स्टेशन सोडण्याच्या आधीच मी कसा ट्रेनवर चढून झोपलो असेन? मला नक्की खात्री आहे की तेव्हा तिथं कुणीही कंडक्टर नव्हता. खरं तर हे मोठं गूढच आहे की मी या दिव्यातून जात असताना मला कुठंही कंडक्टर दिसला नाही. वेगवेगळ्या राज्यांमधून जाणाऱ्या ट्रेनमध्ये कंडक्टर नेहमीच असतात; परंतु याच कारणामुळे, घरी जायचा मार्ग शोधत असताना मी कोलकात्यापासून फार लांब जाऊ शकलो नव्हतो. कंडक्टरना टाळत होतो म्हणून नकळत मी स्थानिक ट्रेनच पकडत होतो. (यातही नशिबाचाच भाग होता. जर मी कोलकाता सोडून जाण्यात यशस्वी झालो असतो तर मी मध्य प्रदेशात न पोहोचता आणखीनच कुठेतरी जाऊन पोहोचण्याची शक्यता जास्त होती आणि प्रश्न अजूनच बिकट झाला असता. मी दोनदा नाही तर तीनदा हरवलो असतो. कोलकात्याच्या बाहेर मी कुठल्याही दत्तकसंस्थेला सापडलो नसतो.) आधी ज्या टप्प्यांनी प्रवास केला होता तसाच अगदी परत करण्याचा बेत करून मला गुंता आणखी वाढवायचा नव्हता. म्हणून मी 'कोलकत्ता मेल' ही गाडी नक्की केली व रोचक आणि स्वर्णिमाच्या मदतीनं सगळं व्यवस्थित ठरवलं. बुरहानपूरला जाण्यासाठी मला मोटारगाडी न्यायला आल्यावर मी आईचा शेवटचा निरोप घ्यायला

निघालो. आतापर्यंत स्वर्णिमा पुण्याला कामावर परत गेली होती. ती पुण्यालाच राहत होती. चहा पीत निरोप घेत असताना शेरील आमच्या शेवटच्या काही मिनिटांच्या संभाषणात मदत करायला होती. आम्ही सगळ्या कुटुंबाचे फोटो काढले. आता मी ते फोटो बघतो तेव्हा मला प्रकर्षानं जाणवतं की मी किती माझ्या आई व भावंडांसारखा दिसतो.

माझी आई व शेरील मला मोटारीपर्यंत सोडायला आल्या. एक हरवलेला मुलगा आपल्या कुटुंबाचा परत निरोप घेताना बघण्याचं कुतूहल असलेल्या स्थानिक लोकांचा जमाव सारून आम्ही गाडीकडे गेलो. हे दूर जाणं अगदी हृदय पिळवटून टाकणारं होतं. मी हरवलो होतो तो दिवस आम्ही पुन्हा घडवून आणत होतो. आदल्या वेळी मी अशाच प्रवासाला निघालो होतो, तेव्हा मी कुणाचा निरोप घेतला नव्हता. आता, पाव शतकानंतर मात्र माझ्या आईने मला हसतहसत घट्ट मिठी मारली. जरी हा प्रसंग तिच्या व माझ्यासाठी अत्यंत भावस्पर्शी होता (माझ्यासाठी जरा जास्तच) तरी तिला या वेळेस मी परतणार नाही अशी चिंता नव्हती. तिला कळलं होतं की, आम्ही एकमेकांना नेहमीच शोधून काढू.

लोकांच्या फटाक्यांच्या साठ्यातले उरलेले शेवटचे बाण आकाशात उडवले जात होते व त्यांनी आकाश उजळून निघत होतं. ते बघत मी माझ्या हॉटेलच्या आवारातच संध्याकाळ घालवली. मला माहीत होतं की 'कोलकता मेल'चा प्रवास करून माझ्या मूळ प्रवासातल्या सर्व गूढ गोष्टी उलगणार नव्हत्या. खरं तर हा प्रवास मला बेचैन करत होता आणि ज्या माझ्या आठवणींच्या जोरावर मी माझी ओळख ठरवत होतो त्यापैकी कितींना आव्हान दिलं जाईल, हा प्रश्न मला भेडसावत होता.

मला असं सांगण्यात आलं होतं की कुठल्याही प्रकारचा धोका टाळण्यासाठी मी स्टेशनवर एक तास आधी पोहोचावं. म्हणून झोपायला जायच्या आधी मी तीन वाजून दहा मिनिटांचा गजर लावला. मला गजर लावण्याची गरज नव्हती कारण दरवाजावरच्या ठकठकने मला जाग आणली. मी दरवाजा उघडला तर एक सैनिकी जाकीट घातलेला तरुण मुलगा तिथे उभा होता. त्याचं तोंड डोक्यावरच्या फडक्यानं झाकलं गेलं होतं. तो हॉटेलने माझ्यासाठी बोलावलेला ऑटोरिक्षा ड्रायव्हर होता, अशी त्यानं स्वतःची ओळख करून दिली. हॉटेलात गरम पाणी नव्हतं म्हणून मी गार पाण्याच्या फवाऱ्यानंच स्वतःला जागं केलं व बरोबर चार वाजता हॉटेलमधून निघून बाहेरच्या अंधारात पाऊल टाकलं. माझं सामान तीन चाकी ऑटोमध्ये भरलं आणि आम्ही शांत रस्त्यावरून वेगानं निघालो. जाताजाता बांधून पूर्ण झालेल्या किंवा बांधत असलेल्या सदनिकांची संकुलं व लवकरच नव्यानं तयार होणाऱ्या सदनिकांचे रस्त्यावर लावलेले रंगीबेरंगी जाहिरातींचे फलक मागे टाकत जात होतो. जिम, पोहोण्याचे तलाव व इतर आकर्षक सोयी असलेल्या नवीन इमारतींच्या अशा

जाहिराती मी भारतभर पाहिल्या. यात देशातल्या आर्थिक सुबत्तेचंच प्रतिबिंब मला दिसून येत होतं.

सूर्य वर येईपर्यंत चांगलं गार होतं. प्रवासाच्या उत्सुकतेमुळे मी रात्रभर झोपलेलो नव्हतो म्हणून मला जागं ठेवायला गार वाऱ्याची झुळूक मदत करत होती, ती स्वागतार्हच होती. आजूबाजूला, छपराखाली गायी व डुकरं घोळक्यानं झोपलेली मला दिसत होती.

आम्ही स्टेशनच्या बाहेर थांबलो. इथं काही लोक घोळका करून बसले होते व काही ब्लँकेटं अंगावर ओढून जमिनीवर झोपले होते. त्यांना तसं पिशव्यात गुंडाळल्यासारखं बघणं अस्वस्थ करणारं होतं. आतमधल्या, दिव्यांनी लखलखणाऱ्या लाल फलकामुळे मला समजलं की ट्रेन एक तास उशिरा येणार होती. इतकं काळजीपूर्वक नियोजन करून शेवटी ही तऱ्हा!

ज्या स्टेशनवरून माझा कोलकात्याचा पहिला प्रवास सुरू झाला होता तिथं आजूबाजूला बघायला आता मला भरपूर वेळ मिळाला. ही जागा जशी आठवत होती तशीच आहे असं वाटलं, तरी काही गोष्टी बदलेल्या दिसल्या. ज्याच्यावर त्या रात्री मी झोपलो होतो त्या फलाटावरची बाकं लाकडाच्या पट्ट्यांची होती असं मला आठवत होतं. पण आता ती लाकडी चौकटीत बसवलेल्या चकचकीत ग्रॅनाइटची होती. शिवाय, 'गणेश तलाई' मी लहान होतो तेव्हापेक्षा आता घाण दिसत होतं. आणि बुरहानपूर स्टेशन पूर्वी घाणेरडं आणि कचऱ्यानं भरलेलं वाटायचं; पण ते आता खूप स्वच्छ दिसत होतं. एक पोलीस अधिकारी फलाटावर थुंकणाऱ्या माणसाला पकडताना दाखवत असलेलं एक भित्तिपत्रक भिंतीवर लावलं होतं.

मी जेव्हा समोरच्या फलाटाकडे बघितलं, तेव्हा माझी खात्री झाली की त्याच फलाटावरून मी गुड्डूला शोधताशोधता ट्रेन पकडली होती. जरी शेवटी मी बुरहानपूरमधून उत्तरेच्या मार्गावर गेलो असलो तरी मी प्रथम सरळ दक्षिणेकडे प्रवास केला असणार. माझ्या डोक्यात नानाप्रकारच्या जाण्यायेण्याच्या शक्यता फेर धरू लागल्या.

एक चहावाला दुसऱ्या फलाटावर चहाचं दुकान मांडून बसला होता, त्यानं मला त्याच्याकडे बघताना पाहिलं व माझं लक्ष वेधलं. दुसरं काही करायला नव्हतं म्हणून मीसुद्धा त्याच्याकडे हात हलवून सूचित केलं की मला कपभर चहा आवडेल. त्यानं हात दाखवून मला होतो तिथंच उभं राहायला सांगितलं व तो हातातल्या थाळीत चहाचा कप सांभाळत, खाली उडी मारून, रूळ ओलांडून माझ्याकडे आला. तो परत त्याच्या फलाटावर चढतो न चढतो तेवढ्यात एक मालगाडी स्टेशनमधून धडधड आवाज करत गेली– जबरदस्त व भीतिदायक दृश्य! ऑस्ट्रेलियात स्टेशनवर येताना ट्रेनचा वेग कमी होतो; पण इथं अवाढव्य ट्रेन्स, दर ठरावीक वेळाने फलाट हादरवत वेगानं जात असतात. चहावाला या ट्रेन्सच्या सहवासातच राहत

होता व म्हणून वेळेचा अंदाज कुशलतेने बांधू शकत होता; परंतु एखाद्याचं मन दुःखी असेल किंवा दोषी वाटत असल्यामुळे मन विचलित झालं असेल तर त्याला तो अंदाज बांधणं खूपच कठीण जाईल आणि जर कोणाचा अंदाज चुकला तर काय होईल याचा विचार केल्याशिवाय मी राहू शकलो नाही. गुड्डूचं असंच झालं असेल का?

त्या वेळी मी ट्रेन घेतली होती तेव्हा कुठल्या फलाटावरून घेतली होती किंवा मी एकाच ट्रेनमधून प्रवास केला होता की दोन याबद्दल गोंधळ असला तरी ट्रेनमध्ये चढून गुड्डूला शोधत असल्याची, एका बाकड्यावर गुंडाळी करून झोपल्याची आणि मग परत उठून झोपून जातानाची; रिकाम्या डब्यात उन्हाच्या भगभगीत प्रकाशामुळे जाग आल्याची आणि बेफामपणे पुढे जात राहिल्याची, अशा अनेक स्पष्ट प्रतिमा माझ्या डोक्यात आहेत, भले त्या एकमेकांशी संबंधित नसल्या तरी! मार्गावर एकातरी ठिकाणी ट्रेन थांबल्याची आणि आजूबाजूला कोणी नसल्याची व बाहेर जाण्याचे दरवाजे कधीच उघडू न शकल्याची आठवण मला आहे. मी खूप गोंधळून व घाबरून गेलो होतो, त्यामुळे मी वेळेचं भान ठेवू शकलो नाही याचं काही आश्चर्य नाही. माझ्याएवढ्या वयाच्या मुलाला तो अनंतकाळ वाटला असावा.

उजेड व्हायला लागला. लोक फलाटावर हळूहळू येत होते. असं वाटलं की ट्रेन उशिरा येणार हे सगळ्यांना आधीपासून माहीत होतं. काही जणांनी स्वतःला असं लपेटून घेतलं होतं की जणू काही तापमान गोठणबिंदूच्या खाली गेलं होतं. कदाचित इतक्या गरम हवेच्या ठिकाणी सकाळची थंड हवा स्थानिक लोकांना बाधत असेल. ते जाडजूड सुटकेसेस, बॅगा, वळकट्या आणि घरी वापरायची उपकरणं बॉक्समध्ये बांधून घेऊन जात होते. जसा चांगला उजेड व्हायला लागला तसा मला स्टेशनच्या मागच्या पाण्याच्या टाकीचा मनोरा दिसू लागला. आधी 'गुगल अर्थ' मधून शोध घेताना आकाशातून बुरहानपूर ओळखायला मला त्याचीच मदत झाली होती. नशीब म्हणजे तो हलवला किंवा पाडला गेला नव्हता, नाहीतर मला ही जागा ओळखताच आली नसती.

सकाळ होताहोताच 'कोलकता मेल' स्टेशनात शिरली. अरबी समुद्रावरच्या मुंबईपासून तिनं अगोदरच आठ तासांचा पाचशे किलोमीटरचा उत्तर-पूर्वेकडचा प्रवास केला होता. माझा डबा थांबणार होता त्या ठिकाणी येऊन मी उभा राहिलो. आणि कंडक्टरनं प्रवाशांची यादी तपासून मला डब्यात सोडलं. माझी आरक्षित जागा मला सापडली. मला हा प्रवास पहिल्यांदा झाला होता तसा त्रासदायक पद्धतीनं करायचा नव्हता, म्हणून मी 'फर्स्ट क्लास'चं तिकीट आरक्षित केलं होतं. मी कबूल करतो की हा 'फर्स्ट क्लास' अगाथा ख्रिस्टीच्या 'ओरिएंट एक्स्प्रेस'मधल्या फर्स्टक्लाससारखा असेल अशी मला आशा होती, पण त्यापेक्षा तो जरा कमी

दर्जाचा निघाला. या ट्रेनवर ऐशआराम देणारे डबे नव्हते किंवा सोन्याची बटणं असलेले कडक पांढरे कपडे घातलेले, चांदीच्या तबकात जिन (Gin) व टॉनिक (Tonic) घेऊन येणारे कर्मचारी नव्हते. डब्याची आतली रचना मात्र खालच्या दर्जाच्या डब्यांसारखीच होती, ज्याच्यात मी पूर्वी लहान असताना बसलो होतो. खिडकीजवळ एकमेकांकडे तोंड केलेल्या एकेरी खुर्च्यांच्या जोड्या होत्या व खुल्या डब्यामधल्या येण्याजाण्याच्या मार्गाच्या दोन्ही बाजूंना एकमेकांच्या समोरासमोर बसण्याची बाकं होती. यावर लोक झोपू शकत होते. या दर्जाच्या डब्यात बाकीच्या तरतुदी अर्थात जास्त चांगल्या होत्या पण खुर्च्यांचा लाल रंगाचा चामड्याचा बसायचा भाग अतिवापरामुळे खराब झाला होता व कडक होता. नशिबानं मला त्यावर संपूर्ण प्रवासभर बसायला लागणार नव्हतं. माझ्या तिकिटावर मला मोठ्या बाकावर झोपता येणार होतं. पण आत्ता तरी हा भाग माझ्यासाठी होता.

आणखी एक गूढ आहे, ते म्हणजे मी कोलकत्याला पोहोचेपर्यंत रिकाम्या डब्यात एकटा होतो ही माझ्या पहिल्या प्रवासाची एक आठवण. भारतात ट्रेनचा डबा संपूर्ण रिकामाच असणं असं सहसा ऐकायला मिळत नाही आणि तरी मला तर खात्री आहे की डबा रिकामा होता. जर कुणी डब्यात चढला असता, अगदी कंडक्टर असता तरी, मी नक्कीच त्याच्याकडे मदत मागितली असती. शेजारच्या डब्यात लोक प्रवास करत असावेत; पण मला ते अर्थात कळलं नसावं. मी दुसऱ्या कुणाला पाहिलं नाही किंवा ऐकलंही नाही. मी आपला माझ्या रिकाम्या डब्यात कोणीतरी दरवाजा उघडण्याची वाट बघत बसून राहिलो. हा डबा कुलूप लावून बंद करून दुरुस्त करण्यासाठी नेला जात होता का? कसा कुणास ठाऊक, पण रेल्वेच्या काही कामानिमित्त काढलेल्या ट्रेनमध्ये तर मी बसलेलो नव्हतो नं? अशी ट्रेन जी प्रवाशांसाठी किंवा वेळापत्रकातल्या एखाद्या प्रवासासाठीही नव्हती; परंतु तसं असतं तर ती गाडी इतक्या लांबवर कोलकात्याला कशाला गेली असेल?

ट्रेन फलाटापासून हळूहळू दूर सरकायला लागली आणि अशाच एका क्षणापासून माझ्या निराशाजनक हरवण्याच्या प्रक्रियेला सुरुवात झाली होती, या आठवणीनं माझा थरकाप झाला; परंतु मी जे झालं होतं ते सुधारायला आता इथं आलो होतो. तसाच प्रवास करून, जी भीती पूर्वी मला वाटली होती त्या भीतीला, त्या परिस्थितीला, एक समजूतदार आणि समर्थ प्रौढ माणूस म्हणून सामोरं जायचं होतं. मी कोलकात्यालासुद्धा परत जाणार होतो; कारण रस्त्यावर मी जिथं राहिलो होतो त्या जागा मला बघायच्या होत्या, श्रीमती सूद व इतरांना 'नवजीवन' (जिथं माझ्या आयुष्यानं नाट्यपूर्ण वळण घेतलं होतं) मध्ये भेटायचं होतं. ट्रेननं जसा वेग घेतला आणि बुरहानपूर स्टेशन मागे पडलं, तसा मी डब्यात इकडेतिकडे बघत बाकी सहप्रवाशांचा वैयक्तिक प्रवास कशा प्रकारचा असेल, त्याबद्दल विचार करू लागलो.

मी लहान होतो तेव्हा भारतात विमानाचा प्रवास फक्त अगदी महत्त्वाच्या व्यक्तींसाठी– राजकीय पुढारी, मोठे उद्योगपती व त्यांचे कुटुंबीय किंवा बॉलिवूडमधले तारेतारका यांच्यासाठी होता. माल, माणसं व पैसे देशभर फिरवणारी अथवा पोहोचवणारी रेल्वेगाडी म्हणजे देशाच्या रक्तवाहिन्यांचं जाळं! ट्रेन्स श्रीमंत शहरातल्या जीवनाचं ओझरतं दर्शन ग्रामीण भागातल्या आतल्या छोट्या-मोठ्या गावांपर्यंत पोहोचवत होत्या. लहानपणी आम्ही बराच वेळ रेल्वे स्टेशनच्या आसपास, येणाजाणारे लोक बघत आणि प्रवाशांना वस्तू विकून पैसे मिळवण्यात व त्यांच्याकडे मिळेल त्याची भीक मागण्यात घालवत होतो, यात आश्चर्य काही नाही. गुड्डू दात घासण्याचे ब्रश व पेस्टचे संच विकत होता व त्यामुळेच पकडला गेला होता. बाकीच्या देशाशी रेल्वेच आम्हाला जोडत होती आणि कदाचित बहुतांशी लोकांसाठी आजही तसंच असेल.

तरी भारतातील ट्रेन काही जास्त जलद धावत नाहीत. स्वर्णिमाने व मी जेव्हा 'कोलकाता मेल'चं माझं तिकीट काढलं, तेव्हा मला कळलं की ती तासाला पन्नास ते साठ किलोमीटर्सच्या वेगानं धावत होती. कॉलेजमधल्या माझ्या भारतीय मित्रांनी ट्रेन्सच्या वेगाचा अंदाज जरा जास्तच केला होता; पण ते नशिबानं चांगलंच झालं. कारण त्यामुळे माझं मूळचं शोध क्षेत्र हवं होतं त्यापेक्षा मोठं झालं. मी अर्धा दिवसच प्रवास केला होता या माझ्या चुकीच्या आठवणीमुळे ते तसं झालं. जर त्यांना ट्रेन किती हळू धावत असते याची कल्पना असती तर मला कदाचित शोधायला खूप लांबवर जायला लागून आणखीनच वेळ लागला असता. मी माझ्या जागेवर स्थिरावलो. जवळजवळ तीस तासांचा प्रवास माझ्या पुढे होता.

सुरुवातीला माझे सहप्रवासी आपापल्या जागांना धरून होते, अपूर्ण राहिलेली झोप पुरी करत होते. पण शेवटी लोकांची हालचाल व कुजबुज ऐकू यायला लागली. डब्याचे पडदे उघडल्यावर प्रवास करत असलेली कुटुंबं येणाऱ्या दिवसाला तोंड द्यायला तयार होताना दिसायला लागली.

आम्ही एखादा तासच प्रवास केला असेल आणि मी एक वेदनादायक क्षण अनुभवला. माझ्या मनात विचार आला की जर मी लहान असताना प्रवास केला होता तो हा उत्तर-पूर्वेकडचा मार्ग असता, तर मी माझ्या खांडवा गावातून गेलो असलो पाहिजे. अर्थात, आता मला माहीत होतं की आम्ही खांडव्याच्या दिशेने चाललो होतो; परंतु नुकतीच जाग येत असलेल्या खांडवा स्टेशनमध्ये ट्रेन शिरत असताना माझ्या मनात आलं की झोपून गेलेल्या पाच वर्षांच्या माझ्या मनात तेव्हा मी खांडव्याजवळच होतो हा विचार येऊन गेला असेल का? जर तिथे जाग आली असती तर मला उतरून सरळ घरी जाण्याची संधी मिळाली असती. गुड्डूला कोणी मित्र भेटला असेल व त्याला कुठचं तरी काम करायची गरज वाटली असेल असं

मानू या. गुड्डूबरोबर जास्त राहू शकलो नाही म्हणून निराशा झालो असतो, तरी मी घरी स्वतःच्या बिछान्यात झोपू शकलो असतो आणि मग त्याच्यानंतर जे सर्व रामायण घडलं– माझा कोलकात्याच्या रस्त्यांवरचा अनुभव, माझं तिथून वाचवलं जाणं आणि माझं दत्तक जाणं- ते झालं नसतं. मी ऑस्ट्रेलियन झालो नसतो व तुम्ही माझी गोष्ट वाचली नसती. त्याऐवजी झालं काय असावं, की खांडव्याला दोन मिनिटं ट्रेन थांबली असताना मी झोपून राहिलो आणि घरी गेलो असतो तर माझ्या वाटेला जे वेगळं जीवन आलं असतं त्यापासून मला दूर नेलं गेलं. खरं तर माझी आई व बहीण झोपल्या होत्या, त्या आमच्या घरापासून खांडवा फार दूर नव्हतं.

हे असे विचार माझ्या मनात चालू होते व दिवसाची सुरुवात झाली होती आणि ट्रेनचा आवाज वाढू लागला. ट्रेनच्या गडगडाटावर आणि खडखडाटावर मात करण्यासाठी प्रत्येकाला आवाज चढवायला लागत होता. प्रत्येकाजवळ वेगवेगळ्या हिंदी सिनेमांच्या गाण्याचे रिंगटोन असलेला मोबाइल फोन होता आणि फोनवर संभाषण सतत चालू होतं. पाठीमागे वेगवेगळ्या प्रकारचं सध्याचं हिंदी संगीत, जणू काही एका सीडी (CD) मध्ये एकत्र करून ठेवलेलं, चालू होतं. त्यात वेगवेगळ्या पद्धतीचं, वरच्या-खालच्या आवाजात म्हटलेलं संगीत व जॅझसुद्धा होतं, असं वाटलं. सगळ्या प्रकारचे 'वाले' खाणं व पेयं विकायला 'चाय चाय, ब्रेकफस्ट, ब्रेकफस्ट, ओमलिट, ओमलिट' ओरडत डब्यात नेहमीप्रमाणे वरखाली फेऱ्या घालू लागले.

पाय मोकळे करायला म्हणून मी थोडा चालत गेलो तर प्रवाशांसाठी जेवणखाण बनवतात त्या डब्याशी- 'पॅंट्री कार'शी पोहोचलो. तिथे कमरेपर्यंत उघडे असलेले स्वयंपाकी चणे व डाळींची ढीगभर भजी व उकडलेल्या बटाट्यांच्या चकत्या मोठ्या कढईमध्ये उकळत्या तेलात तळत होते. स्वयंपाकी लाकडाच्या लांब कालथ्यांनी त्यांना कसंबसं सावरत होते. कढया व भांडी विटांवर ठेवली होती व ती गरम करायला गॅसचे मोठे मोठे फवारे वापरत होते. हलत्या ट्रेनवर त्यांना हे करताना बघून फारच आश्चर्य वाटत होतं.

मी अडकलो होतो त्या डब्यात होते तशा दांड्या लावलेल्या खिडक्या व लाकडी बाक 'कोलकाता मेल'मध्ये नव्हते. त्या गाडीत एका डब्यातून दुसऱ्या डब्यात जाता येत नव्हतं, त्यांना एकमेकांना जोडणारे दरवाजे नव्हते. दरवाजे फक्त स्टेशनाच्या बाजूला उघडत होते. माझ्या पहिल्या प्रवासात मी वापरात नसलेल्या डब्यात बसलो असणार, असं आता मला राहून राहून वाटायला लागलं आहे. नाहीतर डबा रिकामा राहण्याची शक्यता शून्य आहे. भारतीय रेलेवेगाड्यांमध्ये गर्दी आणि आवाज नाही, असं होतच नाही.

आम्ही जसं उत्तर-पूर्वेकडे जाऊ लागलो तसतसं जे निसर्गदृश्य दिसत होतं ते मला आठवत होतं तसंच होतं – सपाट, धुळकट, न संपणारं, पण या खेपेस मी

बराच सावरलेला होतो व दिसत असणाऱ्या जागेची जडणघडण व बारकावे बघू शकत होतो- कापूस व गव्हाच्या शेतांचे मोठे पट्टे, जलसिंचित पिकं, लांब अंतरावरून दिसणारी लाल मिरच्यांची झाडं आणि नेहमीच्या गायी, बकऱ्या-बोकडं, गाढवं, घोडे, डुकरं आणि कुत्रे. कापणी करणारी यंत्रं, बैल आणि बैलगाड्यांबरोबर काम करत होती आणि शेतकरी हाताने कापणी करत होते व सुक्या गवताचे ढीग लावत होते. पक्की व विटांची छोटी-छोटी, फिक्या मंद गुलाबी, पिवळट हिरव्या व आकाशी निळ्या रंगांनी रंगवलेली, कौलारू छप्परांची घरं असलेली खेडी दिसत होती. ही जुनी छपरं केव्हाही कोसळतील, असंच वाटत होतं. आम्ही लहान लहान रेल्वे स्टेशनांवरूनसुद्धा गेलो. ती 'भारतीय रेल्वे'च्या चिन्हात वापरतात त्या विटकरी लाल, पिवळ्या व पांढऱ्या रंगात रंगवली होती. मी ही स्टेशनं त्या वेळीही बघितली असणार. त्या वेळी इकडून ट्रेन बेफाम वेगानं जात असताना, मी मनातल्या मनात ट्रेन एका तरी स्टेशनवर थांबवण्याची भीक मागत होतो. माझ्या मनात विचार आला की शेतात काम करणाऱ्यापैकी कुणीतरी ट्रेनकडे तोंड वर करून एखादा घाबरून बाहेर बघत असलेला लहान चेहरा पाहिला असेल का?

मी कोलकात्याचा विचार करू लागलो आणि लक्षात आलं की मी चिंताक्रांत होण्याऐवजी मनातून जास्त खळबळून उठलो होतो. जरी त्यातला काही भाग जुन्या आठवणींमुळे होता, तरी ही माझी पहिलीच भेट होती म्हणूनही असेल. मी कोलकात्यात हरवलो होतो; पण कोलकात्याला परत येत होतो. आम्ही दोघंही बदललो होतो आणि मला किती बदल झाला होता, हे बघण्याची उत्सुकता होती.

माझ्या मनात हे असे विचार येत होते आणि संध्याकाळ व्हायला लागली होती. मी माझी सीट खाली घडी करून उघडून आणि 'भारतीय रेल्वे'ने दिलेलं चादरीचं पाकीट उघडेपर्यंत रात्र झाली. मी माझ्या बाकड्याच्या बिछान्यावर पडलो. मी खिडकीतून अजूनही रोषणाई केलेली देवळं, सायकलींचे आणि घरांचे दिवे चमचमत सरकत जाताना मी बघू शकत होतो.

ट्रेनच्या आदळण्यानं आणि हलण्यानं मला अनपेक्षितपणे खूप बरं वाटलं. माझ्याभोवती वेगवेगळ्या ओळखीच्या वाटणाऱ्या पण मला न समजणाऱ्या भाषांतली बडबड चालू असताना तिथे कुशी बदलत पडल्यापडल्या मला मोकळं वाटत होतं. दिवसा मी शेजारच्या डब्यातल्या एका मुलाशी गप्पा मारल्या होत्या. त्याला बरंच कुतूहल होतं. तो साधारण दहा वर्षांचा होता व त्याला शाळेत शिकलेले इंग्लिशमधील 'तुझं नाव काय' व 'तू कुठला' हे विचारून बघायचं होतं. मी भारतीय दिसत असूनही मी भारतातला नव्हतो हे तो सांगू शकला. कदाचित माझ्या कपड्यांवरून किंवा मी हिंदी किंवा बंगलीतल्या संभाषणात भाग घेत नव्हतो म्हणून असेल. मी जेव्हा सांगितलं की मी ऑस्ट्रेलियातला होतो. तेव्हा त्याने शेन वॉर्न (Shane

Warne) चं नाव घेतलं. क्रिकेटबद्दल थोडा वेळ बोलल्यानंतर त्यानं मला विचारलं 'तुझं लग्न झालं आहे का?' मी नाही म्हटल्यावर त्याची फार निराशा झाली. मग त्यानं मला विचारलं 'तुझ्या कुटुंबात कोण कोण आहे?' उत्तर देताना मी अडखळल्यासारखं मला वाटलं. शेवटी मी सांगितलं 'माझं कुटुंब टॅस्मेनियात राहतं; पण माझं इथंही एक कुटुंब आहे, मध्य प्रदेशातल्या खांडव्यात.' त्या उत्तराने त्याचं समाधान झाल्यासारखं वाटलं आणि मला कळून चुकलं की माझंही समाधान व्हायला लागलं होतं.

दुसऱ्या दिवशी सकाळी जरा उशिरा आम्ही कोलकात्याच्या जवळ येऊ लागलो होतो. आम्ही ज्या रुळांवरून चाललो होतो ते इतर अनेक रुळांना कसे मिळत होते, ते मी ट्रेनमधल्या मोक्याच्या जागेवरून बघू शकत होतो. हावरा स्टेशनात जाणारे अनेक लोहमार्ग एकमेकांना समांतर जात होते. कुणास ठाऊक, मी लहान असताना या रुळांवरून गेलोही असेन, काय माहीत! कदाचित शहराच्या या पश्चिमेच्या बाजूला मी येऊही शकलो नसेन. माणसाला हव्या त्या दिशेला नेऊ शकणारे असंख्य मार्ग इथं होते. मला माझा परत जाण्याचा मार्ग सापडण्याची शक्यताच नव्हती, याचा पुरावा मला दिसत होता.

ट्रेननं आता वेग पकडला होता व एका लेव्हल क्रॉसिंग (level crossing) मधून जात होती. लेव्हल क्रॉसिंगशी ट्रक्स, मोटारी व रिक्षा थांबलेल्या होत्या व जोरजोरात हॉर्न वाजवत होत्या. आम्ही लवकरच एका मोठ्या पंधरा ते वीस मिलियन लोक असलेल्या शहराच्या आत पोहोचलो होतो. १२.२० झाले होते. बुरहानपूर सोडल्यापासून बरोबर तीस तासांनंतर जेव्हा ट्रेन लाल विटांच्या अवाढव्य हावरा रेल्वे स्टेशनमध्ये सरकत गेली व फलाटावर येऊन थांबली, तेव्हा मला सगळं ओळखीचं वाटलं आणि मन आतल्या आत फुलून आलं. मी परत आलो होतो.

मी ट्रेनमधून उतरल्यानंतर स्टेशनात येतायेता ज्या भागात लोक जमतात त्या ठिकाणी (concourse) एक-दोन मिनिटं नुसता उभा राहिलो व घाईघाईनं जाणाऱ्या लोकांना माझ्या बाजूनं जाऊ दिलं. मी मागे एकदा असाच उभा होतो. वाटेत कुणी उभं असेल तर त्याला टाळून माणसं जात राहतात, तसे लोक आता माझ्या आजूबाजूनं येत-जात होते; पण गेल्या वेळी मात्र मी मदतीसाठी विनवणी करत इथं उभा होतो तेव्हा त्यांनी माझ्याकडे बघितलंसुद्धा नव्हतं. एकीकडे मला खात्रीनं वाटतं की इतक्या लोकांपैकी कुणी एक जणसुद्धा हरवलेल्या मुलाला मदत करण्यासाठी वेळ काढायला तयार नव्हता; परंतु दुसरीकडे असंही वाटतं की त्यांची आणखी काय प्रतिक्रिया होऊ शकली असती? इतक्या मोठ्या गर्दीत प्रत्येक जण निनावी व अदृश्य होता. इतकं सगळं आजूबाजूला चाललेलं असताना कोण एका मुलासाठी इतकी तसदी घेईल? आणि तसंच कुणी थांबलं असतं तर एखाद्याचं हिंदीतलं

पुटपुटणं ऐकण्याची सहनशक्ती कुणाला होती? तेसुद्धा एका गावाचं नाव... जे त्यांनी कधीच ऐकलेलं नव्हतं!

स्टेशनची इमारतसुद्धा पिच्छा पुरवत राहील इतकी ओळखीची वाटली. मी या इमारतीतच भीक मागितली होती, इथं व हिच्या आसपास झोपलो होतो आणि इथून बाहेर पडण्यासाठी कितीतरी अयशस्वी रेल्वे प्रवास केले होते, जे फुकटच गेले होते. माझ्या आयुष्यातल्या सगळ्यात खळबळजनक काळात हेच माझं घर होतं. पण आता ते फक्त एक स्टेशन होतं, अर्थात मी आधी बघितल्यापेक्षा जास्त मोठ्ठं आणि गजबजलेलं.

इमारतीच्या आतमध्ये मला बेघर मुलं दिसली नाहीत. कदाचित आता त्यांना इथून हलवलं असेल; पण इमारतीतून बाहेरच्या कडक जीवघेण्या उन्हात चालत गेलो तेव्हा मी एक-दोन मुलांचे घोळके बघितले. त्यांचा अवतारच रस्त्यावर राहणाऱ्या मुलांसारखा दिसत होता- रस्त्यावर राहिल्यामुळे घाणेरडे, बेकार पण त्याच वेळी समोर येत असलेल्या संधीचा फायदा करून घेण्यासाठी सदैव सतर्क असणारे, बाजूने जाणाऱ्यांकडे भीक मागायला किंवा कदाचित त्यांना लुटायला तयार, असे. असा गट स्वतःसाठी शोधणं मला कधी जमलं असतं का? का मी फार सावध किंवा भोळसट होतो? मी एकटा रस्त्यावर जितके दिवस राहू शकलो होतो त्यापेक्षा आणखी किती दिवस टिकलो असतो, त्याची कल्पना करणं मला कठीण आहे. कदाचित मी यांच्यातलाच एक झालो असतो किंवा मरूनही गेलो असतो.

मला टॅक्सी मिळाली. लवकरच मी माझ्यासाठी ट्रॅव्हल एजंटनं आरक्षित केलेल्या हॉटेलच्या मार्गाला लागलो. हे हॉटेल उच्चभ्रू लोकांचं निघालं. यात पोहोण्यासाठी तलाव, जिम, बार तसेच भारतीय व पाश्चिमात्य जेवणाची सोय होती. मी पोहायला गेलो. पूलच्या बाजूला ठेवलेल्या आरामखुर्च्यांवर बसून तुम्ही वेळ घालवू शकत होता किंवा पूलच्या पार दुसऱ्या टोकापर्यंत पोहून जाऊन बरेच मजले खाली असलेलं, नजर पोहोचू शकेल तिथपर्यंत पसरलेलं, धूळ, धूर, वाहतुकीचा गोंधळ व गरिबीनी भरलेलं कोलकाता शहर बघता येत होतं.

कोलकात्याला येण्याचं एक मुख्य कारण होतं ते म्हणजे ज्या व्यक्तीनं माझ्या आयुष्यात अतिशय महत्त्वाची भूमिका बजावली होती तिला भेटणं. मिसेस सरोज सूद जिवंत आहेत व अजूनही 'इस्सा' (ISSA) साठी काम करतात, हे कळल्याबरोबर लगेचच मी त्यांना त्यांच्या कामाच्या जागी भेटण्याचं ठरवलं. माझ्या बंगाली दुभाष्याबरोबर मी संपर्क साधला व माझी टॅक्सी वाहतुकीच्या गजबजाटातून, धुळीतून आणि गटाराच्या दुर्गंधीतून मार्ग काढू लागली.

इस्साचं ऑफिस कोलकात्याच्या पार्क स्ट्रीट भागात एका मोडकळलेल्या

व्हिक्टोरियन इमारतीत होतं. याच भागात बरीच हॉटेलं व बार आहेत. इथं 'फ्लरीज' (Flurys) आहेत, जिथे लोक त्यांची प्रसिद्ध काकडीची सँडविचेस आणि केक खायला येतात. या सर्व उच्चभ्रू राहणीच्या व सुसंस्कृतपणाच्या मध्यात मुलांना विनाशातून वाचवणारी एक संस्था आहे.

आम्ही बाहेरच्या ऑफिसमधून आत गेलो. इथं कर्मचारी कागदांच्या असंख्य ढिगाऱ्यात बसून काम करत होते. मग मी त्यांना पाहिलं. आतल्या ऑफिसमध्ये त्या कॉम्प्युटर स्क्रीनवर काहीतरी निरखून पाहत होत्या, भोवती अधिकृत दिसणाऱ्या फाइल्स होत्या. त्या बसल्या होत्या तिथंच भिंतीवर एक जुना एअरकंडिशनर धोकादायक अशा स्थितीत बसवलेला होता. त्या होत्या मिसेस सूद. ही जागा पंचवीस वर्षांपूर्वी दिसत होती तशीच होती.

मी आत जाऊन माझी ओळख करून दिल्यावर मिसेस सूदचे डोळे विस्फारले. आम्ही हस्तांदोलन केलं आणि आलिंगन दिलं. त्या आता ऐंशीच्या आसपास होत्या. त्या मला म्हणाल्या की त्यांच्या हाताखालून इतकी मुलं गेली असली तरी त्यांना मी लहान असतानाचा आठवत होतो. 'तुझं मिश्कील हसू मला आठवतंय. तुझा चेहरा बदलेला नाही.' त्यांनी मला अस्खलित इंग्लिशमध्ये हसत हसत सांगितलं. मागच्या वेळेस मी दत्तक गेल्यानंतर काही वर्षांनी आम्ही एकमेकांना होबार्टमध्ये भेटलो होतो, तेव्हा त्या दुसऱ्या एका दत्तक जाणाऱ्या मुलाला सोबत म्हणून आल्या होत्या.

त्यांनी मला माझ्या दोन्ही आयांबद्दल विचारलं व त्यांच्याबरोबर काम करणाऱ्या एका समाजसेविकेला, सौमेता मेधोराला, माझ्या दत्तकाविषयीची फाइल आणायला सांगितली. त्या दोघी ती फाइल कुठे असेल यासंबंधी बोलत असताना मी भिंतीवर एका पुठ्ठ्यावर लावलेली हसऱ्या चेहेऱ्याच्या मुलांची छायाचित्रं पाहत होतो.

मिसेस सूद गरजू मुलांना मदत करण्यासाठी त्याच ऑफिसमध्ये गेली सदतीस वर्षं कार्यरत आहेत. इतक्या वर्षांत त्यांनी दोन हजार भारतीय मुलांच्या दत्तकाची सोय केली होती– काहींना भारतीय कुटुंबांत तर काहींना परदेशातल्या कुटुंबांत. त्यांची स्वतःची मुलगी एक यशस्वी उद्योजिका आहे. ती म्हणत असते की तिने तिची आई दत्तकाच्या कामासाठी 'दान' केली आहे.

मिसेस सूद यांचा जन्म दिल्लीतला. त्यांनी कायद्यात पदवी घेतल्यानंतर त्यांना दत्तक देण्याघेण्याच्या कामात रस वाटू लागला. त्यांनी पहिलं दत्तक विधान भारतातच १९६३ मध्ये आयोजित केलं. नंतर तीन वर्षांनी 'स्टुडंट एक्स्चेंज प्रोग्रॅम'द्वारा भारतात आलेल्या एका स्वीडिश विद्यार्थिनीला- मेडलाइन कॅटस (Madeleine Kats) ला स्वीडनमध्ये एक भारतीय मूल दत्तक देण्याच्या कामात त्या यशस्वी झाल्या. पुढे मेडलाइन कॅटस एक वार्ताहर झाली. जेव्हा तिनं तिच्या अनुभवांबद्दल

लिहिलं व त्यात मिसेस सूद यांच्या नावाचा उल्लेख केला, तेव्हापासून परदेशातले लोक मिसेस सूद यांची दत्तक घेण्यासाठी मदत मागू लागले. इथून मग त्यांच्या कामाला सुरुवात झाली.

मिसेस सूद कोलकात्यात आल्या आणि त्यांनी 'मिशनरीज ऑफ चॅरिटी'मधून प्रशिक्षण घेतलं. त्यांना मदर तेरेसा यांनी स्वतः आशीर्वाद दिला होता. त्यांना काही वजनदार आश्रयदाते मिळाले– अखिल भारतीय महिला परिषदेच्या अध्यक्ष आणि प्रसिद्ध स्वातंत्र्यसैनिक अशोक गुप्ता. त्यांच्या मदतीनं त्यांनी 'इस्सा' ही नोंदणीकृत संस्था १९७५ मध्ये स्थापन केली. सात वर्षांनी त्यांनी 'नवजीवन' हा अनाथाश्रम, जिथं मी राहिलो होतो, तो काढला. 'नवजीवन' म्हणजे नवं आयुष्य.

मिसेस सूद म्हणाल्या की, सध्याच्या आंतरराष्ट्रीय दत्तकांपेक्षा माझं दत्तक विधान अगदी सुरळीत झालं होतं. त्या म्हणाल्या की दोन देशांतली दत्तक विधानं आता 'इस्सा'सारख्या संस्थेऐवजी एका केंद्रीय प्राधिकरणामार्फत केली जातात. हे बदल दत्तकाची प्रक्रिया सोपी, सुरळीत करण्यासाठी केले होते; पण तसं होण्याऐवजी ही प्रक्रिया आणखीनच गुंतागुंतीची व वेळखाऊ झाली आहे. आता साधारण एक वर्ष लागतं. पण कधीकधी सगळे कागदपत्र, प्रक्रिया आणि व्यवस्था पुरी करायला पाच वर्षंसुद्धा लागू शकतात. मला त्यांची निराशा समजत होती. ममलासुद्धा तसंच वाटत होतं. ती तर आंतरराष्ट्रीय दत्तक घेण्याची प्रक्रिया सोपी करण्याची पुरस्कर्ती होती- विशेषतः मंतोषच्या लांबलेल्या दत्तकातून गेल्यावर आणि त्या विलंबाचा त्याच्यावर झालेला परिणाम पाहिल्यानंतर तर नक्कीच.

१९७८ मध्ये मम आणि डॅडना दत्तक घ्यायला परवानगी मिळाल्यानंतर एका दत्तक मुलासोबत ऑस्ट्रेलियाला आलेल्या 'इस्सा'च्या अधिकाऱ्याला ते भेटले व त्यानी माझी फाइल बघितली. त्यांनी मला दत्तक घ्यायला लगेचच होकार दिला. दोन आठवड्यांनी मिसेस सूद 'नवजीवन'मधल्या माझ्याबरोबरच्या दत्तक गेलेल्या दोन मुलांच्या सोबत ऑस्ट्रेलियाला आल्या होत्या. त्या स्वतः मम व डॅडना भेटायला आल्या. परत येताना माझ्या नव्या आई-वडलांनी माझ्यासाठी तयार केलेलं फोटोंचं पुस्तक त्या घेऊन आल्या.

मी मिसेस सूदना विचारलं की, परदेशातल्या कुटुंबांनी एक मूल भारतातून दत्तक घेतल्यावर दुसरंही (जरी त्यांचा नातेसंबंध नसला तरी) तिथूनच घेणं हे असामान्य आहे का? त्यांच्या म्हणण्याप्रमाणे हे असं अनेकदा आढळून येतं. पहिल्या मुलाला एकटं वाटू लागतं किंवा सांस्कृतिकदृष्ट्या वेगळं पडल्यासारखं वाटतं अथवा आई-वडलांना हा अनुभव इतका आवडतो की त्यांना तो पुन्हा घ्यावासा वाटतो.

चहा आला. तो आम्ही दोघांनी बरोबर घेतला. तोपर्यंत मिसेस मेधोरा माझी फाइल घेऊन आल्या आणि मी माझी दत्तकाबद्दलची कागदपत्र प्रत्यक्ष बघू शकलो.

पानं जरा नाजूक व जुनी झालेली वाटली, इतकी की माझ्या नुसत्या स्पर्शाने फाटली असती. फाइलमध्ये माझा एक ऑस्ट्रेलियात काढलेला फोटो लावलेला होता. माझ्या आई-वडलांनी तो मी ऑस्ट्रेलियाला आल्यावर पाठवला असणार. या फोटोत मी दात विचकून हसत होतो व हातात गोल्फची काठी घेऊन एका जुन्या गोल्फच्या गाडी (buggy) समोर उभा होतो. त्याचबरोबर माझ्या पासपोर्टमधल्या फोटोची फोटोकॉपीसुद्धा होती, जिच्यात मी न हलता सरळ कॅमेऱ्याकडे बघत होतो. माझ्या पासपोर्ट व अधिकृत दस्तऐवजांवर माझं नाव 'सरु' (Saru) असंच लिहिलं होतं, कारण मी कोलकात्याला पोलीस स्टेशनवर आल्यापासून ते तसंच लिहिलं गेलं होतं. मम व डॅडनीच ठरवलं की 'सरू' (Saroo) जरा जास्त आंग्लाळलेलं वाटत होतं आणि त्यांनी ते जसं उच्चारतो तसं लिहिलं होतं.

फाइल असं दाखवत होती की, २१ एप्रिल १९८७ला उल्तादंगा (Ultadanga) पोलीस स्टेशनमध्ये मला ताब्यात घेतल्यावर अधिकाऱ्यांचं लक्ष माझ्याकडे वेधण्यात आलं. माझी शहानिशा करून मला लिलुआ बालगृहात नेण्यात आलं. तिथं 'देखभालीची जरूर आहे' असं माझं वर्गीकरण करण्यात आलं. लिलुआमध्ये दोन प्रकारची मुलं होती– ज्यांच्या आई-वडलांचा पोलिसांना व कोर्टाला पत्ता लागला नव्हता व दुसरी ज्यांनी स्वतः गुन्हे केले होते. आणि आम्हाला सर्वांना एकत्रच ठेवण्यात आलं होतं.

माझं काय झालं होतं, याचं चित्र आता जरा जास्त स्पष्ट व्हायला लागलं होतं. मी लिलुआमध्ये एक महिना होतो व नंतर बाल न्यायालयात २२ मे रोजी झालेल्या सुनावणीत मला 'इस्सा'च्या ताब्यात देण्यात आलं. मिसेस सूद नियमितपणे लिलुआला भेट द्यायच्या व नव्यानं दाखल झालेल्या मुलांची चौकशी करायच्या. जिथं योग्य वाटेल तिथं, देखभालीची गरज असलेल्या मुलांना 'इस्सा'कडे सोपवण्यासाठी त्या कोर्टाकडे अर्ज करायच्या. त्यांच्या संस्थेला मुलांचे कुटुंबीय शोधून काढून त्यांच्याकडे पाठवून द्यायला दोन महिने दिले जात असत किंवा मुलाला नव्या कुटुंबात दत्तक देण्यास 'मुक्त' केलं जात असे. जर हे करण्यात अपयश आलं तर मुलाला लिलुआमध्ये परत जायला लागून तिथं राहायला लागत असे. या काळात 'इस्सा' आपले प्रयत्न चालू ठेवत असे. मंतोषचं शेवटी असंच झालं होतं. मंतोषच्या बाबतीत 'इस्सा'ला त्याच्या कुटुंबातला गुंतवळा सोडवून त्याला दत्तक देण्यासाठी 'मुक्त' करायला दोन वर्षं लागली.

माझ्या बाबतीत, 'इस्सा'तल्या सेवकांनी माझा फोटो काढला– माझा अगदी पहिला फोटो. ११ जूनला एका बंगाली वर्तमानपत्रात एका जाहिरातीत 'हरवलेला मुलगा' म्हणून तो फोटो प्रसिद्ध केला. १९ जूनला 'ओरिया डेली' या ओरिसामध्ये (आता ओडिशा म्हणतात) मोठ्या प्रमाणात वाचनात असलेल्या वर्तमानपत्रात

प्रसिद्ध केला, कारण त्यांना वाटलं की, मी समुद्रकिनाऱ्यावरच्या ब्रह्मपूरमधून ट्रेन पकडली असणार. अर्थात, काही प्रतिसाद आलाच नाही; कारण मी राहत होतो तिथून ते अनेक मैल दूर होतं. त्यानंतर मी अधिकृतपणे 'सोडून दिलेला मुलगा', दुर्लक्षित म्हणून घोषित केला गेलो व २६ जूनला होकार मिळाल्यावर मला दत्तक देण्यासाठी 'मुक्त' केलं गेलं.

ब्रायर्ली लोकांचा मला दत्तक घेण्याचा प्रस्ताव २४ ऑगस्टला सुनावणीसाठी आला. तोपर्यंत मी 'नवजीवन' मध्ये दोन महिने होतो. मला १४ सप्टेंबरला पासपोर्ट देण्यात आला. २४ सप्टेंबरला मी भारत सोडला व दुसऱ्या दिवशी २५ सप्टेंबर १९८७ ला मेलबर्नला आलो. हातगाडीवाल्या तरुण मुलानं मला पोलीस स्टेशनवर नेल्यापासून ते मेलबर्नला विमानातून उतरेपर्यंतच्या संपूर्ण प्रक्रियेनं फक्त पाच महिने आणि थोडे दिवस घेतले होते. मिसेस सूद म्हणाल्या की, जर मी आता दत्तक गेलो असतो, तर या प्रक्रियेला कितीतरी वर्षं लागली असती.

लिलुआमधून सोडण्यासाठी माझी कशी निवड झाली असेल, याबद्दल जो माझा गैरसमज होता तो मिसेस मेधोरांनी दूर केला. मला वाटायचं की मला सोडलं गेलं कारण मी तब्येतीनं चांगला होतो. खरं कारण होतं की मी 'हरवलेला' होतो. 'इस्सा'चा प्रथम उद्देश होता मला माझ्या आई-वडलांना शोधून भेटवण्याचा. कुठल्याही प्रकारचं अपंगत्व असलेल्या मुलांना जर त्यांच्या कुटुंबाशी जोडून देण्याची शक्यता असली तर 'लिलुआ'मधून मुक्त करण्यात यायचं. माझं दत्तक विधान सुरळीतपणे पार पडल्यावर 'इस्सा'नं 'लिलुआ'मधल्या दुसऱ्या दोन हरवलेल्या मुलांना वृत्तपत्रात जाहिरात देऊन त्यांच्या कुटुंबीयांबरोबर एकत्र आणलं होतं. पण माझ्याकडे त्यांना देण्यासाठी फारच थोडी माहिती होती व त्यावरून अर्थपूर्ण शोध घेणं कठीण होतं.

खरं तर त्यांना हेही माहीत नव्हतं की, मी कोलकात्याच्या रस्त्यांवर काही आठवडे काढले होते. जे काय होत होतं त्यामुळे मी गोंधळून गेलो होतो व नक्कीच घाबरलेलो होतो. त्या स्थितीत मी फक्त त्यांनी विचारलेल्या प्रश्नांना उत्तरं दिली असणार आणि जरी त्यांनी मला त्याबद्दल सरळ विचारलं असतं तरी कदाचित मी त्यांना फार काही सांगू शकलो नसतो. मी गरीब होतो, अशिक्षित होतो. मला माझी भाषाही फार येत नव्हती, त्यामुळे जास्त कुणाशी बोलू शकत नव्हतो. 'इस्सा'लासुद्धा हे काही वर्षांनी, जेव्हा ममनं माझ्याकडून कळल्यावर त्यांना सांगितलं, तेव्हा समजलं. मिसेस सूद म्हणाल्या की, त्यांना ते ऐकून भयंकर आश्चर्य वाटलं. लहान गावातला पाच वर्षांचा मुलगा कोलकात्याच्या रस्त्यांवर काही आठवडे तर सोडा परंतु काही दिवसही टिकून राहू शकतो, याची कल्पनाही बऱ्याच जणांना करता येणार नाही. विश्वास बसणार नाही एवढा मी नशीबवान होतो.

मी व मिसेस सूदनं एकमेकांचे प्रेमानं निरोप घेतले. त्यांनी माझ्यासाठी केलेल्या

अनेक गोष्टींसाठी मी त्यांचे आभार मानले. मग एक ड्रायव्हर मिसेस मेधोरा, माझा दुभाषी व मला मोटारीतून आणखीनच गजबजलेल्या रस्त्यावर घेऊन गेला. आम्ही नवीन मेट्रो लाइनचं बांधकाम चाललं होतं त्याच्या बाजूनं जाऊन, उत्तरेला असलेल्या एका शांत निवासस्थानापर्यंत 'नवजीवन' शोधत गेलो. खरं म्हणजे अनाथाश्रम दुसरीकडे हलवला गेला होता व मी जी इमारत ओळखत होतो, ती आता काम करणाऱ्या गरीब बायकांच्या मुलांसाठी पाळणाघर म्हणून वापरण्यात येत होती.

सुरुवातीला आम्ही चुकीच्या ठिकाणी आलो होतो, अशी माझी खात्री झाली. मिसेस मेधोरांनी मला पटवण्याचा प्रयत्न केला; पण मला माझ्या आठवणींबद्दल इतकी खात्री होती की मला वाटलं अनाथाश्रम गेल्या काही वर्षांत बरेच वेळा वेगवेगळ्या ठिकाणी हलवला गेला असल्यामुळे त्यांचाच गोंधळ होत असेल; पण मग कळलं की मला त्या इमारतीचा दुसरा मजला ओळखता आला नाही; कारण मी तो कधी पाहिलाच नव्हता. नुकती चालायला लागलेली मुलं खालच्या मजल्यावर व लहान बाळं वरच्या मजल्यावर राहत असत.

मी खालच्या मजल्यावरच्या राहण्याच्या जागेत गेलो, तेव्हा मला आठवत होतं ते 'नवजीवन' दिसलं. तिथं डझन एक छोटी मुलं जमिनीवर पसरवलेल्या चटयांवर दुपारची झोप घेत होती. या मुलांना त्यांच्या आया दिवसाअखेर घ्यायला येत व घरी घेऊन जात.

अजून दोन ठिकाणांना भेट द्यायची राहिली होती. प्रथम आम्ही बाल न्यायालयात, जिथं मला अनाथ म्हणून घोषित केलं गेलं होतं, तिथं गेलो. ते कोलकात्यापासून अर्ध्या तासाच्या अंतरावर 'सॉल्ट लेक सिटी' या विचित्र नावाच्या नव्यानं वसवलेल्या शहरात होतं. ही इमारत अगदी काळोखी आणि काही खास वर्णन करण्यासारखी नव्हती. मी तिथं दोन्ही खेपेस फार वेळ काढला नाही. दुसरी भेट द्यायची होती 'लिलुआ' बालगृहाला. माझ्या तिथल्या विशेष आनंददायक नसलेल्या आठवणी विचारात घेता ही भेट मानसिक त्रासाची होणार, याची खात्री होती. म्हणूनच मी ही शेवटावर ठेवली होती. मला ते पुन्हा बघण्याची काही हौस नव्हती; पण मला माहीत होतं की माझ्या बालपणच्या कोलकात्याची भेट याच्याशिवाय पूर्ण होणार नव्हती.

परत एकदा, 'इस्सा'नं मला जाण्यासाठी मोटार व ड्रायव्हर दिला. आम्ही कोलकात्याची खास खूण असलेला 'हावरा ब्रिज' पार करून 'हावरा स्टेशन'च्या बाजूच्या अरुंद गल्ल्यांतून लिलुआच्या भारदस्त इमारतीकडे पोहोचण्यासाठी मार्ग काढत गेलो. इमारत एखाद्या किल्ल्यासारखी आहे. आमची मोटार थांबत असताना मला ते कधीही न विसरता येण्याजोगं, गंजलेलं अवाढव्य प्रवेशद्वार दिसलं. आत जायला एका बाजूनं एक छोटा दरवाजा होता– अगदी तुरुंगात असतो तसा! माझ्या बालपणीच्या आठवणीत हे प्रवेशद्वार असंच खूप मोठ्ठं होतं आणि अजूनसुद्धा तसंच

आहे. विटांच्या उंच भिंतींवर धातूची अणकुचीदार टोकं व खडबडीत टोकेरी काचेचे तुकडे लावलेले होते.

दरवाजावरील निळी पाटी मला सांगत होती की, ते आता 'मुली व स्त्रियांचे घर' झालं होतं. मुलगे दुसरीकडे पाठवले होते. आताही ते तसंच दिसत होतं. बाहेर संरक्षक होते; पण आता ते जरा कमी क्रूर वाटत होतं, कदाचित या वेळेस मी तिथं पाहुणा होतो म्हणून असेल.

मिसेस मेधोरांनी आमच्यासाठी आत जायची परवानगी घेतलेली होती. म्हणून छोट्या दरवाजातून आम्ही सरळ आत गेलो. आत आम्हाला एक मोठ्ठ तळं दिसलं. ते आधी बघितल्यासारखं मला जेमतेम आठवत होतं. ती इमारत आता पहिल्यापेक्षा लहान व कमी भीतिदायक वाटत होती. पण तिथल्या वातावरणातच असं काहीतरी होतं, की ज्याच्यामुळे तिथून लवकरात लवकर बाहेर पडावंसं वाटत होतं.

आम्ही एक चक्कर मारली. मी भिंतींवर लावलेले बंक बेड्स पाहिले, ज्याच्यावर झोपलेलो असताना मी सुटका होण्याची स्वप्न बघत असे. मी इथून सोडून गेलो तेव्हा मी कधी कल्पनासुद्धा केली नव्हती की एक दिवस मी इथं आपणहून- स्वेच्छेनं परत येईन. पण तरी मी आलो होतो, एक पर्यटक म्हणून मला दहशत बसवणाऱ्या जुन्या गोष्टी बघायला! परंतु, बाकीच्या इतर भेटींपेक्षा 'लिलुआ' भेटीमुळे माझ्या भूतकाळातल्या दुःखाच्या वेदना थोड्या शमल्या. तिथल्या अधिकाऱ्यांना तरी हरवलेल्या व सोडून दिलेल्या मुलांना हाताळण्यासाठी काय निराळे मार्ग होते? मुलांसाठी दुसरीकडे जागा शोधेपर्यंत त्यांना कुठंतरी सुरक्षित ठेवण्याचा प्रयत्न ते करत होते, अन्न व निवारा देत होते. अर्थात ही बालगृहं मुलाचं आयुष्य दुःखी, कष्टी करण्याच्या हेतूनं स्थापन केलेली नव्हती. पण जेव्हा इतकी नानाप्रकारची, काही वयानं मोठी, काही हिंसक प्रवृत्तीची अशी सगळी मुलं एकत्र ठेवली जातात, तेव्हा दादागिरी होणं अटळ आहे व एकमेकांना छळलं जाऊ शकणंसुद्धा!

जर बाह्यसीमा सुरक्षित ठेवण्यासाठी पुरेसं बळ नसेल तर उद्देश कितीही चांगला असला तरी तो भ्रष्ट होऊ शकतो. ही बालगृहं किल्ल्यासारखी वाटली तरी बाहेरचे लोक कसे काय आत घुसत होते व कुणीतरी त्याच्याकडे कानाडोळा केल्याशिवाय ते होत नव्हतं, याचा मी विचार करत होतो. निश्चितच, बालगृहाच्या व्यवस्थेला लागलेल्या अशा वाईट किडीचं उच्चाटन करण्यासाठी आणखी कडक नियंत्रणाची गरज होती. तिथल्या वास्तव्यातून टिकून वाचून राहिलो आणि काहीही इजा न होता तिथून बाहेर पडलो, याबद्दल मला कधी वाटलं नव्हतं एवढं कृतज्ञ मला वाटतंय.

माझी शेवटची एक भेट द्यायची राहिली होती– एखाद्या इमारतीला नव्हे तर

एका भागाला. माझ्या कोलकात्यामधल्या शेवटच्या दिवशी मी हावरा स्टेशनच्या आसपासच्या रस्त्यांवर व हुगळी नदीच्या काठावर अजूनही चिकटून राहिलेल्या स्वस्त खाण्यापिण्याच्या दुकानांपाशी परत गेलो. ही जागा अजूनही बेताचं उत्पन्न असलेले लोक, टीचभर पगारावर काम करणारे कामगार व बेघर लोकांसाठी आहे. इथं अजूनही सांडपाण्याची व्यवस्था नाही आणि बरेच लोक या भागातल्या तात्पुरत्या झोपड्यांत व दुकानात राहतात. इथं विकायला असलेल्या फळांच्या व तळलेल्या खाद्य पदार्थांच्या वासांमुळे पूर्वी तोंडाला पाणी सुटत असे, त्याची आठवण काढत मी त्या दुकानांच्या आजूबाजूला फिरलो. इथं सांडपाण्याचा दुर्गंध, पेट्रोल, डीझेलच्या व खाद्य पदार्थ बनवण्यासाठी लावलेल्या जाळाचा धूर आसमंतात असतानासुद्धा मला खाण्यापिण्याचे वास समजत असत, याचा मला मोठा अचंबा वाटला.

मी नदीच्या टोकापर्यंत चालत गेलो; पण नदीचा प्रवाह व दुकानांच्या मधला भाग खासगी निवासस्थानांसाठी विभागून दिलेला आढळला. मी तिथून कसा मार्ग काढायचा याचा विचार करत होतो, इतक्यात लूत भरल्यासारखे दिसणारे काही कुत्रे एका गल्लीतून माझ्यापर्यंत आले व माझ्या पायांचा वास घेऊ लागले. मी भारतात येण्यापूर्वी अँटीरेबीजचं इंजेक्शन घेतलं होतं, त्याची परीक्षा घ्यायची मला जराही इच्छा नव्हती. म्हणून मी दुकानांच्या रांगेपासून दूर असलेल्या, 'हावरा ब्रिज'च्या लांबवर पसरलेल्या मोहक लोखंडी सांगाड्याकडे जाणाऱ्या फुटपाथकडे वळलो. लवकरच पुलाच्या सुरुवातीला गोळा झालेल्या इतर असंख्य लोकांच्या ओघात मी मिसळून गेलो व त्यांच्याबरोबर पादचारी मार्गावरून चालू लागलो. हा पादचारी मार्ग हावरा शहराला कोलकात्याच्या मध्य भागाशी जोडतो. जेव्हा मी हा 'ब्रिज' पहिल्यांदा ओलांडला होता, तेव्हा मी रेल्वे कामगारांच्या झोपडीतल्या माझ्या भयानक अनुभवापासून पळून जात होतो. आता मला माहीत झालं आहे की, हा ब्रिज कोलकात्याची विशेष प्रेक्षणीय ओळख आहे व शहरात सर्वांत प्रसिद्ध आहे. १९४७ मध्ये भारताला स्वातंत्र्य मिळण्यापूर्वी ब्रिटिशांनी हाती घेतलेला हा शेवटचा प्रकल्प होता.

हा ब्रिज ओलांडणारा असंख्य जनसमुदाय व सगळ्या प्रकारच्या वाहनांचा अविरत ओघ अविश्वसनीय आहे. लोक मला मागून ढकलत होते व घाईघाईने समोरूनही पुढ्यात येत होते. हमाल डोक्यावरचे वजनदार सामान बरोबर सांभाळत, मुंग्या जशा आपल्या घरापासून पुढेमागे चालतात, तसे रेल्वे स्टेशनापासून ये-जा करत होते. पादचारी मार्गांवर भिकारी रांगेनं उभे राहून त्यांचे लोखंडी वाडगे व थोटे अवयव वर उचलून दाखवत होते. त्यांच्या भिकेच्या हाका ब्रिजवरच्या कलकलाटात भर घालत होत्या. उपस्थित असलेला जनसमुदाय व रस्त्यावर चालेल्या उद्योगांचं प्रमाण बघता, हा ब्रिज म्हणजे एक स्वतंत्र वस्तीच आहे असं वाटतं. पण इथल्या गर्दीमुळे मी अगदीच क्षुल्लक आहे, असंही मला वाटायला लागलं; जणू काही मला

अस्तित्वच नव्हतं. मी लहान मुलगा असताना हा पूल ओलांडला, तेव्हा मला किती क्षुल्लक वाटलं असेल?

वाहतुकीचा आवाज प्रचंड होता आणि निळ्या धुराचे ढग वातावरण धूसर करत होते. मी ऐकलं आहे की सिडनी किंवा मेलबर्नमधल्या प्रदूषित वातावरणात राहिल्यास माणसाचं आयुष्यमान कमी होतं. तर मग या अशा प्रदूषित वातावरणात दिवसेंदिवस श्वास घेताना आयुष्य किती कमी होत असेल, याचा मी नुसता विचारच करू शकतो.

पुलावरून साधारण तृतीयांश अंतर चालून गेल्यावर मी कठड्याशी थांबून, मागे वळून नदीच्या काठाकडे, स्टेशनखालच्या जागेवर, दुकानांकडे, ज्या जागेत मी लहान मुलगा असताना दिवस काढले होते तिथं बघितलं. ज्या ठिकाणी मी चालत होतो तिथं आता लोकांना ने-आण करणाऱ्या बोटींसाठी धक्का केला होता. पुलाखालचा नदीचा काठ सिमेंट काँक्रीटचा झाला होता. साधू अजून तिथं झोपू शकत होते की नाही, ते मला दिसलं नाही. माझ्या भारत पुनर्भेटीत मी जास्त साधू पाहिले नव्हते. पण मला माहीत नाही की हे साधूंसारखे राहणारे लोक कमी झाले होते म्हणून, की हा केवळ योगायोग होता. मी जेव्हा त्यांच्या जवळ किंवा त्यांच्या आश्रमात झोपत होतो तेव्हा मात्र ते माझे पालक असल्यासारखं मला वाटायचं.

मी खाली दगडाच्या पायऱ्यांकडे, घाटाकडे पाहिलं. या पायऱ्या हुगळी नदीच्या जबरदस्त लाटांकडे, जिथं मी दोनदा जवळजवळ बुडलोच होतो, तिथं घेऊन जातात. ज्या माणसानं मला दोन्ही वेळा पाण्यातून वर उचलून काढलं त्याच्याबद्दल माझ्या मनात विचार आले. तो आत्तापर्यंत नक्कीच मेला असणार; परंतु जसं त्या तरुण मुलानं मला नंतर पोलीस स्टेशनवर नेलं होतं, त्याप्रमाणे या माणसानंसुद्धा मला पुन्हा जगण्याची संधी दिली होती. त्याचा कर्मावर विश्वास असेल म्हणूनच, नाहीतर त्याला हे करण्यामुळे काहीच फायदा नव्हता आणि मी त्याचे कधीच आभार मानले नव्हते. जेव्हा त्यानं मला दुसऱ्यांदा बाहेर काढलं तेव्हा मला खूप लाज वाटली होती आणि माझ्याकडे बरंच लक्ष वेधलं गेल्यामुळे मी जरा घाबरलोही होतो. मी कठड्याशी उभा राहून खाली माझ्या भूतकाळाकडे बघत होतो. मी त्या माणसाचे आभार मानले. पुन्हा पुन्हा आभार मानले. सूर्यास्त व्हायला लागला होता आणि माझा कोलकात्यातला शेवटचा दिवस गुलाबी-काळसर धूसर वातावरणात संपत आला होता.

घरी परत जाण्याची वेळ झाली होती.

उपसंहार

विश्वास नाही बसणार, पण दोन भारतीय मुलांना दत्तक घेतलं असलं तरीसुद्धा मम व डॅडनं कधीही भारताला भेट दिलेली नाही. मात्र, आता मी हे पुस्तक लिहीत असताना ते त्याचा विचार करत आहेत. मम लवकरच माझी आई कमला हिला भेटण्यासाठी पहिल्यांदाच तिकडे जाणार आहे. ही भेट एका टीव्ही कंपनीसाठी चित्रित करण्यात येणार आहे.

माझी दोन्ही कुटुंबं भविष्यात एकमेकांच्या जवळ येतीलही. मला प्रश्न पडतो की त्यातल्या कुठल्या कुटुंबाला दुसरं जग जास्त विदेशी वाटेल? मी कधीकधी विचार करतो की वेगवेगळ्या संस्कृतींतल्या लोकांना एकत्र आणणं शक्य व्हावं, हाही माझ्या आई-वडलांच्या दत्तक घेण्याच्या निर्णयाचा भाग होता का?

माझं खांडव्याला पुनरागमन झाल्यापासून दोन्ही कुटुंबांची आयुष्यं नक्कीच बदलून गेली आहेत. त्याचा आमच्यावर कसा परिणाम होईल, हे अजून पाहायचं आहे. विशेष करून कमलाच्या आयुष्यात, तिचा धाकटा मुलगा सुरक्षित व व्यवस्थित आहे या विचारानं तिच्या जिवाला शांती मिळवून देणं व मला शक्य आहे तितकं तिचं जीवन सुखसमाधानाचं करणं, याव्यतिरिक्त मला कोणतेही नको ते नाट्यपूर्ण बदल घडवून आणायचे नाहीत. यातली पहिली पायरी आहे तिच्या डोक्यावरचं भाड्यानं घर घेण्याचं ओझं उतरवणं. स्वतःचं म्हणू शकेल अशा घरात ती राहायला जावी, अशी माझी इच्छा आहे.

मला स्वतःला काय हवं आहे, हे अजूनही अस्पष्ट आहे. मी जरी माझं गाव व कुटुंबं शोधून काढण्यात जीव ओतला होता, तरी गमावलेल्या त्या आयुष्याकडे परतण्याच्या आशेनं मी शोध घेत नव्हतो. प्रश्न 'काय बरोबर' व 'काय चूक' असा नव्हता. किंवा मी मूळचा ज्या ठिकाणाचा होतो तिथं परत जाण्याचाही नव्हता. मी

भारतीय नाही. मी जवळजवळ संपूर्णपणे ऑस्ट्रेलियात वाढलो. माझे इथले कौटुंबिक संबंध तोडले जाऊ शकत नाहीत किंवा त्यांच्याबद्दल कुणी शंका घेऊ शकत नाही. मला फक्त मी कुठून आलो होतो ते जाणून घ्यायचं होतं व माझ्या पूर्वायुष्यातल्या काही गोष्टींवर प्रकाश टाकायचा होता. नकाशाकडे बघून मी कुठं जन्माला आलो ते ठिकाण मला फक्त निर्देशित करता यावं, हेच मला पुष्कळ होतं. निराश होण्याच्या भीतीनं मी माझ्या आशा मर्यादित ठेवत होतो खरा, पण मला माझं भारतीय कुटुंब शोधून काढायचं होतं, याचं सगळ्यात मुख्य कारण म्हणजे 'माझं काय झालं' ते त्यांना कळावं, हे होतं. माझे त्यांच्याबरोबरचे संबंधसुद्धा कधी तुटू शकणार नाहीत. उलट मला ते परत जोडण्याची संधी मिळाली, म्हणून मी खूपच कृतज्ञ आहे.

परंतु मी कोण आहे आणि माझं घर कुठलं, याबद्दल माझ्या मनात जराही संदेह नाही. मला आता दोन कुटुंबं आहेत; पण दोन रूपं नाहीत. मी सरू ब्रायर्ली आहे.

कसंही पाहिलं तरी, माझं भारतात परत येणं व माझ्या आई-भावंडांचं जीवन डोळ्यांनी पाहणं, हा वैयक्तिक व सांस्कृतिकदृष्ट्या संपन्न करणारा अनुभव आहे. विशेषतः मी माझ्या बहीण-भावाकडे बघतो, तेव्हा कुटुंबावर व नातेसंबंधांवर लक्ष केंद्रित करण्याच्या त्यांच्या पारंपरिक दृष्टिकोनाचं मला कौतुक वाटतं. शब्दांत सांगणं कठीण आहे; पण मला वाटतं, की उपनगरात अलिप्तपणे राहून व वैयक्तिक स्वातंत्र्यावर भर देता देता आपण पाश्चिमात्य देशांत काहीतरी हरवून बसलो आहोत. आणि ते बदलेल असं मला वाटतही नाही. मी काही धार्मिक माणूस नाही; पण मला स्वतःला माझ्या भारतीय कुटुंबाचे रीतिरिवाज आणि धार्मिक समजुती जाणून घ्यायला व त्यांच्यापासून मला काही मार्गदर्शन मिळेल का, ते बघायला आवडेल.

माझ्या भाचे व भाच्यांनाही भेटायला मिळालं, याचसुद्धा मला आनंद आहे. मी त्यांच्या जीवनाचा एक हिस्सा बनण्याची व जेव्हा संधी मिळेल, तेव्हा त्यांना मला जमेल तशी मदत करण्याची आशा बाळगतो.

जर मी हरवला गेलो नसतो– जर त्या रात्री मी गुड्डूबरोबर गेलोच नसतो किंवा कसंही करून मी घरी येण्याचा मार्ग शोधला असता, तर अर्थातच माझं आयुष्य मोठ्या प्रमाणात वेगळं झालं असतं. माझं बरचसं त्रास भोगणं वाचलं असतं. माझ्या कुटुंबीयांना एका मुलाचं शोकांतिक मरण व त्यावर दुसऱ्या मुलाचं दुःखद हरवणं सोसायला लागलं नसतं. मलाही तातातुटीच्या वेदना, ट्रेनमध्ये किंवा कोलकात्याच्या रस्त्यांवरची गोठवून टाकणारी भीती कळलीच नसती; परंतु, माझ्या अनुभवांनी मला निःसंशयपणे आकार दिला आहे. कुटुंबाचं (कसंही निर्माण झालं असलं तरी) जीवनात असलेलं महत्त्व, लोकांचा चांगुलपणा व समोर येणारी संधी साधण्याचं महत्त्व, या सर्वांवर कधीही न ढळणारा असा गाढ विश्वास दिला आहे. मला त्यांपैकी

काहीही पुसून टाकायला आवडणार नाही. हेही तितकंच खरं आहे की जर यांपैकी काही घडलंच नसतं तर माझ्या कुटुंबाला ज्या आता मिळाल्या त्या संधी मिळाल्या नसत्या. या घटना, माझ्या दोन कुटुंबाना जुळवून आणणं व त्यात माझा महत्त्वाचा भाग असणं, या सर्वांत नशिबाचा फार मोठा भाग आहे, असं मला नक्कीच वाटतं.

मला माहीत आहे की मम व डॅडनाही मला व मंतोषला वगळून वेगळं आयुष्य आवडलं नसतं. त्यांनी जे प्रेम व जीवन मला दिलं आहे, त्याबद्दल कृतज्ञता व्यक्त करायला माझ्याकडे शब्द नाहीत. त्यांचं कमनशिबी लोकांना मदत करण्याच्या कामाला बांधून घेण्याचं मला कौतुक आहे. मला खात्री आहे की, मी माझं भारतातलं घर शोधून काढल्यामुळे, आमच्या नात्याबद्दल काही शंका घेण्याऐवजी माझं ऑस्ट्रेलियन कुटुंब आणखीनच जवळ येईल.

मी जेव्हा मंतोषला, मला माझं भारतीय कुटुंब सापडलं म्हणून सांगितलं, तेव्हा त्यालाही अर्थात आनंदच झाला. त्याच्या भंगलेल्या कुटुंबाबद्दलची काही बातमी 'इस्सा'कडून आमच्यापर्यंत पोहोचली होती. कुटुंबाबरोबर संबंध परत जुळवून आणण्यात आलेल्या माझ्या यशामुळे त्यालाही प्रेरणा मिळाली. लहानपणीच्या आठवणी दुःखद असतानाही व मोठा होत असताना खूप त्रास सहन केला होता तरी त्यालाही त्याच्या भारतीय आईबरोबर परत संपर्क साधण्यात रस वाटू लागला. असं होईलच याची आम्हाला खात्री नाही; परंतु मला जशी मनःशांती मिळाली, तशी माझ्या भावाला मिळावी, यापेक्षा मला आणखी काहीही नको.

हे माझं सौभाग्य अस्राबरोबर साजरं करताना मला फार आनंद झाला. आम्ही दोघांनी 'नवजीवन' मध्ये बरोबर दिवस काढले होते. तेव्हापासूनची ती माझी मैत्रीण होती आणि आम्ही दोघांनी ऑस्ट्रेलियाचा प्रवासही विस्फारलेल्या डोळ्यांनी एकत्र केला होता. सुरुवातीच्या काळात आमच्या दोघांच्या कुटुंबांची एकमेकांशी मैत्री जमली होती आणि आम्ही फोनवर संपर्क ठेवत होतो किंवा एकमेकांच्या घरी जात होतो. मोठं झाल्यावर, जसं लोकांचं नेहमी होतं, त्याप्रमाणे आमचा संबंध जरा कमी झाला. तरी पण आम्ही अध्येमध्ये कामाविषयी, इतरांशी असलेल्या संबंधांबद्दल आणि बाकी काय चाललं होतं त्याबद्दल गप्पा मारत असू. काही काही अनुभव असे आहेत, जे फक्त अस्रा आणि मीच वाटून घेऊ शकत होतो. अशी मैत्रीण असल्याबद्दल मी स्वतःला नशीबवान समजतो.

मी जेव्हा खांडवा शोधण्याच्या प्रक्रियेकडे, विशेषतः 'गुगल अर्थ'वरच्या शोधाकडे (ज्यांनी माझा जास्तीत जास्त वेळ खाल्ला होता) मागे वळून बघतो, तेव्हा मला कळतं की जर मी वेगळ्या पद्धतीनं शोध घेतला असता, तर एखाद वेळी मला जे हवं होतं ते लवकर मिळालं असतं. मी जर नकाशावर दिसणाऱ्या सर्व 'बुरहानपूर' सारख्या शहरांचा व गावांचा किचकट अभ्यास केला असता तर कदाचित कोलकात्यापासून

लांब, आणखी पुढे असलेल्या गावांचाही विचार केला असता. इंटरनेटवर अजून खोलवर शोध केले असते तर यापैकी बरीच गावं सरळ बाद झाली असती किंवा शोधक्षेत्र तरी अरुंद झालं असतं. माझे शोधसुद्धा मी काटछाट केलेल्या यादीवरच्या 'ब' नावाच्या गावांकडे जाणाऱ्या लोहमार्गावर मर्यादित केले असते. त्याऐवजी मी मोठ्या हुशारीनं आधी ढोबळ हिशोब (जरी माझा हिशोब तर्कशुद्ध होता) करून ठरवलेल्या परिमितीपर्यंत जाणाऱ्या हावरा स्टेशनहून निघणाऱ्या सर्व लोहमार्गांचा मागोवा घेत राहिलो. कदाचित या पद्धतीने खांडवा लवकर प्राप्त झालं असतंही किंवा नसतंही.

पण मी त्या पद्धतीनं नाही केलं– त्या वेळेस जे मला सगळ्यात जास्त चांगलं वाटलं ते मी केलं. मला गोष्टी (फक्त माझ्या भावाचं शोकांतिक मरण सोडून) कशा घडल्या त्याबद्दल वाईट वाटत नाही. माझ्या कथानकातल्या अद्‌भुत अशा वळणांचं मला आश्चर्य वाटतं; जसं- माझ्या ममची दूरदृष्टी जिच्यामुळे तिला परदेशातून मूल दत्तक घ्यायची बुद्धी होणं, माझ्या भारतीय आईचं आम्ही परत भेटायच्या आदल्या दिवशीच माझी प्रतिमा बघणं. तसंच मी ऑस्ट्रेलियात हावरा गावातल्या शाळेत असणं, हाही एक उल्लेखनीय योगायोग आहे. माझ्या समजण्याच्या पलीकडे एक शक्ती काम करत आहे, अशी कल्पना माझ्या मनात न येणं अशक्य आहे. मला या कल्पनेचं काही धार्मिक विचारांत रूपांतर करायचं नाही. तरीसुद्धा मला भक्कमपणे असं वाटतं की हरवलेल्या व कुटुंबाला मुकलेल्या अशा लहान मुलापासून, माझं दोन कुटुंबं लाभलेला तरुण मुलगा होणं, हे जसं घडणार होतं तसंच घडलं आणि हा विचार मला अगदी पूर्णपणे विनम्र करतो.

●

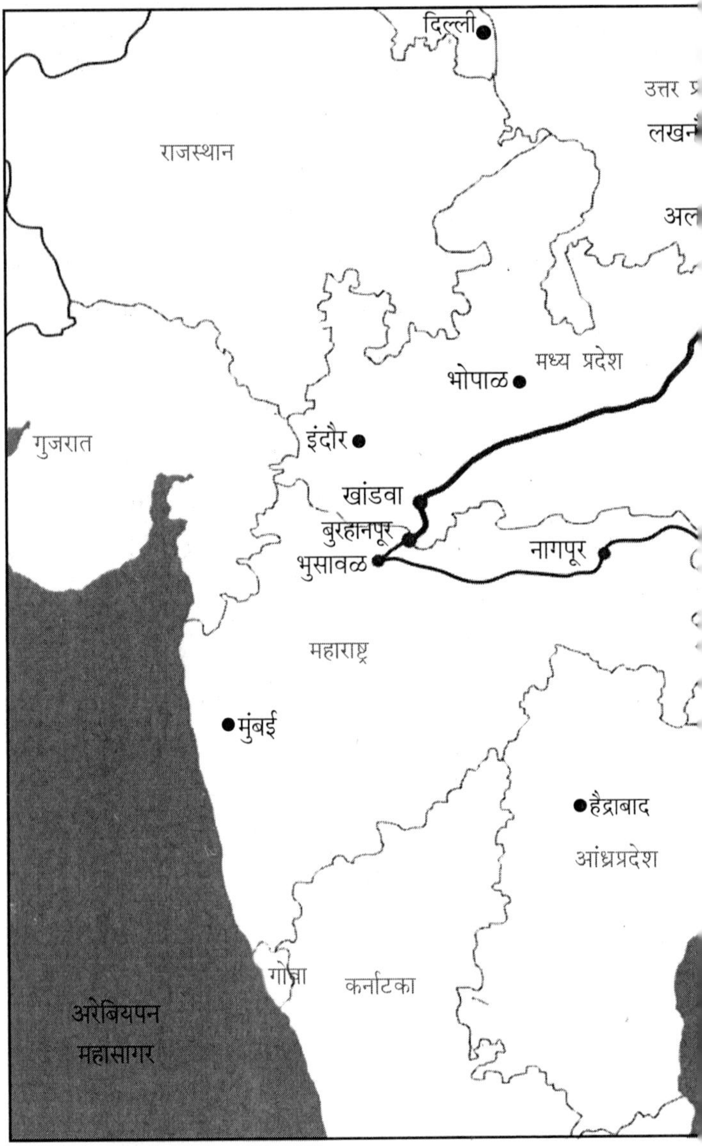
दिल्ली
उत्तर प्र
लखनौ
राजस्थान
अल
मध्य प्रदेश
भोपाळ
गुजरात
इंदौर
खांडवा
बुरहानपूर
भुसावळ
नागपूर
महाराष्ट्र
मुंबई
हैद्राबाद
आंध्रप्रदेश
गोवा
कर्नाटका
अरेबियपन
महासागर

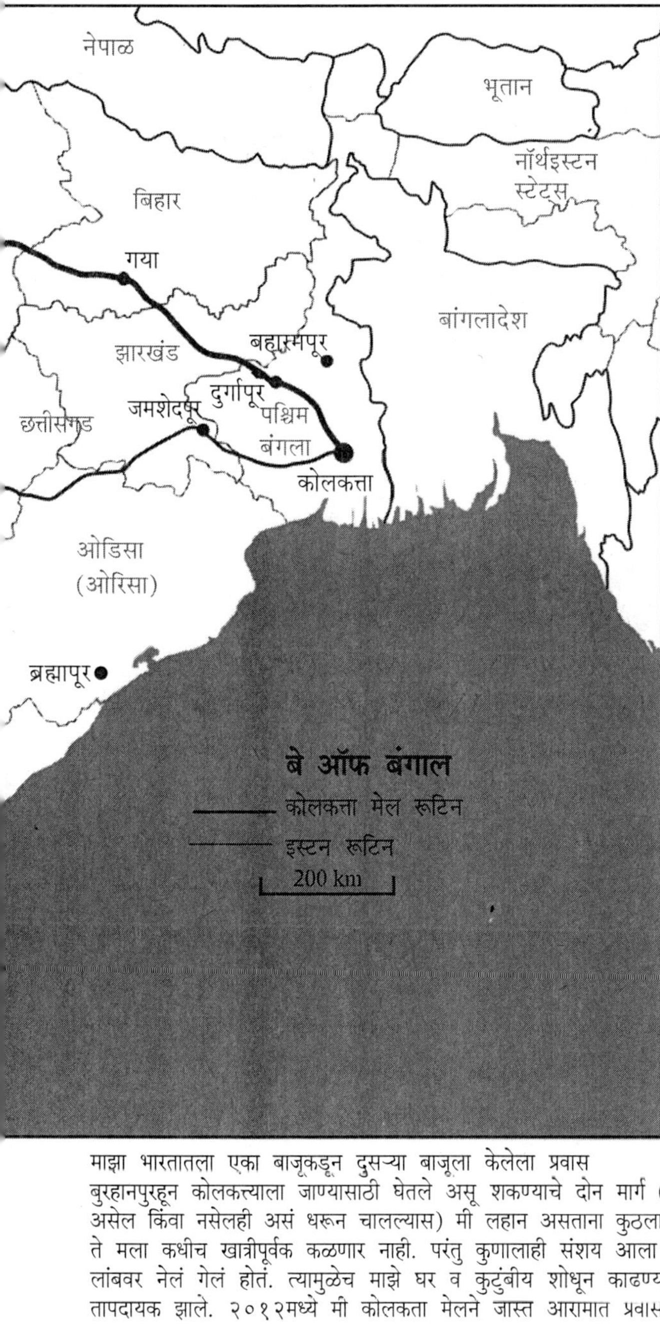

माझा भारतातला एका बाजूकडून दुसऱ्या बाजूला केलेला प्रवास
बुरहानपुरहून कोलकत्त्याला जाण्यासाठी घेतले असू शकण्याचे दोन मार्ग (ट्रेन एकदाच बदलली असेल किंवा नसेलही असं धरून चालल्यास) मी लहान असताना कुठला मार्ग घेतला असावा, ते मला कधीच खात्रीपूर्वक कळणार नाही. परंतु कुणालाही संशय आला नाही की मला इतकं लांबवर नेलं गेलं होतं. त्यामुळेच माझे घर व कुटुंबीय शोधून काढण्याचे सर्व प्रयत्न इतके तापदायक झाले. २०१२मध्ये मी कोलकता मेलने जास्त आरामात प्रवास केला.

'The Road To Wanting' या पुस्तकाचा अनुवाद

काहूर

लेखक
वेन्डी लॉ-योन

अनुवाद
चित्रा वाळिंबे

कधीकधी सर्वांत अवघड रस्ता हा घराकडे जाणारा असतो. ना गा कायम चांगल्या आयुष्याच्या शोधात राहिली. पण आता ती चिनी-बर्मी सीमेवरच्या वाँटिंगमधल्या हॉटेलच्या खोलीत एकटीच बसली आहे. वांब खाणाऱ्या जंगली समाजातून दूर फेकली गेली आहे. रंगूनमध्येही ना गाची फसवणूक झाली. तारुण्याच्या उंबरठ्यावरदेखील अवहेलना आणि विश्वासघातच हाती लागला. मात्र काहीही झालं, तरी ना गा लढणं सोडत नाही.

पण ना गा अशी किती दिवस एकटी भरकटत राहणार? वाँटिंगमधल्या त्या उदास हॉटेलमध्ये ना गा स्वतःशीच झगडा करते आहे. आजवर ती घराकडे जाणारा रस्ता का नाकारत आली... त्याचं कारण शोधते आहे.